# मानवशास्त्रातील
# लिंगभावाची शोधमोहीम

परस्परांना छेदणारी क्षेत्रे

## Anthropological Explorations in Gender

Intersecting Fields

लीला दुबे

मराठी रूपांतर
**विद्युत भागवत**

डायमंड पब्लिकेशन्स

**मानवशास्त्रातील लिंगभावाची शोधमोहीम**

**लीला दुबे**, मराठी रूपांतर : **विद्युत भागवत**

**© डायमंड पब्लिकेशन्स, पुणे - ३०**

**ISBN** 978-81-8483-133-7

**प्रथमावृत्ती :**
१७ मार्च २००९

**अक्षरजुळणी :**
पौर्णिमा गोडबोले

**मुखपृष्ठ :**
शाम भालेकर

**प्रकाशक :**
डायमंड पब्लिकेशन्स
२६४/३ शनिवार पेठ, ३०२ अनुग्रह अपार्टमेंट
ओंकारेश्वर मंदिराजवळ, पुणे-४११ ०३०
☎ ०२०-२४४५२३८७, २४४६६६४२
info@diamondbookspune.com

ऑनलाईन पुस्तक खरेदीसाठी भेट द्या
www.diamondbookspune.com

**प्रमुख वितरक :**
डायमंड बुक डेपो
६६१, नारायण पेठ, अप्पा बळवंत चौक, पुणे- ३०.
☎ ०२०-२४४८०६७७

इरावती कर्वे
आणि
कॅथलीन गॉ
यांना स्मरून. . .

# ऋणनिर्देश

मानवशास्त्रात लिंगभाव परिप्रेक्ष्याच्या सघहाय्याने हस्तक्षेप करणारे लीला दुबे यांचे २६८ पृष्ठांचे पुस्तक मराठीत आणणे शक्य झाले ते माझ्या अनेक सहअध्यायी मैत्रिणींमुळेच. या संदर्भात संजयकुमार कांबळे हे समाजशास्त्र आणि स्त्रीअभ्यास या दोन्ही विषयांचा आस्थेने अभ्यास करणारे तर आहेतच, परंतु एकूण सामाजिक परिवर्तनाचा विचार सम्यक पद्धतीने झाला पाहिजे याबद्दल ते आग्रही आहेत. संजयकुमार यांनी वेळोवेळी हे पुस्तक मराठीत आलेच पाहिजे असा आग्रह धरून आपल्या अनेक प्राध्यापक मित्रांचा हवाला देऊन मला मराठीकरण पूर्ण करण्यास स्वत:ही साहाय्य केले.

पुणे विद्यापीठातील क्रांतिज्योती सावित्रीबाई फुले स्त्री अभ्यास विभागात आंतरशाखीय अभ्यासक्रम विकसित करण्यासाठी अशा पुस्तकांची आवश्यकता आहे हे प्रा. शर्मिला रेगे, डॉ. स्वाती देहाडराय, आणि डॉ. अनघा तांबे यांनी पटवून दिले. स्नेहा गोळे, अनघा देऊळगावकर अशा कितीतरीजणींनी लेखनप्रत बनविण्यापासून मुद्रिते तपासण्यापर्यंत तसेच संशोधन –अनुदानाचा हिशेब ठेवण्यापर्यंत कामे केली. या साऱ्यांच्या ऋणात रहाणे मला आवडेल.

विशेष उल्लेख केला पाहिजे तो प्रा. पंडित विद्यासागर, संचालक महाविद्यालय आणि विद्यापीठ विकासमंडळ (पुणे विद्यापीठ) तसेच प्रा. सुहास पळशीकर (राज्यशास्त्र विभाग) आणि प्रा. सुजाता पटेल (समाजशास्त्र विभाग) आणि डॉ. नारायण भोसले (इतिहास विभाग) यांच्या भरीव सहकार्याचा!

डायमंड पब्लिकेशन्स, पुणे तर्फे श्री. दत्तात्रेय पाष्टे यांनी हे पुस्तक प्रकाशित करण्यासाठी केलेल्या सहकार्याबद्दल मन:पूर्वक धन्यवाद.

# प्रस्तावना

स्त्रीप्रश्नाच्या अभ्यासक्षेत्रातील एक अभ्यासक म्हणून मी जेव्हा या प्रश्नाची बहुविध परिमाणे अभ्यासू लागले, तेव्हा मला लीला दुबे यांची मानवशास्त्र या ज्ञानशाखेत लिंगभावाचे परिमाण आणणारी संहिता महत्त्वाची म्हणून जाणवली. जवळजवळ 1980 पर्यंत स्त्रीअभ्यासक्षेत्रातील सैद्धांतिक विचार हा प्रामुख्याने पाश्चिमात्य जगातील अभ्यासकांकडून आमच्यापर्यंत पोहचत होता. मराठीमध्ये या काळातच शेतकऱ्यांच्या वा आदिवासींच्या चळवळी उभ्या करून सिद्धांतनाचे प्रयत्न झाले. कॉ. शरद पाटील यांनी स्त्रीप्रश्नाच्या आकलनाचा इतिहास समजून घेण्याच्या दृष्टीने महत्त्वाची मजल मारली. तसेच उमा चक्रवर्ती, कुमकुम संगारी, सुझी थारू अशा स्त्रीअभ्यासात भर घालणाऱ्या अनेक भारतीय अभ्यासकांनी नवी परिदृष्टी मांडली. या नव्या पिढीच्या बरोबरीने वैचारिक पातळीवर नीरा देसाई, लीला दुबे, वीणा मुजुमदार, देवकी जैन आणि महाराष्ट्रातील सुमा चिटणीस या ज्येष्ठ अभ्यासकांनी आपापल्या अभ्यासक्षेत्रातून विचारांच्या मांडणीला सुरवात केली. 1974-75 या काळातील भारतातील स्त्रियांच्या दर्जाविषयक अहवालाला मूर्त आणि सम्यक रूप देण्याचे काम या ज्येष्ठ स्त्री विचारवंतांनी केले म्हणूनच मला लीला दुबे यांचे लिंगभावाची शोधमोहीम हाती घेणारे पुस्तक महत्त्वाचे वाटले.

महाराष्ट्राच्या संस्कृतीचा, समाजव्यवस्थेचा विचार करणाऱ्या इरावती कर्वे यांच्या लेखनानंतर मराठीत मानवशास्त्राच्या चौकटीतून स्त्रीजीवनाची गुंतागुंत समजावून सांगणारे लेखन फारसे झालेले दिसत नाही. लीला दुबे काही काळ महाराष्ट्रात होत्या आणि त्यानंतर त्या श्यामाचरण दुबे यांच्याबरोबर सहजीवन स्वीकारून बराच काळ महाराष्ट्राबाहेर राहिल्या. लीला दुबे हे नांव मराठी माणसांना त्यामुळेच काहीसे अपरिचित राहिले. लीला दुबे यांची जीवनाची धडपड, मानवशास्त्र या ज्ञानशाखेतील योगदान आणि मुख्य म्हणजे भारतातील बहुविधता आणि विशेषत: कुटुंबसंस्थेचे गुंतागुंतीचे स्वरूप लक्षात घेण्याची क्षमता यामुळे त्यांचा २००१ साली विविध निबंधांचे संकलन करून संपादित केलेला ग्रंथ मराठीत आणणे आवश्यक आहे असे वाटले. येथे आणखी एक मुद्दा आवर्जून सांगावासा वाटतो तो म्हणजे कमला गणेश या मानवशास्त्र आणि समाजशास्त्र या दोन्हीही शाखांच्या अभ्यासात निपुण असणाऱ्या पुढच्या पिढीतील अभ्यासक आणि

विचारवंत. त्यांचे कुशल संपादन मूळ इंग्रजी ग्रंथाला लाभले आहे.

भारत देशातील भिन्नता आणि विविधतांचा अर्थ स्त्रीजीवनाच्या दृष्टीने लावणारा हा ग्रंथ मराठीतील सुजाण वाचकांना महत्त्वाचा वाटेल याची खात्री वाटते. तसेच एकूण लिंगभाव परिप्रेक्ष्याची ओळख करू पाहणाऱ्या विज्ञान, कला, मानव्य आदी ज्ञानशाखांमध्ये अभ्यास करू पाहणारी नवी पिढी या पुस्तकाचे आनंदाने स्वागत करेल अशी आशा वाटते. या ज्ञानशाखांमध्ये शिकविणाऱ्या शिक्षकांनासुद्धा हा मोलाचा ठेवा आपल्या संग्रही असावा असे वाटेल. लीला दुबे यांची संहिता वाचून तिचे चिकित्सक परखड मूल्यमापनही महाराष्ट्रातून येईल याची खात्री वाटते. विवाह, कुटुंब, गोतावळा आणि जातिव्यवस्था या साऱ्यांचा भौतिक पाया आणि या साऱ्यांमधून निर्माण होणारी सांस्कृतिक मिथके यांचा सखोल अभ्यास होण्यासाठी लीला दुबे यांची संहिता उपयुक्त ठरेल याची खात्री वाटते.

येथे थोडे, मराठीमध्ये ही संहिता आणताना जाणवलेल्या अडचणी आणि त्यातून मराठीकरण करतांना काढलेले मार्ग याविषयी सांगावेसे वाटते. खरेतर सुरुवातीला साधारण १९९५ साली माझ्या सासू-सासऱ्यांनी म्हणजे मराठीतील ज्येष्ठ लेखक भा. रा. आणि लीलावती भागवत यांनी एकत्रितपणे मोठ्या उत्साहाने हे मराठीकरण हाती घेतले. भाषा सुटसुटीत आणि संप्रेषक असावी असा त्यांचा प्रयत्न होता. परंतु आम्ही जेव्हा एकत्रितपणे हे मराठीकरण वाचू लागलो तेव्हा लक्षात आले की, इंग्रजी भाषेत असणारी ज्ञानमयता अनेकदा मराठीत निसटून जात होती. तसेच स्त्रीअभ्यासातून जाणीवपूर्वक आणली गेलेली परिभाषासुद्धा नेमकेपणाने मांडली नाही तर, नव्याने विकसित होणाऱ्या या ज्ञानक्षेत्रावर अन्याय केल्यासारखे होत होते. यातून मार्ग काढताना या पुस्तकाचे मराठीकरण गेली तेरा वर्षे सातत्याने प्रयत्नपूर्वक झाले. 'लिंगभाव' या शब्दसंहितेसारख्या अनेक संहिता यात नव्याने मांडल्या, तर पुरुषसत्ताक (Patriarchy) या शब्दसंहितेचा नवा अर्थ लक्षात घेऊन वापरला आहे. लीला दुबे यांना अनुस्यूत असणाऱ्या संहितांचे मराठीकरण करताना, लीला दुबे ह्यांच्या लेखनावर कुरघोडी केली जाऊ नये अशी काळजी घेतली आहे. चांगले, प्रवाही मराठीकरण आणि संस्कृत शब्दांचा नेमकेपणा वापरून क्लिष्टता टाळण्याचा खटाटोप येथे केला आहे.

येथे थोडेसे स्त्रीअभ्यास या ज्ञानशाखेविषयी काही मुद्दे आवर्जून मांडावेसे वाटतात. भारतीय स्त्रिया, स्त्रियांच्या समस्या या शब्दांना एक सर्वसाधारण एकसाचीकरण केलेला असा अर्थ ज्या काळात दिला जात होता त्या काळात स्त्रीचळवळीच्या उगमापाशीच स्त्री अभ्यास हे आंतरशाखीय ज्ञानक्षेत्र उदयाला आले. स्त्रीअभ्यासाला सुरुवातीपासूनच आपल्या अभ्यासक्षेत्राच्या गुंतागुंतीला नेमकेपणाने हात घालेल अशी विशिष्ट भाषा आणि असे कोटिक्रम गरजेचे वाटले. तसेच स्त्रीअभ्यासक्षेत्र खऱ्या अर्थाने आंतरशाखीय करायचे तर साहित्य, कला, विज्ञान, मानव्य ह्या ज्ञानशाखांमध्येच नाही तर, जीवनातील

प्रत्येक पाऊल लिंगभावाने घडते या जाणिवेतून अवघ्या मानवी जगाला लागू पडेल, अशी लिंगभावसंवेदनक्षमता आणण्याचे आव्हान पेलावे लागणार होते. असे करताना प्रस्थापित ज्ञानशाखांमध्ये असणारा अनुभवजन्य वैज्ञानिक पुराव्यांवर आधारित तथ्य मांडण्याचा जो प्रघात आहे त्या संदर्भात प्रश्न उभे करणे महत्त्वाचे ठरते. मानवशास्त्रालाही अधिकाधिक शास्त्रीय करण्याच्या भरात इरावती कर्वे, जी. एस. धुर्ये, या मंडळींनी मानवी कवट्यांच्या मापनावर भर देऊन वांशिक भिन्नतेचे वैज्ञानिक स्पष्टीकरण देऊन प्रस्थापित चौकटच अधिक घट्ट केली. स्त्रीअभ्यासक्षेत्राच्या आंतरशाखीयतेने स्त्रियांच्या व्यक्ती म्हणून असणाऱ्या अनुभवाकडे एक महत्त्वाचे संसाधन वा स्रोत मानल्यामुळे 'बीजक्षेत्र' न्यायाला जो अपरिवर्तनीय अर्थ होता त्यामध्ये हस्तक्षेप केला. बीज देणारा पुरुष हा स्त्री देहाचा मालक म्हणून कुटुंबप्रमुख गोतावळ्याच्या केंद्रस्थानी आणि समाजामध्ये धुरीण म्हणून नैसर्गिकरीत्या ठरतो. अशा मांडणीला शह देण्याचे काम स्त्रीअभ्यास चौकटीतून झाले. या मुद्द्यांमधून मिळालेले बळ घेऊन आणि या मुद्द्याला अधोरेखित करीत लीला दुबे यांनी आपली 'लिंगभावाची शोधमोहीम' प्रत्यक्षात आणली.

लीला दुबे यांना अगम्य अभ्यासक्षेत्रांची काहीशी घृणा वाटते, परंतु 'गोतावळा' हे अभ्यासक्षेत्र मात्र त्यांच्या दृष्टीने असे नाही. कुटुंबातील सदस्यांच्या वाट्याला कुटुंबसंस्थेच्या चौकटीत भौतिक आणि प्रतीकात्म साधने विषम पद्धतीने येतात. अशा विषमवाटपाला काही तत्त्वांच्या आधाराने अधिकाराचे स्वरूप दिले जाते अशा संघटन करणाऱ्या तत्त्वांचा अभ्यास 'गोतावळा' या विषयातून केला जातो.

मराठीकरण केलेली ही संहिता आणि लीला दुबे या अभ्यासकाचे परिप्रेक्ष्य मला तंतोतंत मान्य आहे असे मात्र नाही. जातिव्यवस्था आणि लिंगभावव्यवस्था या दोहोंच्या गुंतागुंतीच्या नात्यासंदर्भात स्त्रिया हा कोटिक्रम विनाचिकित्सा, विनाविश्लेषण वापरणे अनेक स्त्रीअभ्यासकांप्रमाणेच मलाही घातक वाटते. तसेच या विषयातील बहुविधता पाहताना भिन्न गटांमध्ये, समूहांमध्ये राहणाऱ्या स्त्री–पुरुषांच्या भिन्न व्यवहारांकडे त्या समूहांची संस्कृती वा स्वायत्तता म्हणून पाहताना त्यातील स्त्रियांचे शोषण दुर्लक्षित केले जात नाही ना याकडे लक्ष देणे महत्त्वाचे वाटते. या दृष्टीने स्त्रीअभ्यासक म्हणून आपल्याला लीला दुबे स्वत: कोणत्या जात, वर्ग, धर्माच्या चौकटीत घडल्या आणि अशा घडवणुकीतून त्यांना जे मुक्तिदायी वाटते ते खरोखरच मुक्तिदायी आहे का हेही तपासणे गरजेचे आहे. स्त्रीअभ्यासक्षेत्रातील नव्या पिढीतील संशोधक याचा मागोवा निश्चितपणे घेतील अशी आशा वाटते. इतकेच नाही तर बालिकांचा संदर्भ घेऊन प्रत्येक घरातील एक प्राथमिक स्थान या दृष्टीने अभ्यास करणे शक्य झाले. तसेच बालिका नावाचे 'भेदभावाचे केंद्र' या दृष्टीने मोजमाप करता येण्यासारखा अभ्यासही शक्य झाला.

***विद्युत भागवत***

# अनुक्रम

# आशयसूत्र

### – कमला गणेश

*एका वेगळ्या प्रवासातील महत्त्वाच्या दिशा :*
*लीला दुबे यांच्या लेखनातील आशयसूत्र*

## १

समाजशास्त्र आणि मानवशास्त्र या दोन्ही ज्ञानशाखांप्रमाणेच कुटुंब आणि गोतावळा या विषयाचा अभ्यास आणि संशोधन अनेक वर्षे चालू आहे. खासगी आणि सार्वजनिक चर्चाविश्वामध्ये लोकप्रिय साहित्याच्या पातळीवर स्त्रियांचे आयुष्य आणि त्यांचे नशीबे हे दोन्ही अपरिहार्यपणे आणि गुंतागुंतीच्या रूपात कुटुंब आणि विवाह या क्षेत्रांमध्ये जखडलेले दिसतात. तरीही लक्षात येते की, लिंगभाव आणि गोतावळा या दोहोंचे एकत्रितपणे व्यवस्थितरित्या विश्लेषण करणे हे मात्र सापेक्षत: अलिकडेच घडू लागले आहे. गेल्या तीन दशकांमध्ये स्त्रियांची चळवळ आणि स्त्री अभ्यास यामधून पुढे आलेल्या अभ्यासकांनी अशा विश्लेषणाला सुरुवातीला चालना दिलेली दिसते. समान नागरी कायदा आणि वैयक्तिक कायदे या संदर्भात जी सार्वजनिक जगात चर्चाविश्वे उभी राहिली त्यामध्ये विविध धार्मिक परंपरांमध्ये स्त्रियांच्या संपत्तीच्या अधिकारांविषयी विस्ताराने चर्चा झाल्या आणि त्यांचा परिणाम कुटुंब, गोतावळा यांच्याविषयीच्या अभ्यासावर झाला. 'हुंडा' नावाचे एक सामाजिक कटू वास्तव आहे, हे मान्य करून बराच काळ सुधारणारूपी सार्वजनिक हिताचे त्या संदर्भात प्रयत्नही झाले; परंतु जेव्हा स्त्रियांच्या चळवळीने हुंड्याच्या संदर्भात होणाऱ्या हिंसाचाराचा प्रश्न आपल्या कार्यक्रमपत्रिकेवर घेतला, तेव्हा मात्र १९७० नंतरच्या काळात एक धारदार विश्लेषणात्मक स्थिर विचार चौकट उदयाला आलेली दिसते. हुंड्यासंबंधीच्या चर्चांमधून अपरिहार्यपणे विवाहाच्या स्वरूपाविषयी आणि त्याच्या पायाशी असणाऱ्या गृहीताविषयी प्रश्न उभे केले जाऊ लागले.

सुरुवातीला कुटुंब आणि गोतावळा या संदर्भातील स्त्री अभ्यासातील परिप्रेक्ष्य मानवशास्त्रीय सामग्री किंवा दृष्टिकोन यामध्ये रोवलेले नव्हते. याउलट भारतातील गोतावळ्याविषयक व्यापक साहित्य हे धर्म, प्रदेश, वांशिकता, जात, वर्ण इ. विविधतांचे पुरेशा प्रमाणात मानवजातीशास्त्रीय पद्धतीने नोंदविले गेलेले दिसते. भिन्नता अथवा विविधतांचा स्त्रियांच्या दृष्टीने लागणारा अर्थ मात्र कमी प्रमाणात चर्चिला गेला आणि क्वचितच आस्थेने अभ्यासला गेला. व्यवहाराच्या पातळीवर स्त्रियांच्या दैनंदिन जीवनातील वास्तवावर गोतावळ्याविषयीच्या कल्पना आणि नियम लक्षणीय प्रभाव पाडतात आणि व्यक्ती आणि संस्था त्यांचे जे अन्वयार्थ लावतात त्या अन्वायार्थांना एक निर्णायक शक्ती व सत्ता असते, हे येथे लक्षात घेतले पाहिजे.

१९५६ मध्ये इरावती कर्वे यांनी गोतावळ्यासंदर्भातील नियम आणि व्यवहार, भिन्न सांस्कृतिक पट्ट्यांमध्ये स्त्रियांच्या दृष्टीने भिन्न अर्थ सांगितला. याविषयी थोडक्यात आणि धारदार पद्धतीने त्यातील परस्परसंबंध स्पष्ट करणारे लेखन केले. अगदी अलीकडच्या काळापर्यंत त्यात मांडलेली कल्पना तपशीलवार चर्चेचा किंवा वादाचा विषय झाली नाही. लुई ड्यूमाँ याने दक्षिण भारतीय प्रदेशातील गोतावळ्यामधील सोयरीकीच्या महत्त्वाचे सुंदर विवेचन केले आणि विवाहामधील परस्परविनिमयाचे तत्त्व यातून कसे दिसते, हे सांगितले. 'जात नावाच्या उतरंडीच्या समुद्रामध्ये असणारे गोतावळा नावाचे समानतेचे बेट कदाचित कुटुंब आणि घरसंसाराच्या चौकटीत स्त्रियांच्या दृष्टीने अधिक सुरक्षित स्थान निर्माण करू शकेल, अशा बुद्धीला चालना देणाऱ्या शक्यता खुल्या करणाऱ्या विवेचनापर्यंत ड्यूमाँ पोहोचतो. उदाहरणार्थ, रक्तसंबंधाइतकेच समान मूल्य सोयरीकीच्या संदर्भात आग्रहाने देणे यामुळे एका अर्थी अस्मिता आणि गट म्हणून सोयरेसंबंध तुटत नाहीत असा आग्रह धरणे, असे स्वरूप दिसते. अशा व्यवस्थेमध्ये वंशपरंपरेला काही स्थानच उरत नाही. यामुळे कुटुंबांतर्गत असणाऱ्या या स्त्रीच्या स्थानावर अर्थातच अपरिहार्यपणे परिणाम होतो. कारण पितृवंशीय परंपरेचे स्त्रीजीवनाच्या चक्रामध्ये लक्षणीय परिणाम दिसतात. ड्यूमाँची अशी धारणा आहे की, गोतावळा अथवा नातेगोते यांची जी व्यवस्था आहे त्यामुळे स्त्री-पुरुष या भिन्न लिंगांचे जे कप्पेबंद स्वरूप असते, त्याचे रूपांतर सामाजिक जीवनात समानतेच्या स्वरूपात होते. ड्यूमाँ एका अर्थी स्त्री-पुरुषांमध्ये स्वतंत्र अस्तित्व असते; परंतु त्यामध्ये समानता येऊ शकते, अशा प्रकारची भूमिका घेतो. दुर्दैवाने ड्यूमाँ हा वैचारिक तर्क अथवा तपासणी आणखी पुढे नेऊन त्याचा पाठपुरावा करत नाही. खरे तर गोतावळ्यासंदर्भात जे अभ्यास होतात त्यांचा सैद्धांतिक भर सर्वसाधारणपणे एका अमूर्त पातळीवर एकात्मता आणि संश्लेषण या दिशेने जातो. यामुळे विवाह आणि गोतावळा यांच्यातील विसंगती दाखविणारे भिन्न प्रदेशांतील आणि सामाजिक घटकांमधील जे साचे आहेत त्यांचे होणारे भिन्न परिणाम दुर्लक्षित होतात. फार मोठ्या प्रमाणात जे

संशोधन साहित्य उपलब्ध असते ते नाकारले जाते.

कुटुंबसंस्थेचे समाजशास्त्र हे संशोधनशास्त्राचे आणखी एक महत्त्वाचे क्षेत्र लक्षात घेता, या संदर्भात भिन्न प्रकारच्या मर्यादा दिसतात. या क्षेत्रातील सर्व अभ्यास तथाकथित एकत्र कुटुंब ते भविष्यकाळातील कल्पनेत चितारलेले विभक्त कुटुंब, या चौकटीची मांडणी करणे तसेच त्यासंदर्भात उलटतपासणी करणे यातच पूर्णपणे गुंतलेले दिसतात. असे अभ्यास अनेक तऱ्हेचे कुटुंबाच्या साच्यांचे नमुने विकसित करणे आणि कुटुंबामधील घटकांचे आकृतिबंध आणि दृष्टिकोनविषयक बदल अभ्यासण्यामध्येच गढलेले होते. लिंगभावविषयक उतरंड सैद्धांतिक पातळीवर समस्यात्मक स्वरूपात पाहणे या गोष्टीला त्या काळात अग्रक्रम नव्हता. तरीही काही अभ्यास मात्र कुटुंबांतर्गत स्त्री-पुरुषांमधील नातेसंबंधांचे संवेदनक्षम वर्णन करणारे दिसतात. या दोन्हीही ज्ञानशाखांनी लिंगभावसंदर्भातील गृहीताचा कधी अभ्यास केला नाही. इतकेच नव्हे तर, स्त्रियांच्या प्रश्नांविषयी त्यांना प्राथमिक स्वरूपात आस्था होती असेही दिसत नाही. गेल्या दोन दशकांमध्ये मात्र स्त्रीअभ्यास आणि समाजशास्त्र आणि मानवशास्त्र या दोन्ही चौकटींमधून लिंगभाव आणि गोतावळा या दोहांच्या परस्परसंबंधांचा अभ्यास वाढत्या प्रमाणात सूक्ष्म अवलोकनाखाली येऊ लागला आहे. भारतातील लिंगभाव आणि गोतावळ्यासंदर्भातील अभ्यासाच्या विकासाला चालना देणारी एक महत्त्वाची व्यक्ती म्हणून लीला दुबे यांचे नाव सर्वश्रुत आहे.

## २

'भावनिक आस्था असणारी एक स्त्री बौद्धिक आव्हाने घेण्यास सज्ज झाली, असे स्वत:बद्दलच लीला दुबे यांनी 'स्त्रियांची विश्वे : तीन घडामोडी' या प्रकरणात लिहिले आहे. आणि या शब्दसंहितेमधूनच त्यांच्या लेखनाचा गाभा या पुस्तकातील सहा निबंधांच्या रूपाने आपल्याला थोडक्यात लक्षात येतो. लीला दुबे यांनी वर्षानुवर्षे सातत्याने निष्ठापूर्वक गोतावळ्यासंदर्भातील तत्त्वे आणि संस्था यांचा भौतिक स्वरूपाचा अभ्यास करताना दैनंदिन जीवनात स्त्रियांवर याचा काय परिणाम होतो, हा पैलू लक्षात घेतलेला नाही. पुरुषकेंद्री कुटुंबात वाढलेल्या लीला दुबे अतिशय बोलक्या शब्दात आपल्या आठवणी सांगताना बालपणी त्यांनी पाहिलेल्या विवाह सोहळ्यातील मुलीची पाठवणी आणि त्यासंदर्भातील साग्रसंगीत सोहळा या संदर्भातील आपल्या भावनिक प्रतिक्रिया सांगतात. पडदा पद्धतीबद्दल त्यांना वाटणारी चीड, विधवांचे नशीब, सुनांचा होणारा छळ आणि एकूण जातीव्यवस्थेचा कर्मठ जाच याबद्दलही त्या लिहितात. या स्मृतींनी त्यांच्या लेखनावर महत्त्वाचा ठसा उमटवला आहे. या संदर्भात आतून जाणवणारा उद्रेक आणि या परिस्थितीतील बदलाची तीव्र ओढ त्यांच्या लेखनात दिसते. खरोखरच स्त्री अभ्यासातील पहिल्या पिढीतील कितीतरी अभ्यासकांच्या बाबतीत हे इतके खरे

आहे की, खासगी जीवनातील लिंगभावविषयक पूर्वग्रह त्यांच्या संशोधनाच्या कार्यक्रमपत्रिकेला चालना देणारा ठरला आणि स्त्रियांच्या भूमिकेमध्ये परिवर्तन झाले पाहिजे, या विषयीची आस्था त्यांनी आपल्या लेखनातून उघडपणे अथवा सूचक पद्धतीने व्यक्त केली. तथाकथित वस्तुनिष्ठ अथवा पूर्वग्रहनिरपेक्ष समाजविज्ञानांच्या शैक्षणिक भूमीवर स्त्री अभ्यासाने मात्र अशा तऱ्हेने एक वेगळाच प्रवास अवलंबिला. या प्रवासात स्त्री अभ्यासाला काही थोडे सोबती असे मिळाले की, ज्यांनी ज्ञानाच्या रचितासाठी व्यक्ती–व्यक्तींमधील प्रश्नांमध्येही लक्ष घातले आणि हळूहळू ज्ञानात्मक चौकटींवर आपला प्रभाव पाडला.

'लिंगभाव आणि गोतावळा' या विषयातील लीला दुबे यांचे लेखन काही घटकांच्या संदर्भात अतिशय भरीव तपशील देतात. इतर घटक त्या मानाने रेखाचित्राच्या स्वरूपाचे भासतात; परंतु नव्या पिढीच्या दृष्टीने त्यांच्या लेखनाला एखाद्या स्वच्छ नकाशाची गुणवत्ता आहे असे म्हणावे लागेल. 'दुहेरी वारसा' असे त्यांच्या अभ्यासपद्धतीला नाव देता येईल. एकीकडे त्या मानवशास्त्र या ज्ञानशाखेमध्ये आणि त्या ज्ञानशाखेच्या विविध संशोधनपद्धती, पद्धतीशास्त्र आणि अंतर्गत वादविवाद यामध्ये खोल रुजलेल्या दिसतात; तर दुसरीकडे त्यांना लिंगभाव प्रश्नांबाबत जी आस्था आहे ती आस्था सातत्याने कुटुंबातील स्त्रियांच्या असुरक्षित स्थानाचा विचार करण्यास भाग पाडते. विचारप्रणालीच्या आणि संकल्पनांच्या चौकटीत ज्या स्रोतांमधून आणि ज्या नीतिमूल्यांच्या माध्यमातून स्त्रियांची भूमिका आणि व्यवहार घडतो त्याचे ठोस पुरावे घेऊन आणि या समस्या सोडविण्याचे मार्ग शोधून त्यांचा अभ्यास उभा राहतो. या अर्थाने विचार केला तर लीला दुबे यांना चळवळीतील कृतिशील कार्यकर्ती म्हणता येईल. जरी त्यांचे क्षेत्र लेखन असले तरीही ते लेखन प्रत्यक्ष कृतीच्या तोलाचे आहे.

स्वातंत्र्योत्तर काळात भारतामधील स्त्रियांचा दर्जा खालावतो आहे, याविषयीची धोक्याची घंटा ज्या 'समानतेच्या दिशेने' या इतिहास घडवणाऱ्या अहवालाने वाजविली, त्या अहवालासाठी जो संशोधकांचा गट होता त्याचे सदस्यत्व लीला दुबे यांच्याकडे होते. विविध ज्ञानशाखांच्या परिप्रेक्ष्यांमधून आणि कार्यकर्त्यांच्या आस्था लक्षात घेऊन या अहवालाने भरीव संशोधनासाठी एक संदर्भबिंदू म्हणून काम केले. यामुळे मोठ्या प्रमाणात घरादारांमधील लिंगभावविषयक पूर्वग्रह अधोरेखित झाला, आणि खरे तर अगम्य अभ्यासक्षेत्रांची लीला दुबे यांना घृणा वाटते परंतु 'गोतावळा' हे अभ्यासक्षेत्र मात्र असे नाही. कुटुंबसंस्थेतील भौतिक आणि प्रतीकात्मक संसाधने कुटुंबातील सदस्यांच्या वाट्याला ज्या विषम पद्धतीने अधिकार म्हणून येतात, त्याचे संघटन करणाऱ्या तत्त्वांचा अभ्यास अशा विषयातून होतो. बालिकांच्या संदर्भात ज्या घरात त्या घराचा एक प्राथमिक स्थान म्हणून आणि मोजता येण्यासारख्या भेदभावाचे केंद्र म्हणून अभ्यास करणे शक्य झाले. अशा तऱ्हेने कुटुंबसंस्था आणि घरदार या संरचनांचा सैद्धांतिकदृष्ट्या

अभ्यास करण्याची एक नवीच तातडी निर्माण झाली. पारंपरिक ज्ञानशाखांनी आजवर प्रत्यक्ष वा सूचित पद्धतीने घरादाराचे सहमतीचे आणि समाधानतेचे प्रारूप गृहीत धरले होते. त्यामध्ये असमान श्रमविभागणी अधोरेखित केली होती. उतरंडीची रचना आणि सत्ता याकडे मात्र एक चालना देणारे तत्त्व एवढ्याच स्वरूपात पाहिले होते. भारतातील स्त्रीअभ्यासातून जी ज्ञाननिर्मिती झाली त्याच्याशी लीला दुबे अतिशय जवळून निगडित आहेत. मानवशास्त्र या ज्ञानशाखेमध्ये लिंगभाव संवेदनक्षम संशोधन पद्धती आणि सैद्धांतिक अंतर्दृष्टी आणण्याचे काम दुबे यांनी केले.

## ३

मानवशास्त्रज्ञ या नात्याने दुबे एका व्यापक पटावर आपले लेखन आणि संशोधन करतात. जेव्हा त्या सर्वसाधारण विधाने मांडतात तेव्हासुद्धा आपल्या लक्षात येते, की त्यांची अंतर्दृष्टी क्षेत्रीय अभ्यासाच्या विशिष्टतेमध्ये रुजलेली असते. आपल्या पतीच्या क्षेत्रीय कामामध्ये साथ देताना त्यांनी मध्य भारतातील 'कमार' या आदिवासी हस्तांतरण पद्धतीने शेती करणाऱ्या शेतकऱ्यांच्या गटाबरोबर मध्य भारतामध्ये काही काळ घालविला. छत्तीसगड विभागाच्या दक्षिणेकडे राहणाऱ्या गोंड जमातीच्या आदिवासी स्त्रियांचा अभ्यास करून त्यांनी आपला पीएच.डी.चा प्रबंध लिहिला. आदिवासींमधील गोंड जमात ही स्थिर शेती करणारी, हिंदू जातींच्या निकट सहवासात आलेली अशी जमात होती. पश्चिमेकडील उत्तर प्रदेशातील मोठ्या आणि बहुविध जाती असलेल्या खेड्यांमध्ये त्यांनी आपला क्षेत्रीय अभ्यास केला. १९६० च्या उत्तरार्धात त्यांनी लक्षद्वीप बेटांवरील मातवंशीय मुसलमान समाजाचा अभ्यास केला. त्यानंतरच्या काळात त्यांनी दक्षिण आणि दक्षिण-पूर्व आशियाई देशांना भेट देऊन आपले तौलनिक पद्धतीने केलेले संशोधन पुढे नेले आणि या काळात या देशांमधील अनेक अभ्यासकांशी सघन विचारविनिमय केला. दुबे रोजच्या व्यवहारातही आपल्या सहकारी मित्र आणि परिचितांशी संवाद साधताना भारतातील ज्या भिन्न भागांतून त्या आलेल्या असतात त्याविषयीची तपशीलवार आणि सूक्ष्म माहिती अगदी सहज सवयीचा भाग म्हणून गोळा करतात. अर्थात अधिकृत संस्कृतीविषयक अभ्यासांचीही त्या दखल घेतात. क्षेत्रीय संशोधन करताना दुबे यांच्यापाशी जी दृष्टी आहे त्यामुळे कुटुंबजीवन, मेजवान्या आणि उपासतापास, सण-समारंभ आणि व्रतवैकल्ये, बोलण्या-चालण्याचे ढंग आणि उठण्या-बसण्याची ढब या सर्वांचे सूक्ष्म अवलोकन करतात. विशेषत: त्यांचे लक्ष भाषेचा वापर कसा होतो याकडे दिसते. त्या-त्या भाषेतील म्हणी, अंगाईगीते, खेळ आणि खेळाची साधने, आशीर्वाद देण्याच्या पद्धती, विवाहाच्या निमंत्रणावरील विविध दैवते, मंगल-अमंगल उक्ती, शिव्याशाप आणि अशा अनेक अभिव्यक्ती या साऱ्यांचा दुबे बारकाव्याने अभ्यास करतात. नैसर्गिक व्यवस्थेचा एक भाग म्हणून जी सर्वसामान्य

माणसांमध्ये जाण असते ते सारे विश्व त्या आपल्या चिकित्सेच्या चौकटीत आणतात. फारच क्वचित त्या संहितात्मक स्रोतांकडे वळतात. 'बीज आणि क्षेत्र' हा संशोधनात्मक निबंध पाहिला तर याचा पुरावा मिळतो. मानवशास्त्राच्या चौकटीमध्ये मात्र त्या अविचलपणे राहतात. सूक्ष्म तपशिलांच्या भूमीवर रुजून राहिल्यामुळे त्यांची सैद्धांतिकीकरणाची पद्धत त्या सूक्ष्मतेतूनच आपला वेगळा बाज धारण करते. वळण-वाकणे घेत त्यांची विषय मांडण्याची पद्धत व्यापक स्वरूपाची तर आहेच; पण समृद्ध माहिती देत त्यांचा विचार ज्या प्रकारे धीम्या गतीने उलगडत जात हळूहळू वाचकाच्या मनामध्ये प्रवाही रूप धारण करतो, ते पाहणे फार महत्त्वाचे आहे. वाचक आपल्याही नकळत आपल्या वाचण्यातून जे धक्के पचवितो ते काही काळानंतरच मागे वळून पाहिल्यावर किती तीव्र आणि मूलभूत आहेत, हे अमान्य करणे वाचकाला कठीण होते.

दुबे यांचे लेखन भिन्नता आणि बहुविधता यासंदर्भात संवेदनक्षम आहे, याबद्दल आश्चर्य वाटत नाही. त्यांचा सर्वसाधारण कल मात्र विश्लेषणाकडे झुकलेला दिसतो. यातून त्या असे सूचित करण्याचा प्रयत्न करतात की, ज्या क्षेत्रीय अभ्यासाच्या आकलनातून त्या निष्कर्ष काढतात ते निष्कर्ष कितीतरी व्यापक वैश्विक आवाक्यालासुद्धा लागू पडणारे असतात. अत्यंत कौशल्यपूर्ण वीणकामाप्रमाणे केलेले सघन संशोधन आणि अनेक शतके सातत्याने केलेले विस्तारित संशोधन यांमधून प्राप्त झालेल्या अंतर्दृष्टीमुळे त्या विशिष्ट संशोधन सामग्रीचे रूपांतर सर्वसाधारण विधाने अथवा प्रमेयांमध्ये परावर्तित करू शकतात. त्यांच्या लेखनातून दोन प्रमुख सर्वसाधारण अंतर्दृष्टी जन्माला येतात. एक म्हणजे संपूर्ण भारत आणि दक्षिण आशियाच्या प्रदेशांमध्ये पितृवांशिकता नावाची बृहद् विचारप्रणाली कशी प्रभावी पद्धतीने सर्वदूर पसरली आहे ही आणि दुसरी अंतर्दृष्टी म्हणजे, गोतावळ्याच्या ज्या पद्धती आहेत त्यांचे लिंगभावाशी असणारे नाते गोतावळ्यामधील विविधता गुणात्मक रितीने लिंगभावावर कसा परिणाम करते, या कल्पनांनी महत्त्वाच्या वादांना आणि चर्चांना चालना देऊन या क्षेत्रामधील संशोधनातील विकासाला आकार दिला आहे.

## ४

या ग्रंथामध्ये जे सहा निबंध समाविष्ट केले आहेत, त्यातील पहिला निबंध क्षेत्रीय अभ्यासाचे लिंगभावात्मक स्वरूप स्पष्ट करणारा आहे. या निबंधाकडे ज्ञानाच्या रचितामधील पुनर्चिंतन अथवा विमर्शात्मक आणि परस्पर अन्वयार्थ याबाबत आताच्या काळात जो संशोधनपद्धतीविषयी वाद चालला आहे त्याची नांदी म्हणावी अशा स्वरूपाचा आहे म्हणून पाहणे इष्ट होईल. उरलेले पाच निबंध हे लिंगभाव आणि गोतावळा (आप्तसंबंध) या विषयावर आहेत. यामधील जे तीन निबंध भारतातील पितृवंशिकता

या विषयावर आहेत, त्यातील एक निबंध संस्काराच्या प्रक्रियेतून स्त्रियांना लिंगभावात्मक व्यक्ती म्हणून कसे घडविले जाते याविषयी मांडणी करतो, तर दुसरा निबंध 'बीज आणि क्षेत्र' या लोकप्रिय असलेल्या रूपकाचे आकलन करून हे रूपक पितृवंशीय गणगोताच्या रचनेत अनुस्युत असलेल्या भौतिक संबंधांचेच कसे समर्थन करते हे दाखवून देतो. यातील तिसरा निबंध 'जात आणि स्त्रिया' या विषयाचा ऊहापोह करतो. या खंडातील पाचवा निबंध एकमेव असा आहे की, ज्यामध्ये पूर्णत: तपशिलात सूक्ष्म मानवशास्त्रीय निरीक्षणे मांडली आहेत. या निबंधातून 'मातृवंशकता, इस्लाम आणि लिंगभाव संबंध' यामधील परस्पर नाते संशोधन करून मांडले आहे. इतर सर्व निबंधांमध्येसुद्धा लीला दुबे यांच्या मानवशास्त्रीय अभ्यासाचा आणि अनुभवाचा एकत्रित प्रत्यय येतो. शेवटचा निबंध प्रामुख्याने प्रकाशित मानवशास्त्रीय माहिति आणि अन्य समाजविज्ञानविषयक लेखन यावर आधारित आहे. या निबंधातून दक्षिण आणि दक्षिण-पूर्व आशियातील स्थूल तुलनात्मक चौकट घेऊन विविध गोतावळ्यांविषयक व्यवस्था आणि लिंगभावसंबंधांची गुणवत्ता यामधील दुवा विश्लेषित केला आहे.

५

सुरुवातीचा निबंध 'स्त्रीचे विश्व : तीन सामने' मुळामध्ये १९७० च्या सुरुवातीला लिहिला गेला होता. कार्यक्षेत्रासंबंधीचे कथन सांगणारे हे लेखन आताच्या काळातील लोकप्रिय झालेल्या मानवशास्त्रीय प्रतिनिधित्वासंदर्भातील प्रश्नांची चर्चा करते. सहभागी निरीक्षणाची खास मानवशास्त्रीय पद्धत असते, त्यामध्ये काही प्रमाणात आत्मविश्लेषण आणि सैद्धांतिकीकरण असते हे खरे आहे. आता या तऱ्हेच्या संशोधनामध्ये गेल्या काही दशकांत फार मोठी भर पडली आहे आणि सुरुवातीच्या भूमिकांपेक्षा आता फार वेगळे पवित्रेही घेतले जात आहेत. मानवशास्त्रज्ञांची सत्ता त्याच्या निश्चित व्याख्या देणाऱ्या लेखनातून ज्या प्रकारे अभिव्यक्त होते, त्याला तीव्र शह दिले गेले आहे आणि परिणामत: सत्याविषयी अधिक काटेकोरपणे मर्यादित दावे आणि वैज्ञानिक वस्तुनिष्ठता यांनाच स्वीकारार्हता प्राप्त झाली आहे.

गिर्डस्ने मानवशास्त्राला मूलत: अन्वयार्थक मानले त्या काळापासून क्लिफर्ड आणि मार्कस् यांनी केलेल्या विमर्शात्मक लेखनाचे प्रयोग लक्षात घेता मानवशास्त्राला उत्तर-आधुनिकतेने दिलेले नवे 'वळण' या ज्ञानशाखेवर काही प्रमाणात प्रभाव पाडणारे ठरले. स्त्रीवादी लेखन - विशेषत: मानवशास्त्रीय स्त्रीवादी लेखन - बराच काळ आणि सातत्याने या प्रश्नाशी होड घेत आहे. ज्ञानाची निर्मिती आणि संशोधकाच्या विशिष्टत्वामुळे प्रातिनिधिक मांडणीमध्ये येणारी कोंडी हे प्रश्न स्त्रीवाद्यांनी सातत्याने मांडले आहेत. मानवशास्त्रीय संशोधकाला आपल्या क्षेत्रामधील विशिष्टत्वाशी आणि स्वच्या विशिष्टत्वाच्या द्वंद्वाशी सामना करून अनेकदा अपुरे, मर्यादित आणि काहीसे

संदिग्ध ज्ञान निर्माण करावे लागते, असा मुद्दा त्या मांडतात. (बेल, १९९३ : २, ४) आपल्या लेखनातून सुचवितात की, मानवशास्त्रज्ञ म्हणून काम करणाऱ्या ज्या स्त्रिया आहेत त्यांचा एक गुंतागुंतीचा वारसा असतो आणि त्या आपल्या अभ्यासक्षेत्रांच्या लिंगभावात्मक स्वरूपाशी झगडून चाचपडत आशयनिर्मितीचा प्रयत्न करीत असतात. 'अशा तऱ्हेच्या विमर्शांमुळे – अनुभवाधिष्ठित ज्ञानशोधाच्या प्रक्रियेची सुरुवात ज्या भूमीवर करायची त्याचे मोजमाप करण्याच्या दृष्टीने त्यांनी फार मोठे लक्षणीय योगदान केले आहे. या शैलीमुळे आता धारदार प्रश्न उभे राहिले आहेत आणि या प्रश्नांनी ज्ञानशाखीय कार्यक्रमपत्रिकेमध्ये हे योगदान पुरेशा स्वरूपात का ओळखले जात नाही, असे विचारले. यामधून या ज्ञानशाखेच्या ज्ञानमीमांसेसंदर्भात तसेच एकूण विद्यापीठीय पातळीवरील अभ्यासाबद्दल आपल्याला सत्य समजते. बेल इ. लेखकांनी आपला संग्रह लीला दुबे यांना अर्पण करताना असे म्हटले आहे की, 'लिंगभाव आणि मानवशास्त्र यामधील नात्यांचा विचार करणाऱ्या मानवशास्त्रज्ञांमधील पहिल्या पिढीतील एक.' आपल्या या पहिल्याच निबंधात दुबे स्वत:चे स्थान या क्षेत्रांसंदर्भात धारदारपणे प्रश्नचिन्हांकित करतात. आपण स्त्री आहोत हेच फक्त त्या अधोरेखित करीत नाहीत, तर विशिष्ट चौकटीतील स्त्री आहोत, असे सांगून आपली जात, वर्ग, धर्म आणि इतर विशिष्टता तसेच क्षेत्रीय अभ्यासाचे स्वरूप या सर्व संदर्भात त्या प्रश्न उभे करतात. अशा तऱ्हेने गोंड जमातीतील मंडळी जेव्हा हिंदू नियम आणि पद्धतींच्या गुंतागुंतीमध्ये उपरे असतात आणि उच्च जातीतील हिंदू स्त्रीच्या योग्य वर्तणुकीबद्दल त्यांच्या जेव्हा सर्वसाधारण कल्पना असतात तेव्हा त्यांच्या दृष्टीने दुबे ही एक फक्त उच्च जातीतील स्त्री ठरते. पश्चिम उत्तरप्रदेशामध्ये (खालापूर) हे प्रामुख्याने रजपूत खेडे असते तेव्हा दुबे या आपल्या नवऱ्याबरोबर त्याच्या कामाच्या निमित्ताने सोबत येणारी ब्राह्मण स्त्री एवढेच ठरतात. त्यांच्या संशोधन गटातील अमेरिकन स्त्रियांइतके स्वातंत्र्य दुबे यांना दिले जात नव्हते. ब्राह्मणी नीतिमूल्यांनुसार त्यांचे जीवन असले पाहिजे, अशी अपेक्षा केली जात होती. उदाहरणार्थ, खेड्यातून वावरताना त्यांनी आपल्या डोईवर पदर घेतला पाहिजे, अशी अपेक्षा होती. अशा कौटुंबिक चौकटीत कृती करावी लागली म्हणून दुबे यांना तिरस्कार व राग वाटत नाही आणि खरे तर या आपल्या स्थानाचा उपयोग करून घेण्याचा निश्चय त्या करतात. असेच गोंडांच्या बरोबर काम करतानाही त्यांनी केले आहे. १९५० च्या अगदी सुरुवातीच्या काळात एखाद्या भारतीय बाईने मानवशास्त्रज्ञ म्हणून आदिवासी समाजाचा क्षेत्रीय अभ्यास हाती घेणे हे दुर्मिळ होते. दुबे यांचे सासरे हे त्या प्रदेशात प्रशासकीय चौकटीत अधिकारी होते. त्यामुळे त्यांना एक संरक्षक छत्र लाभले होते. हे वास्तव असल्याने अभ्यास म्हणून त्यांना काही दारे बंद झाली असतील तर इतर अनेक दारे उघडलीही असतील. या दोन तऱ्हेच्या क्षेत्रीय अभ्यासांपेक्षा अगदी विरुद्ध स्वरूपाचा अभ्यास कालापेनी (लक्षद्वीप येथील बेटे) येथे त्यांनी ४० व्या वर्षी

केला. या टप्प्यावर त्यांच्या वयाने त्यांना एक मोकळीक आणि गती दिली. येथे बेटांवर राहणाऱ्या माणसांनी त्यांच्याकडे उत्तरेकडून आलेली एक हिंदू स्त्री परंतु आपली हिंदू अस्मिता फारशी ठळकपणे न मिरवणारी म्हणून पाहिले. दुबे यांच्याबरोबर असणाऱ्या दोन संशोधक विद्यार्थ्यांनी आधीच या बेटांवरील लोकांशी उत्तम नाते प्रस्थापित केले होते. त्यामुळे त्यांना शिक्षक म्हणून श्रेय तर मिळालेच, परंतु लोकांमध्ये मोठ्या प्रमाणात स्वीकारार्हताही मिळाली. दुबे यांच्या या कथनामध्ये आपल्याला असे जाणवते की, कोठेही दुबे 'मानद पुरुष' होण्याचा प्रयत्न करीत नाहीत. हे सारे एक स्त्री म्हणून आपल्याला काही विशिष्ट प्रकारची माहिती सहजपणे प्राप्त झाली हे ओळखतात. त्या स्वत:ला एक बाई म्हणून, एक पत्नी म्हणून आणि आई म्हणून अतिशय शांतपणे आणि सहजपणे अभिव्यक्त करतात. या भूमिकांना वळसा घालून पुढे जाण्याचा प्रयत्न त्या करत नाहीत. बहुधा त्यामुळेच त्यांच्या कथनामध्ये एक वेगळेपणा येतो.

दुसरा निबंध 'लिंगभावाच्या घडवणुकीसंबंधी' आहे. यात आपल्याला दुबे हिंदू कुटुंब आणि घरादारामध्ये रोजच्या जीवनात ज्या प्रकारे लिंगभाव घडविला जातो त्यासंदर्भात अगदी जुन्या स्रोतांपासून व्यापक साधनसामग्रीचा आधार घेताना दिसतात. पितृवांशिक पद्धतीमध्ये अंतर्भूत असणाऱ्या मूलभूत तत्त्वांना हात घालतात. उदाहरणार्थ विवाह नावाचे अपरिहार्य आणि सुदैवी आणि मंगल असे स्त्रीच्या दृष्टीने असणारे भागध्येय, माहेरच्या घरामध्ये स्त्रियांना असणारे तात्पुरते सदस्यत्व. विवाहानंतर या सदस्यत्वाची नाळ तुटणे आणि शेवटी हळूहळू वैवाहिक कुटुंबाच्या घरादारात सामावून जाणे (याचा अर्थ स्त्रियांचे एखाद्या गटातील सदस्यत्व किती मूलत: संदिग्ध वा धूसर स्वरूपाचे असते.) याच्याशी संबंधित मोठ्या प्रमाणात एकाच दिशेने वाहणारा माहेरापासून सासरच्या घरी देणग्या, रोकड इत्यादी स्वरूपात वाहणारा प्रवाह आणि त्यातही परतफेडीची कोणतीही मुलीकडून अपेक्षा नसल्यामुळे मुलगी ही आर्थिक ओझे वाटू लागते. या साऱ्यांचा अभ्यास करताना त्या सांगतात, की याच्यामुळे 'मुलगा' हवाच हा प्रभावी सांस्कृतिक हट्ट आहे आणि यातूनच 'मुलगी' या अपत्याचे अवमूल्यन केले जाते. त्यांच्या मते अगदी प्राथमिक पातळीवरील अत्यंत खासगी जिव्हाळ्याच्या चौकटीत जे संस्कार होतात त्यांच्या आंतरिकीकरणातूनच 'आदर्श हिंदू स्त्रीत्वा'ला भरीव आकार आणि जिवंतपणा दिला जाऊन त्यातून हा महान आशय घडविला जातो. कुटुंबसंस्थेच्या साधनसामग्रीमध्ये स्त्रियांच्या हक्काचे निकृष्ट स्वरूप याच तत्त्वांच्या आधारे ठरते. वाचकांमधील जुन्या पिढीतील मंडळींना मुलगी कशी वाढविली जाते, याविषयी केलेले सघन चित्र आपले वाटेल. कारण ग्रामीण, शहरी आणि जात-वर्ग विभेदन लक्षात घेऊनही यामधील समान सूत्र जाणवेल. तरीही सध्या चालू असलेला स्त्रियांच्या कर्तेपणाविषयी अथवा वाहक असण्याविषयी वाद लक्षात घेता संकल्पनात्मक पातळीवर पितृवंशीय संरचनांचे आंतरिकीकरण आणि पुनरुत्पादन करणाऱ्या व्यक्तींना सर्जनशीलपणे

समजून घेणे भाग पडते. बुर्दिउ यांनी वापरलेली 'हॅबिटस' (Habitus) ही संकल्पना येथे महत्त्वाची वाटते. 'हॅबिटस'ची व्याख्या करताना ते म्हणतात की, 'आंतरिकीकरण केलेल्या संरचनांची व्यक्तिनिष्ठ परंतु सुट्या व्यक्तीची नसलेली व्यवस्था, आकलनाच्या योजना आणि एकाच गटातील वा वर्गातील सर्व सदस्यांची समान कृती, जिच्यामधून व्यवहार आणि जीवनदृष्टींची देवाणघेवाण होते.' (१९७७ : ८६) त्याला हॅबिटस ऊर्फ नित्याचे सवयीचे वसतिस्थान असे बुर्दिउ यांनी मानले. संरचना आणि व्यवहार या दोहोंमधील मध्यस्थ म्हणून आणि कोणतीही व्यक्ती संरचनांना कोणत्या मनोरचनेच्या व्यवस्थेच्या माध्यमातून प्रतिक्रिया देतात, हे समजून घेण्याचा एक मार्ग म्हणून 'हॅबिटस' ही संकल्पना फलदायी ठरू शकेल. दुबे आपल्या अभ्यासातून हा मूळ स्रोतांचा प्रवाह पुढे आणतात. त्याला सामावून घेण्याची क्षमता 'हॅबिट्स' या संकल्पनेत असण्याची शक्यता आहे. याच्याशी संलग्न असणारी एक संकल्पना म्हणजे 'देहाची मोहिनी' होय. ही संकल्पनासुद्धा येथे अतिशय उपयुक्त ठरू शकते. कारण त्यामधून हावभाव आणि शारीरिक ढब, चालण्याचे ढंग, मान झुकवणे आणि असे अनेक हावभाव येतात जे आपण भोवतीच्या वातावरणातून आत्मसात करतो. पाठांतर न करताही ज्यावर आपण हुकूमत मिळवितो. यातूनच वर्तणुकीचे समान साचे तयार होतात.

तिसरा निबंध 'बीज आणि क्षेत्र' आधीच्या प्रकरणात मांडलेल्या कल्पनांचा विस्तार करतो, पण गंमत म्हणजे खरे तर हा निबंध काही वर्षांपूर्वी लिहिला होता. पितृवंशीय गोतावळ्याची म्हणजेच आप्तसंबंधांची मूलभूत तत्त्वे आणि त्यांची ठोस अभिव्यक्ती याचा मागोवा घेण्यासाठी काळाच्या मागे जाऊन मानववंशीय पुनरुत्पादनाविषयी असणाऱ्या समजांच्या तसेच गर्भधारणाविषयक आणि अपत्यजननविषयक सिद्धांकनांच्या क्षेत्रामध्ये खोल जाऊन दुबे यांनी धांडोळा घेतला आहे. भारतामध्ये 'बीज आणि क्षेत्र' जमीन/माती हे रूपक 'बाप' आणि 'आई' यांचे मूल तयार करण्यामधील जे वेगवेगळे योगदान असते, त्यासंदर्भात सर्वदूर पसरलेले आणि खोलवर रुजलेले आहे. दैनंदिन जीवनाच्या भाषेमधून तसेच वाक्प्रचारांमधून हे रूपक झिरपत जाते आणि मृत्यू, घटस्फोट, संपत्तीचे विभाजन अशा कौटुंबिक कोंडीच्या काळामध्ये ते संदर्भबिंदू होते. एवढ्यावरच हे प्रकरण थांबत नाही तर बऱ्याच वेळा निर्णय होण्याच्या टप्प्यावर या विभाजनाला कायदेसदृश अथवा विधीसदृश प्रसंगाचे रूप प्राप्त होते. 'स्त्री' आणि 'क्षेत्र' किंवा जमीन या दोहोंमधील साम्यावर आधारित ही तुलना आहे. दोन्हीच्या भूमिका या फक्त संगोपक स्वरूपाच्याच आहेत. बीज कोणते आहे, त्यानुसार त्यातून उगवणाऱ्या धान्याचे स्वरूप ठरते आणि अर्भकाची अस्मिता ही वडिलांच्या चौकटीत ठरविली जाते. ज्याप्रमाणे धान्य हे बीजाची मालकी ज्याच्याकडे – त्याच्याकडे असते, तसेच अर्भक हे बापाचे असते. खरे तर बीजाची मालकी असणाऱ्या व्यक्तीचा 'क्षेत्र' वा जमिनीवरही अधिकार असतो. अशा तऱ्हेने पुरुषांना त्याच्या पत्नी तसेच अर्भके यांच्यावर आणि पत्नीच्या

श्रमावरही नैसर्गिक हक्क असतो, असे मानले जाते. बहुविध समाजांमधून जमा केलेल्या मानवशास्त्रीय साहित्याबरोबरच दुबे संहितांच्या स्रोतांवर बऱ्याच प्रमाणात लक्ष घालतात. 'बीज–क्षेत्र न्याय' स्पष्ट करताना पितृवंशीय वारसाहक्कावर केलेली ही एका अर्थी झिलई आहे, असे लक्षात येते. 'माता' किंवा 'आई' ही जैविक आणि गुणसूत्रात्मक पातळीवर मुलाला योगदान करत असते, याबद्दल अज्ञान/अनभिज्ञता दिसत नाही. उलट आयुर्वेदिक संहिता पाहिल्या तर त्यामध्ये तसे स्पष्ट उल्लेख दिसतात. अत्यंत धारदार अंत:दृष्टी असल्याने दुबे आपला तर्क पुरेशा ताकदीने उभ्या करतात.

प्रतीकात्मक विषमता पाहताना दुबे आपणाला सांगतात की, ही प्रतीकात्मकता म्हणजे पुरुष आणि स्त्रिया या दोहोंमधील उत्पादनसंबंधांच्या विषमतेचा आरसा आहे आणि त्याची अभिव्यक्ती रोजच्या जगण्यातील आणि वावरण्यातील उपलब्ध असणारा अवकाश किंवा संपत्ती किंवा मुलेबाळे या संसाधनांसंदर्भात विषम अधिकारांच्या माध्यमातून होते. अशा तऱ्हेने दुबे पुन्हा एकदा 'गोतावळा' या चौकटीच्या भौतिकतेसंदर्भातील स्वत:च्या भूमिकेचा पुनरुच्चार करतात. हे रूपक स्त्रियांना मोक्याच्या आणि मानवी संसाधनांवर नैसर्गिक हक्क नाकारला जाण्याचे समर्थन करते. संगोपनामधील मातेची भूमिका हे रूपक नाकारत नाही ; परंतु एक अघोरी वळण घेऊन मातेच्या न नाकारता येणाऱ्या योगदानाचे या रूपांतर कुटुंबासाठी त्याग करणे हेच कर्तव्य अशा अर्थामध्ये होते. मातृत्वाचे देणे हा दावा आता नैतिक दावा ठरतो आणि तो ठोस भौतिक हक्कांमध्ये रूपांतरित होत नाही. येथे स्पष्ट होते की, दुबे प्रतीकात्मक क्षेत्राकडे भौतिक संरचनांचे विचारप्रणालीच्या चौकटीत केलेले समर्थन असे पाहतात. मार्क्सवादी दृष्टिकोनाच्या जवळ जाणाऱ्या या चौकटीमध्ये त्या गोतावळ्याचा तीन पातळ्यांवर सर्वांगाने विचार करतात. ज्ञानात्मक पातळी, नियम आणि संस्था आणि वर्तणूक आणि व्यवहाराचे क्षेत्र होत. त्या स्वत: अशी शब्दसंहिता ध्यानात घेत नाहीत ; परंतु आपल्या लक्षात येते की, रूपक हे ज्ञानाच्या क्षेत्रातच अंतर्भूत होते. अलीकडच्या दशकांमध्ये स्त्रियांच्या गटातील कार्यकर्त्यांनी वैयक्तिक कायदा सुधारून स्त्रियांचे कन्या, पत्नी आणि विधवा या भूमिकांमध्ये असणारे संपत्तीतील अधिकार, ओळखले जावे म्हणून झगडा दिला. विशेषत: हे क्षेत्र कोणत्याही अर्थांनी बदलायला नकार देणारे असतानाही हा लढा उभा राहिला. या रूपकाचे अस्तित्व जातिव्यवस्था, प्रदेश आणि धर्मव्यवस्था यांना छेदून जाताना दिसल्यामुळे दुबे यातील मूलभूत पितृवंशीय कल स्पष्ट करतात. त्या असे सुचवितात की, आदिवासींच्या सामाजिक संरचना काही प्रमाणात स्त्रियांच्या लैंगिकतेवर नियंत्रण ठेवण्याच्या संदर्भात सौम्य आहेत. (उदा. घटस्फोट आणि पुनर्विवाह याबाबत त्यांच्या स्त्रियांवर कमी कठोर नीतिमूल्यांचे ओझे दिसते.) तरीही हे आदिवासी समाजसुद्धा जातव्यवस्थेवर आधारित समाजाप्रमाणेच पितृवंशीय दिसतात. उदाहरणार्थ आपल्या अपत्यांवर हक्क सांगण्याचा प्रश्न येतो तेव्हा त्या संदर्भात पितृवंश काय आणि रक्तसंबंध

काय, हे समानार्थीच शब्द असतात.

चौथा निबंध 'जातिव्यवस्था आणि स्त्रिया' हा त्या मानाने अलीकडे लिहिला गेला आहे. या निबंधातून 'स्त्रिया नावाची जाणीवपूर्वक, कृतिशील व्यक्ती' हा मुद्दा निश्चित करून अधोरेखित केला आहे. या आधीच्या दोन निबंधांमधील समान धागा येथेही दिसतो. जातिव्यवस्थेचा भौतिक पाया विचारात घेऊन दुबे यांनी संसाधनांचे विषम वाटप हे आप्तसंबंध व्यवस्थेशी कसे जुळले आहेत, हे दाखविले आहे. एकमेकांवर छाया धरणाऱ्या तीन क्षेत्रांचा दुबे विचार करतात आणि यातूनच त्यांचा परिणाम स्त्रियांच्या दर्जावर कसा पडतो, याचे परीक्षण करतात. ही तीन क्षेत्रे म्हणजे व्यवसायाचे सातत्य आणि जातिव्यवस्थेचे पुनरुत्पादन, अन्न आणि कर्मकांडे यांच्याशी त्यांचा असणारा दुवा आणि 'विवाह आणि लैंगिकता' यांच्यावर होणारा परिणाम. त्यांचा पहिला मुद्दा असा आहे की, परंपरागत जातिनिहाय व्यवसाय हे स्त्रियांच्या श्रमावर आणि योगदानावर अवलंबून होते आणि जेव्हा व्यवसायाचे साचे बदलण्याची परिस्थिती येते तेव्हा स्त्रियांना हे साचे टिकवून ठेवण्याची जबाबदारी पेलावी लागते. दुबे जातिव्यवस्थेमधील स्वायत्त घटकांचीही चर्चा करतात. त्यांच्या मते, एकेका जातीला अस्मितेची जाणीव जी दिली जाते, ती प्रत्येक जात जे एक वैशिष्ट्यपूर्ण सांस्कृतिक जाळे आत्मसात करते त्यातून घडते. जेवण अथवा पदार्थ बनविण्याची रीत ही जातीच्या सीमारेषा ठरविण्यामध्ये कळीची भूमिका बजावते. येथे लक्षात येते की, स्त्रिया (ज्यांच्या लैंगिकतेवर आणि पुनरुत्पादनावर नियंत्रण ठेवणे, जातीच्या सीमारेषा पक्क्या करण्यामध्ये हा आणखी एक घटक असतो.) याच स्त्रिया या अन्नपदार्थ तयार करण्यामध्ये प्रमुख असतात. या टप्प्यावर दुबे असे गुंतागुंतीचे क्षेत्र खुले करतात की, ज्याची उकल काळजीपूर्वकरित्या, विशेषत: घरादारामध्ये अन्नाच्या विषयी असणारी उपलब्धी आणि लिंगभावविषयक पूर्वग्रहासंदर्भात केली गेली पाहिजे. पावित्र्य आणि अस्पृश्यता या संदर्भातील बंधने अन्नपदार्थांच्या भोवती घातली जातात. त्यांचा फटका स्त्रियांना स्वीकारावा लागतो. विशेषत: शारीरिकतेशी संबद्ध असे काही विशेष नियम त्यांना लावले जातात आणि त्याही उपर सर्वसाधारण नियमसुद्धा त्यांच्यावर कठोरपणे बंधनकारक ठरतात. अन्नविषयक सत्तेच्या क्षेत्रात मात्र स्त्रियासुद्धा नियंत्रक आणि या साऱ्यांचे सांभाळ करणाऱ्या भूमिकेत असतात. दुबे नेमकेपणाने आपल्याला सांगतात की, स्त्रियांचे दुय्यम स्थान अधोरेखित करण्याचे काम ही विविध बंधने कशा तऱ्हेने करतात. नियंत्रण आणि दुय्यमत्व हे एकाच वेळी घडत असते. त्या संदर्भातील विश्लेषण पुढे नेणे कदाचित शक्य होईल. मुख्य नेतृत्व म्हणून ज्येष्ठ स्त्रिया या क्षेत्रात कळीची भूमिका बजावतात. या वयाने मोठ्या असलेल्या स्त्रिया आपल्या गटाची विशिष्टता आणि अस्मिता याच्याशी घट्ट बांधलेल्या असतात. जणू काही त्यांचे मोठे वय हेच विषमतेची कडू गोळी गिळल्याबद्दल त्यांना काही नुकसानभरपाई देत असते. अन्नधान्यविषयक खरेदीपूर्व

तयारी आणि वितरण यासंदर्भात घरातील वयाने मोठ्या आणि लहान स्त्रिया यांच्यातील परस्पर नाते फार गुंतागुंतीचे असते. ज्या कोणाच्या हातात सत्ता असते तिचे त्या गटातील सदस्यत्व अधिकृत आहे त्याचे हे प्रतीक असते. सगळे अधिकार हातात असलेली स्त्री प्रेम आणि संगोपनसुद्धा आपल्या हातात ठेवते आणि ही सर्व गुंतागुंत अभ्यासण्यासारखी असते. विवाह आणि लैंगिकता या क्षेत्रातील तिसरा घटक लक्षात घेता पावित्र्य आणि स्पृश्यास्पृश्यता या विषयीच्या जातीच्या चौकटीतून कल्पना स्त्रियांच्या संदर्भात मात्र एक खास असा मूकपणा धारण करतात. खरोखरच स्त्रियांच्या लैंगिकतेवर नियंत्रण हे जातिव्यवस्थेच्या केंद्रस्थानी असते आणि जातिव्यवस्था ही उभयपक्षी गटाच्या माध्यमातून घडते, हा मुद्दा यालमनच्या सुप्रसिद्ध लेखानंतर कितीतरी वर्षे पुन:पुन्हा मांडला जातो. (यालमन, १९६३) दुबे मात्र हे लक्षात घेतात की, जातीच्या उतरंडीमध्ये सर्व जातींमध्ये ही नियंत्रणे एकसाची पद्धतीची नसतात. तरीही दुबे म्हणतात की, सर्व जाती कार्यरत होतात तेव्हा विचारप्रणालीच्या चौकटीचे आंतरिकीकरण समान पद्धतीने करतात आणि यातून मुलीला वाढविण्याची प्रक्रिया खास स्वरूप धारण करते. ही कल्पना विकसित करताना आजवर ज्याची चर्चा अपुऱ्या पद्धतीने झाली ते मुद्दे म्हणजे कौमार्याला बहाल केला गेलेला विशेष दर्जा, वयात येण्याचे केले जाणारे कर्मकांड स्वरूपी सोहळे, विवाहित असल्याचे केले जाणारे उदात्तीकरण आणि मातृत्व. या सर्व मुद्द्यांचा विचार लीला दुबे बालिकांच्या लैंगिकतेचे धर्मकारण या संकल्पनेंतर्गत स्पष्ट करतात. या मुद्द्यासंदर्भात काही ठिकाणी तुरळक लेखन झाले असले तरी लीला दुबे यांनी ते स्पष्टपणे मांडून जातीव्यवस्थेशी जोडून त्याला व्यवस्थात्मक स्वरूप दिले आहे. दुबे स्त्रियांचा प्राथमिक आणि दुय्यम विवाह यामधील भिन्नतेची चर्चा करतात. यातून त्या ड्यूमाँपेक्षा वेगळा तर्क मांडतात. ड्यूमाँने स्वत: मुख्य अथवा प्राथमिक आणि दुय्यम अथवा कनिष्ठ विवाहपद्धती पुरुष आणि स्त्रियांच्या संदर्भात मांडल्या आहेत. (१९८३ ; १०८ – १११) त्याने केलेली चर्चा प्रामुख्याने नायर गटाच्या विवाहासंदर्भात आहे आणि या दोन भिन्न प्रकारच्या विवाहांच्या संदर्भात दोन लिंगांमधील जी चिकित्सक भिन्नता असते, ती मात्र दाखविण्यामध्ये ड्यूमाँला अपयश येते. पुरुषाने जर दुसरा विवाह केला तर तो कनिष्ठ ठरतो. कारण विधवा किंवा घटस्फोटित किंवा कनिष्ठ जातीतील स्त्रीशी असा विवाह केला तरच यात गृहीत असे असते की, त्याचा पहिला विवाह जातीच्या चौकटीत उचित अशा स्त्रीशी झाला आहे. दुबे मात्र असे मांडतात की, स्त्रीचा दुसरा विवाह अगदी योग्य जातीत झाला किंवा तिच्या स्वत:च्या गोतावळ्याच्या नियमानुसार झाला तरीही तिच्या पहिल्या विवाहाच्या तुलनेत तो दुय्यम ठरतो. या दोहोंच्या संदर्भात वापरली जाणारी शब्दसंहिताही भिन्न असते. स्त्रीचा दुसरा विवाह हा अपत्य, संपत्तीचा वारसा इ. संदर्भात वैध असतो आणि सामाजिकदृष्ट्या स्वीकारार्हही असतो; परंतु फक्त पहिल्या विवाहातच परिपूर्ण असे धार्मिक संस्कार

शक्य असतात. पुरुषाला प्रत्येक वेळेला परिपूर्ण धार्मिक संस्कार प्राप्त होतात. त्यात अट असते ती त्याच्या पत्नीच्या दृष्टीने तो पहिला विवाह असला पाहिजे आणि ती योग्य जातीची असली पाहिजे. दुबे म्हणतात की, मुलीच्या लैंगिकतेचे धर्मकारणात विवाहाच्या माध्यमातून जे रूपांतर होते ते प्रतीकात्मक असते. विवाहामध्ये स्त्रीची जबाबदारी एका गटापासून सुटते आणि विवाहपूर्व कौमार्यावर दिला गेलेला भर आता उलट्या दिशेने दिला जातो. वरच्या जाती स्त्रियांच्या संपूर्ण आयुष्याला लैंगिकतेच्या संदर्भात एका तटबंद चौकटीत जखडून टाकतात, तर कनिष्ठ जातींमध्ये सनातनी लैंगिक नीतिमूल्यांमध्ये वेगळे पर्याय व्यवहारामध्ये स्वीकारले जातात किंवा सहन केले जातात. काही वेळा अशा जातींमध्ये नियंत्रक नीतिमूल्यच मुळामध्ये लवचिक असते. धार्मिकता (पहिल्या विवाहात दिसणारी) तरीही महत्त्वाची ठरविली जाते आणि त्यातून प्रतीकात्मक रूपाने प्रत्यक्ष नियंत्रणापेक्षा प्रतीकात्मक नियंत्रण अभिव्यक्त होते. ही जी प्राथमिक आणि दुय्यम विभागणी आहे ती स्त्रियांच्या संदर्भात आपल्याला स्पष्टपणे ज्ञातीअंतर्गत विवाह, अनुलोम विवाहाला अधिक मान्यता आणि प्रतिलोम विवाहाला विरोध असे चित्र प्रकट करते. या सर्व मांडणीतून असा निष्कर्ष निघतो की, कुटुंब, वंशपरंपरागतता, जात याविषयी असणारा सामुदायिक तणाव हा फक्त स्त्रीच्या लैंगिकतेच्या नियंत्रणेकडे स्वतंत्रतेने पाहून समजू शकणार नाही, तर त्यामध्ये असणारा योग्य जातीचा धागा लक्षात घेतला पाहिजे. (व्यक्तिश: पुरुषाचे नवरा किंवा प्रियकर म्हणून स्त्रीच्या शरीरावर असणारे हक्क यामधील गृहीते भिन्न असतात आणि त्यांची चर्चा स्वतंत्रपणे करावी लागेल.) जातीचा हा जो घटक आहे त्यात पितृवंशीयता गृहीत धरली असली तरीही ती जातीमध्ये अंतर्भूत नाही. या तऱ्हेच्या विश्लेषणाच्या रीतीमुळे भारतीय संदर्भातील जात आणि पितृवंशीयता यांच्या परस्परसंबंधांविषयी फलदायी आकलन निर्माण होणे शक्य होईल.

पाचवा निबंध 'मातृवंशिकतेमुळे कोणाचा फायदा होतो' या शीर्षकाचा आहे. या निबंधामध्ये मानवशास्त्रीय सखोलता आहे आणि त्यातून लक्षद्वीप येथील समाजामधील इस्लामी आणि मातृवंशीय तत्त्वांचे दस्तऐवज आहेत. इतकेच नाही, तर मानवशास्त्रीय साहित्यात सातत्याने वापरल्या गेलेल्या मातृवंशीय 'कोडे' या शब्दसंहितेसंदर्भात प्रश्नही उभे केले आहेत. लैंगिकतेवर आधारित श्रमविभाग असतानाही मातृवंशीय आप्तसंबंध असणाऱ्या पुरुषांमार्फत संपत्तीची देखरेख केली जाते आणि त्याचप्रमाणे सापेक्षत: द्वीप अथवा बेटाच्या बाहेर स्त्रियांना जाण्याच्या शक्यतेचा अभाव असतो. लक्षद्वीप समाज पितृवंशीयतेपेक्षा अधिक सुरक्षितता स्त्रियांच्या दृष्टीने देतो असे दिसते. वंशसातत्याच्या किंवा 'तवाझी'च्या निर्मितीचे श्रेय स्त्रियांचे असल्याने अशा समाजामध्ये स्त्रियांना मानाचे विशेष स्थान असते आणि कोणत्याही अटीशिवाय स्त्रियांना जगून तगून राहण्याची सुरक्षितता असते आणि अशी सुरक्षितता उत्तर भारतातील पितृवंशीय

व्यवस्थेतील स्त्रियांच्या परावलंबी आणि डळमळीत स्थानाच्या तुलनेत विरोधी म्हणून लक्षात येते. इतकेच नाही तर इस्लाममुळे काही विशिष्ट लवचिकता आणि समतोल एकतर्फी वांशिकतेला प्राप्त होतो. येथे दुबे यांनी लक्षणीय मुद्दा मांडला आहे तो असा की, एका कोणत्यातरी भूमिकेला सर्व अधिकार केंद्रित नसून काही अधिकार स्त्रियांमध्ये पसरलेले दिसतात. तसेच मातृवंशीय आप्तसंबंधी पुरुषांमध्ये दिसतात. इतकेच नाही तर काही प्रसंगी अगदी पती किंवा पिता यांनाही प्राप्त होतात. पितृवंशीय पुरुषकेंद्री व्यवस्थेमध्ये नवऱ्याला स्त्रियांच्या लैंगिकतेवर आणि पुनरुत्पादनाच्या शक्तीवर, ज्या केंद्रित पद्धतीने सत्ता प्राप्त होते तशी सत्ता मातृवंशीय व्यवस्थेतील आप्तसंबंधी पुरुषाला उपलब्ध नसते. पारंपरिक पद्धतीने विचार करणारे असे म्हणतात की, मातृवंशीय व्यवस्थांमध्ये अधिकाराच्या साखळीमध्ये समन्वय नसल्यामुळे आणि वारसाहक्काविषयी सुस्पष्टता नसल्यामुळे एक अंतर्भूत अशी अस्थिरता आहे. दुबे आपल्याला दाखवून देतात की, अलिकडे घडलेल्या अनेक बदलांच्या संदर्भात लक्षद्वीप येथील पुरुष अगदी तरुण मुलेसुद्धा मातृवंशीय वारसा व्यवस्था तशीच चालू राहावी या बाजूने निवड करीत असत. कारण अतिशय घट्टपणे विणला गेलेला आप्तसंबंधी गट जो पाठिंबा या पद्धतीमध्ये देतो याचा फायदा या मुलांना हवा होता. दुबे म्हणतात की, अशा व्यवस्थेमध्ये स्त्रिया सर्व बाजूंनी लाभधारक आहेत, या संकल्पनेचे मात्र पुन:परीक्षण केले पाहिजे. अशा व्यवस्थेत पुरुष मात्र संपूर्णत: नुकसानच सोसतात, हेही बारकाव्याने पाहिले पाहिजे. कारण असे असते तर अगदी लहानशी संधी मिळताच पुरुषांनी मातृवंशीय पद्धत त्यागण्याची इच्छा व्यक्त केली असती. लीला दुबे आपल्याला नेमकेपणाने सांगतात की, पितृवंशीय पद्धत स्वत:मध्ये अंतर्विरोध आणि संघर्ष बाळगत असते आणि त्याची किंमत बऱ्याच वेळा स्त्रिया देत असतात. हा निबंध पितृवंशीयता आणि मातृवंशीयता या व्यवस्थेमध्ये बिंब–प्रतिबिंब प्रतिमांमध्ये पाहणे कसे अशक्य आहे, हे दाखवून देतो आणि मातृवंशीयतेचे एकच एक असे प्रारूप नसते, या मुद्द्यावर भर देतो.

शेवटचा निबंध 'गोतावळा (आप्तसंबंध) आणि लिंगभाव : दक्षिण आणि दक्षिण–पूर्व आशियांमधील' या शीर्षकाचा आहे. हा निबंध बांगलादेश, भारत, इंडोनेशिया, मलेशिया, पाकिस्तान, फिलिपाईन्स आणि थायलंड या देशांसंदर्भात लोकसंख्येच्या दृष्टीने एक व्यापक तुलनात्मक परिप्रेक्ष्य मांडताना मुस्लिम, हिंदू, कॅथॉलिक आणि बौद्ध धर्माचे प्रतिनिधित्व मांडले आहे. गुणात्मक प्रवाहांच्या संदर्भात ही तुलना केली आहे. यातून जोरकसपणे पुढे येणारा मुद्दा म्हणजे गोतावळ्याच्या व्यवस्थेच्या स्वरूपावर अवलंबून लिंगभावसंबंधांची गुणात्मकता आणि स्त्रियांचे स्थान बदलत राहते, हा होय. अधिक नेमकेपणाने सांगायचे तर दक्षिण आणि दक्षिण–पूर्व आशिया या दोन प्रदेशांमधील तीन प्रमुख आप्तसंबंधी व्यवस्थांचे परस्परविरोधी चित्र दुबे मांडतात. पितृवंशीयता, मातृवंशीयता आणि उभयपक्षीयता या तीन आप्तसंबंधी व्यवस्थांचा अभ्यास पुढील

मुद्द्यांसंदर्भात त्यांनी केला आहे. वंशपरंपरागत आणि सामाजिक अस्मिता, निवास आणि राहण्याच्या अवकाशावर हक्क स्त्रियांची आर्थिक भूमिका आणि संपत्तीवरील अधिकार, स्त्रीच्या लैंगिकतेसंदर्भातील दृष्टिकोन, वैवाहिक संबंध आणि विवाहसंस्थेचे स्वरूप. पितृवंशीय व्यवस्थेच्या कर्मठ व्यवस्थेच्या विरोधात दुबे यांना असे दिसते की, उरलेल्या इतर दोन व्यवस्थांमध्ये स्त्रियांना अधिक वाव आहे. त्याच्यापाशी उत्तम रीतीने प्रस्थापित असलेले हक्क आणि स्वायत्तता मातृवंशीय पद्धतीत दिसतात. मातृवंशीयतेच्या अंतर्गत जरी पुरुषांचे हक्क स्त्रियांपेक्षा कमी दर्जाचे असले, तरी त्यांची ही परिस्थिती पितृवंशीय व्यवस्थेत स्त्रियांच्या असणाऱ्या परिस्थितीशी तुलना करता येण्यासारखी नाही. उभयपक्षीय समाजांमध्ये सापेक्षत: अधिक लवचिकता, निवडीचे स्वातंत्र्य आणि बरोबरीचे स्थान दिसते. संपूर्ण प्रदेशात गोतावळ्याला असणारे ठळक वैशिष्ट्य पाहता कुटुंब ही संकल्पना महत्त्वाची आणि अत्यंत चैतन्यशाली वास्तव म्हणून लोकांच्या जीवनात वास करते, असे दिसते. गोतावळ्यांच्या पद्धतीमध्ये असणारी भिन्नता, भिन्न प्रकारच्या जीवनपद्धती आणि भिन्न प्रकारच्या देवाणघेवाणीच्या रीती यांना जन्म देतो. येथे दुबे आपल्याला आवर्जून सांगतात की, त्यांनी इतर ठिकाणी जे मांडले आहे त्यानुसार घरदार हे गोतावळ्याच्या व्यवस्थेच्या आणि विचारप्रणालीच्या सर्वसाधारण संदर्भात कार्यरत असते आणि म्हणून या तीनही व्यवस्थांमधील विभक्त कुटुंबपद्धतीची घरेदारे असतील ती एकमेकांपासूनही भिन्न असतील तर पाश्चिमात्य देशांमधील विभक्त घरादारांपेक्षाही वेगळी असतात.

६

लिंगभाव आणि गोतावळा व्यवस्थेच्या क्षेत्रामध्ये काम करू इच्छिणाऱ्यांच्या दृष्टीने आणखी खोलात जाण्यासाठी आणि विश्लेषणासाठी लीला दुबे यांचे लेखन अनेक दिशा दाखविते. लीला दुबे यांच्या लेखनाचा जो पोत आहे, त्यातून काही सूचना मिळतात तर इतर कल्पना त्यांनी मांडलेल्या चौकटीच्या विस्तारातून अथवा त्यात भर घालून उदयाला येतात. त्यांच्या लेखनामुळे चालना मिळालेली आणि प्रभावित झालेली अभ्यासक या नात्याने मी पुढील काही मुद्दे अधिक लक्ष केंद्रित करण्यायोग्य म्हणून सुचविते. (पाहा : Ganesh; 1997, अधिक स्पष्टीकरणासाठी) पहिला मुद्दा असा की, कुटुंब आणि घरदार याकडे लिंगभावविषयक पूर्वग्रहदूषिततेसाठी भूमी या दृष्टीने पाहून त्यांचा उलगडा करणे. असे करताना या संरचनांमध्ये सांस्कृतिक मूल्य आणि वातावरण यामध्ये रुजलेले असेल आणि स्तरीकरणाचे प्रमुख बिंदू म्हणून लिंगभाव, वर्ग आणि जात हे या संरचनांमध्ये एकमेकांना कसे छेदतात त्याचे मार्ग पाहून लिंगभावविषयक पूर्वग्रहदूषितता हे फक्त पितृवंशीयतेशी जोडून पाहणे किती प्रमाणात योग्य आहे, याचा विचार करणे. दुसरा आणि पहिल्या मुद्द्याशी संलग्न असणारा मुद्दा

म्हणजे, पितृवंशीय गोतावळ्याची फोड करून विशेषत: जातिव्यवस्थेशी असणारी त्याची संकल्पनात्मक जुळवणूक पाहून त्यातून सैद्धांतिकीकरण करणे. तिसरा मुद्दा म्हणजे, पितृवंशीय संरचनांच्या चौकटीत कुटुंबसंस्थेच्या अंतर्गत असणारे स्त्रियांचे कर्तेपण लक्षात घेऊन वाहक प्रतिकार करणाऱ्या आणि वाटाघाटी करणाऱ्या व्यक्ती म्हणून या संकल्पनांशी सर्जनशीलपणे भिडून विचार मांडणे. चौथा मुद्दा म्हणजे, स्थूल वा व्यापक स्वरूपात सामाजिक राजकीय वा आर्थिक समीकरणे जलद गतीने बदलतात तेव्हा त्यांचा जो प्रभाव लिंगभाव आणि गोतावळ्यावर पडतो, याची सजग मांडणी आणि विश्लेषण करणे महत्त्वाचे आहे.

स्त्री अभ्यासाच्या परिप्रेक्ष्यातून गेल्या दोन दशकांमध्ये घरादारांमधील लिंगभावविषयक पूर्वग्रहदूषिततेतून स्त्रियांच्या वाट्याला येणाऱ्या मोजमाप करता येण्यासारख्या नकारात्मक फलितांचे पुरेशा प्रमाणात दस्तऐवजीकरण केले गेले आहे. पितृवंशीय गोतावळ्याचे वर्चस्व भारतातील बहुतांश भागांमध्ये असते, हे लक्षात घेता समकालीन भारतीय कुटुंबांचा अविभाज्य घटक असलेला पुत्रप्राप्तीचा अट्टाहास आणि मुलींचे अवमूल्यन हे सहजपणे पितृवंशीय गोतावळ्याशी जोडणे शक्य आहे. हे सर्वसाधारणीकरण फारच स्थूल असून त्यातून खऱ्या अर्थाने सूक्ष्म तपशील आणि त्याचे धारदार स्वरूप लक्षात येत नाही. यासाठी कुटुंब, घरदार या चौकटीची छाननी करून कोणत्या पद्धतीने आणि किती प्रमाणात हे क्षेत्र, परंपरागतता आणि अगदी गोतावळा यापासून उत्पन्न न झालेले नियम आणि तत्त्वांच्या साहाय्याने काम करते, हे पाहणे आवश्यक आहे. आपण एक लक्षात ठेवले पाहिजे की, घरदार आणि वंशपरंपरागतता यामध्ये भिन्नता असते. लिंगभाव पूर्वग्रहदूषिततेचे 'स्थान' वा 'क्षेत्र' म्हणून घरादाराकडे पाहणे आणि कुटुंब नावाच्या संस्थेमध्ये कुटुंबातील सदस्यांचे संस्कारातून सामाजिकीकरण करून ही पूर्वग्रहदूषितता या सदस्यांनी स्वीकारणे तसेच हा पूर्वग्रह इतरांमध्ये परावर्तित करणे आणि मग देखरेख करणारी वाहकव्यवस्था म्हणून प्रत्यक्ष शिक्षा करणे या सर्वांपेक्षा वंशपरंपरागत पद्धती ज्या प्रकारे स्त्रियांच्या अवमूल्यनाचा स्रोत म्हणून विचारप्रणालीच्या रूपाने कुटुंब आणि घरदारामध्ये झिरपत जाते. या दोहोंमध्ये फरक आहे. घरदार नावाची ठोस 'संस्था' अथवा 'संरचना' ही फक्त अंशत:च पितृवंशीय गोतावळ्यातून उभारली जाते. अन्य पारंपरिक आणि आधुनिक संस्था पुरुषसत्ताक व्यवस्थेच्या घडणीला हातभार लावतात. यामधील जातिनिहाय संस्था आणि त्यांची विचारप्रणाली, राज्यसंस्था आणि तिची धोरणे, धार्मिक संस्था, अर्थव्यवस्था, माध्यमे, थोडक्यात संस्कृती आणि समाज एका व्यापक प्रमाणात सहभागी असतात. पुरुष आणि स्त्रीविषयक काही विशिष्ट कल्पना या सर्व संस्था गृहीत धरतात आणि प्रकल्पित करतात तेव्हा अपरिहार्यपणे कुटुंब आणि घरादाराच्या साच्यामध्ये झिरपत जातात. अशा तऱ्हेने या कल्पनांचा मूळ स्रोत वंशपरंपरागत वारसाव्यवस्थेशी असेलच असे नाही. पुरुषसत्ताक व्यवस्था अशा समाजाचे

वर्णन करते की, ज्यामध्ये पुरुषी वर्चस्व हे विविध प्रमुख संस्थात्मक पातळ्यांवर नियमांच्या रूपात अभिव्यक्त होते आणि अशा समाजांमध्ये बऱ्याच वेळा गोतावळा हा पितृवंशीय असतो हे खरे असले तरी तसेच असेल हे गृहीत धरता येत नाही. पॅट्रीशिया उबेरॉय, (1995; 95-96, 200) यांनी असे मांडले आहे की, ज्या समाजात पुरुषसत्ताक आणि पितृवंशीय अशा दोन व्यवस्था एकत्रितपणे असतात त्या समाजासंदर्भात एका व्यवस्थेतून दुसरी व्यवस्था निर्माण होते, असे गृहीत धरणे चूक आहे. कारण असा ठोस पुरावा दिसत नाही.

गोतावळ्यासंबंधीचे नियम हे बऱ्याच प्रमाणात कौटुंबिक साधनसंपत्तीच्या मालकीवर आधारित असतात, यात शंका नाही. या संदर्भात पितृवंशीयता असंतुलित असून स्त्रियांच्या दृष्टीने हानिकारक पद्धतीने कार्यरत असते. भारतातील पितृवंशीयतेची विशिष्ट चौकट पाहता, त्याला सांस्कृतिक संकल्पना अथवा मूल्य आहे म्हणून त्यांचा विचार करावा लागतो. उदाहरणार्थ, विवाह हेच स्त्रीचे भागधेय किंवा दान देणे विशेषत: कन्येचे दान करणे याला एक आध्यात्मिक गुणवत्ता आहे असे मानणे (कुमारिकेचे दान करणे) किंवा विवाहितेचे मांगल्य आणि विधवेचा अमंगलपणा, आंतरजातीय विवाहांमधील अनुलोम, प्रतिलोम नियम किंवा विवाह झाल्यावर स्त्रीचा देह परावर्तित होतो असे मानणे. (काही वेळा स्त्रीचा पुनर्जन्म होतो असेच मानणे) आणि वैवाहिक कुटुंबामध्ये विधीवत सामावून घेताना या व्यवहाराला धार्मिक स्वरूप देणे हे सर्व लक्षात घेतले तर हे घटक पितृवंशीय व्यवस्थेचे आंतरिक घटक नाहीत, तर हिंदू असणाऱ्या भारताशी वैशिष्ट्यपूर्ण रितीने संलग्न असे हे घटक आहेत. भारत नावाच्या उपखंडात स्त्रियांच्या जीवनचक्राला निश्चित असे अर्थ देणारे हे घटक आहेत. अधिक चिकित्सकपणे विचार केला तर लक्षात येते की, घरेदारे ज्या प्रकारे कार्यरत असतात त्यातील अनेक घटक अगदी कौटुंबिक विचारप्रणाली जिला म्हणतो तिच्यामध्येसुद्धा आपल्याला दिसते की, त्यांची मुळे जातिव्यवस्थेला पायाभूत असणाऱ्या चौकटींमध्ये रुजलेली असतात.

तसे पाहिले तर मुळात जातिव्यवस्थाच इतर अनेक मूलभूत गृहीतांबरोबर पुरुष आणि स्त्रियांच्यामधील जैविक भिन्नतेसंदर्भात काही कल्पना घेऊन उभारली जाते. ही जैविकभिन्नता बिगरजैविक क्षेत्रांमध्ये अत्यंत प्रगल्भ तर्काच्या आधारे विस्तारित केली जाते. या कल्पना पितृवंशकतेशी सुसंगत असतात. जातिव्यवस्थेमधील मातृवंशक समाजांचे अस्तित्व असूनसुद्धा आपण असे म्हणू की, जातिव्यवस्था ही पितृवंशकता गृहीत धरते. जातिव्यवस्थेची संपूर्ण रचना लक्षात घेता 'बाईपणा' आणि 'स्त्रीत्व' यांचे वैशिष्ट्यपूर्ण मूल्यमापन जातीच्या चौकटीत कसे केले जाते, ते पाहता पितृवंशकतेला अंगभूत असे त्याचे स्वरूप दिसत नाही. पितृवंशकता ही एकरेषीय असते तर जातिव्यवस्था ही द्विरेषीय गटांच्या साहाय्याने बांधली जाते. वडिलांचे वा पित्याचे रक्त

या गोष्टीला अधिक मान्यता, विशेषत: अर्भकाचे स्थान ठरविण्यामध्ये असते. अशा तऱ्हेने या मुद्द्यासंदर्भात पितृवंशकतेला येथे काही प्रमाणात जागा करून दिली गेली आहे. तसेच अनुलोम–प्रतिलोम विवाहाचे नियम पाहता त्यामध्येही पितृवंशकता आणि जातिव्यवस्था यांनी एकत्रित येऊन निर्माण केलेले प्रघात प्रतिबिंबित होतात. मूलभूत आणि पुन:पुन्हा पाठपुरावा करणारी कल्पना म्हणजे स्त्रीच्या लैंगिकतेवरील नियंत्रण होय. हा नियमसुद्धा जातिव्यस्थेतून निर्माण झाला आहे, याचा पुरावा देता येतो. इतकेच नाही तर 'स्त्रिया' नावाचा पुरुषांना मोहात पाडणारा घातक घटक असतो आणि विशेषत: हा घातकपणा घरादारातील पुरुष आणि पुरुषसंलग्न गोतावळ्याच्या बंधुभावात्मक एकसंघतेच्या दृष्टीने घातक आहे. या सांस्कृतिक संकल्पनीकरणाचे प्रतिबिंबही यात दिसते. 'कुटुंब' नावाच्या संस्थेमध्ये पडदा, स्त्रियांचा स्वतंत्र कप्पा, बाईची 'बाई' म्हणून योग्य वागणूक इत्यादी सर्व गोष्टी या स्त्रीच्या लैंगिकतेवरील संस्थात्मक नियंत्रणाची उदाहरणेच आहेत. योग्य वयात योग्य जातीत विवाह ही गोष्ट म्हणजे कुटुंब नावाच्या अवकाशामध्ये वाटाघाटी आणि व्यवस्था करून साध्य करण्याच्या गोष्टी आहेत. अशा तऱ्हेने कुटुंब आणि घरदार यांचा जो पैस असतो त्यामध्ये भिन्न जातींमधील सीमारेषा टिकवून ठेवण्याची सक्ती दिसते. पितृवंशकतेला अधिक आस्था असते ती नव्या सदस्यांच्या भरतीसंदर्भात म्हणजेच पुनरुत्पादनाच्या संदर्भात. स्त्रियांच्या लैंगिकतेवरील नियंत्रण हे जाती–जातींमधील तटबंदी टिकवून ठेवण्याशी जोडलेले आहे आणि त्याचा संबंध पितृवंशकता नावाच्या घटकाशी प्रत्यक्ष स्वरूपाचा नाही.

भारतातील विवाहसंस्थेचा एक अविभाज्य घटक बनलेली 'हुंडा' ही प्रथासुद्धा जात आणि गोतावळ्यांच्या सीमारेषांसंदर्भात महत्त्वाचे उदाहरण आहे. हुंडाप्रथेच्या अभिव्यक्तीमध्ये पुरुषश्रेष्ठत्वाचे तत्त्व दिसते आणि हे तत्त्व जातिव्यवस्थेच्या विचारप्रणालीतून अंतिमत: जन्माला येते. हे तत्त्व धार्मिक, सांस्कृतिक संकल्पना जिला आपण 'कन्यादान' असे म्हणतो तिच्याशी संमिलीत करून येते. हे तत्त्व पितृवंशकता चौकटीतच अस्तित्वात येते. वारसाहक्काची पद्धत न पाळता एकत्र राहणाऱ्या कुटुंबाचे उदाहरण अशा ठिकाणी अपवादात्मकच ठरेल. 'पितृवंशकता' नावाची गोष्ट मात्र स्वत:च्या रचनेतून हुंडाप्रथेला जन्म देत नाही. पितृवंशकतेमध्ये वधुमूल्य नावाची आणखी एक शक्यता असते. वधुमूल्याची प्रथा ज्या समाजांमध्ये आहे ते समाज हुंडाप्रथेच्या समाजांच्या जवळपासही येत नाहीत. हुंड्याच्या व्यवहारात दिसणारा वधूचा छळ आणि हिंसाचार, नववधूची कोंडी हे सारे येथे दिसत नाही. अलीकडच्या अनेक अभ्यासातून हे सिद्ध झाले आहे की, आताच्या काळात मुलींचे अवमूल्यन आणि मुलाला अग्रक्रम या गंडाच्या पाठीशी 'हुंडा' नावाचा घटक कळीचा आहे. पितृवंशीयतेचा अडीग न बदलणारा गाभा म्हणजे स्त्रियांच्या सदस्यत्वामध्ये स्थलांतर घडविणे आणि अर्भकांना पितृवंशीयतेमध्ये सामावून घेणे. हुंड्याच्या प्रथेशी संलग्न असणाऱ्या, मुलगी देणारा

आणि मुलगी घेणारा यांच्यामधील दर्जाविषयक भिन्नता हुंडा या प्रथेशी आंतरिकरित्या जोडलेली नाही. पितृवंशक व्यवस्थेमधील हे तरल परंतु कळीचे वैशिष्ट्यपूर्ण धागे उलगडून दाखविणे महत्त्वाचे आहे. जातींच्या सीमारेषा टिकवून ठेवणे आणि अनुलोम विवाह मान्य करणे यातून दक्षिण आशियातील भिन्नता व वैशिष्ट्य घडत असते. बेरेंड्स (1998) यांनी सब सहारामधील आफ्रिकेतील उदाहरण देऊन हे दाखवून दिले आहे की, पितृवंशक आणि मातृवंशक समाजांमध्ये पारंपरिक लिंगभाव संबंधांचे विशिष्ट स्वरूप दिसते. तिची मांडणी अशी आहे की, हे लिंगभाव संबंध इतर अनेक घटकांसह अर्भकांना आणि स्त्रियांना दिल्या जाणाऱ्या उच्चतम मान्यतेतून घडतात. त्यांच्या मते, अशा समाजात स्त्रियांच्या लैंगिकतेवर संख्यात्मक नियंत्रण ठेवण्यापर्यंत फारसा आग्रह दिसत नाही. तसेच स्त्रिया आणि पुरुषांच्या भूमिका परस्परपूरक असतात, असे आकलन यामागे असते. दुबे यांच्या सदर खंडातील लेखातून दिसणारे दक्षिण आशियातील परस्परविरोधी चित्र हे फक्त पितृवंशकतेमधील सैद्धांतिक भिन्नतेचे द्योतक नाही तर त्यातून ठोसपणे स्त्रियांच्या दृष्टीने सुकर आणि स्वास्थ्यपूर्ण जगण्याच्या शक्यता वर्तविल्या आहेत. दक्षिण आशियाच्या तुलनेत सब-सहारातील आफ्रिका या भागामध्ये स्त्री-पुरुषांच्या आरोग्य आणि शिक्षणामधील तफावत जवळजवळ अस्तित्वात नाही किंवा अतिशय कमी आहे, असे या संशोधनातून पुसटत्या स्वरूपात का होईना सुचविले आहे. (Ganesh; 1997; 17-18) या उदाहरणांमधून भिन्न संस्कृतींमध्ये असणाऱ्या पितृवंशकतेच्या अभिव्यक्तीसंदर्भात जे सुचविले आहे ते क्षेत्र अधिक तपशिलात आणि गंभीर स्वरूपात संशोधन करावे असे आहे. दुबे यांनी दाखवून दिले आहे की, मातृवंशक आणि द्विवंशक समाजामध्ये 'लिंगभाव' आणि 'गोतावळा' या संकल्पना पर्यायी अर्थाने वापरल्या जातात. कदाचित आता योग्य वेळ अशी आली आहे की, केवळ भारतातील जातिव्यवस्था आणि पितृवंशकता हे एकमेकांना कसे घडवितात यांचे सैद्धांतिकीकरण इतिहासानुसार करणे जसे आवश्यक आहे, तसेच यातून येणाऱ्या पर्यायी संकल्पना पितृवंशकतेव्यतिरिक्त इतर व्यवस्थांमधून कशा येतात आणि त्यामुळे पितृवंशक आणि जातिव्यवस्था यांच्या नियमांच्या प्रत्यक्ष व्यवहारावर देखरेख करण्याचे कार्य या पर्यायी संकल्पनांनी केले की नाही, याचाही अभ्यास व्हावा.

'पितृवंशीयता' ही व्यवस्था एक प्रारूप म्हणून, तसेच पितृवंशीय समाजांचे व्यवहार म्हणून आणि या दोहोंमधील परस्परांचे नाते म्हणून मानवी व्यक्तींची भूमिका याविषयी अधिक गंभीर संशोधन आणि बारकाव्यांसह आकलन केले गेले पाहिजे. अलीकडच्या स्त्रीवादी अभ्यासकांनी स्त्रियांच्या कर्तेपणाचा किंवा वाहक असण्याचा प्रश्न पुढे आणला आहे. तरीही ते क्षेत्र वादविवादांनी घेरलेले आणि विश्लेषणाच्या दृष्टीने जटिल असे आहे. पितृवंशीय व्यवस्थांमधील स्त्रियांची कृती केवळ उदासीन स्वीकार या स्वरूपात ज्या प्रकारे स्त्री अभ्यासाच्या पहिल्या टप्प्यावर पाहण्याचा कल होता, तसे पाहता येत

नाही. काही प्रमाणात पारंपरिक गोतावळा, सिद्धांकनामध्ये सोयरीक आणि वंशपरंपरा या संदर्भात जे मांडले गेले त्यातून स्त्रिया म्हणजे 'उदासीन वस्तू' असे सुचविले गेले. असेच सुरुवातीच्या स्त्रीवादी सिद्धांकनानीही केले; परंतु याचा व्यत्यास म्हणून अलीकडचे काही अभ्यास विषमता करणाऱ्या व्यवस्थांविरुद्ध स्त्रियांनी उठविलेला आवाज आणि प्रतिकार अशी चौकट मांडतात आणि काही विशिष्ट परिस्थितीवर प्रकाश टाकतात. अशा अभ्यासातून स्त्रिया सर्वसाधारणत: व्यवस्था आणि व्यवहारांमध्ये सहभागी असतात आणि हातमिळवणी करतात, या तथ्याला बगल दिली जाते. 'सौद्याचे प्रारूप' वापरले की, घराघराच्या क्षेत्रामध्ये विवेकवादी स्वहिताची तत्त्वे आणली जातात आणि त्यामुळे 'कुटुंब' या संस्थेतील प्रेरक वा गतिमान मूलत: 'गूढ नात्यांच्या अवगुंठनाखाली' जे धूसर केले जाते त्याचे गूढीकरणातून मुक्त होणे शक्य झाले. तरीही येथेसुद्धा कुटुंब आणि घरदार या संस्थेचे सापेक्ष स्वरूप काळवंडले जाते. कारण येथेही कुटुंबातील सदस्यांच्या कृती फक्त त्यांची व्यक्ती म्हणून असणाऱ्या क्षमतेसंदर्भात केंद्रस्थानी आणल्या जातात. कदाचित आपण जर 'वाटाघाटी' किंवा 'देवाणघेवाण' यांना कळीचे तत्त्व मानून कुटुंब आणि घरदार या क्षेत्रांचा वेध घेतला तर वेगळे चित्र दिसेल. कारण कुटुंबामध्ये घरादाराच्या चौकटीत पुरुष आणि स्त्रिया विविध नातेसंबंधांच्या माध्यमातून स्वत:संबंधीचे आकलन प्राप्त करतात. याच ठिकाणी स्त्रियासुद्धा या व्यवस्थेतील संरचनात्मक फटी आणि धूसरता वापरून आपल्या मर्यादांना ताणून उपलब्ध असणाऱ्या पर्यायी संकल्पनांमधून बळ घेऊन, गोतावळ्याच्या संरचनेतून आपला मार्ग काढतात. या गोतावळ्याच्या संरचना एका वेळी दडपशाही करणाऱ्या असतातच. विशेषत: जेथे सामाजिक सुरक्षिततेची जबाबदारी राज्य संस्था घेत नसते तेथे हे दडपशाहीचे रूप दिसतेच. तरीही याच संरचना प्राथमिक पातळीवर स्त्रियांच्या दृष्टीने सुरक्षिततेचे जाळे विणणाऱ्या म्हणून स्त्रियांना पाठिंबा देणाऱ्याही असतात. (Ganesh and Risseeaw 1998 : 15-19)

बदल, परिवर्तन हा प्रश्न सर्वसाधारणत: लिंगभाव आणि गोतावळाविषयक अभ्यासांमध्ये सिद्धांकनाच्या पातळीवर कमी प्रमाणात हाताळला गेला आहे. बदलाचे अतिरिक्त वर्णन गेल्या दोन शतकांमधील कुटुंबसंस्थेच्या प्रक्रियेचे स्वरूप सांगताना मात्र भरपूर केले गेले आहे. कुटुंबसंस्थेच्या अभ्यासांमध्ये विसंगती दिसते ती अशी की, जे संशोधन झाले त्यांनी आपले लक्ष केंद्रित केले ते बदलांचा परिणाम कुटुंबसंस्थेवर कसा होतो या मुद्द्यावर. बहुतांश स्वरूपात हे संशोधन आधुनिक कुटुंबांच्या रचना आणि स्वरूपावर औद्योगिकरण आणि शहरीकरण यांचे परिणाम काय होतात, या मुद्द्याशीच मर्यादित राहिले. इतकेच नाही, तर असे करताना त्याच वेळी त्यांनी भूतकाळातील कुटुंबसंस्थेच्या चिरंतनतेचे आणि नित्यत्वाचे चित्र आणि कल्पना सतत मांडली. यातून घडले असे की, आधुनिकपूर्व कालातीत समाज ही गोतावळ्यातील

नातेसंबंधाच्या संदर्भात – जणू काही ते प्रमुख संघटन करणारे तत्त्व आहे, असे बघितले गेले. या विरोधात आधुनिक समाज मात्र 'गतिमान, चैतन्यशाली बदल पेलणारे आणि सामाजिक गुंतागुंत असलेले' म्हणून रंगविले गेले आणि या बदलांचे परिणाम व्यक्ती म्हणून आधुनिक समाजातील लोकांवर झाले. गोतावळ्याच्या गटातील सदस्य म्हणून नाही, असे चित्र उभे केले गेले. त्यामुळे दीर्घकालीन परिप्रेक्ष्याच्या दृष्टीने बदल या गोष्टीची हाताळणी समस्यात्मक झाली. गोतावळ्याची विचारप्रणाली लक्षणीय रितीने लिंगभाव संबंधांवर परिणाम करते. खरे तर हा परिणाम कुटुंबसंस्था आणि घरादाराची रचना आणि घडण यांच्या चौकटीपेक्षा, स्त्रियांवर जास्त होतो. या क्षेत्रात स्थूल बृहद प्रक्रियांचा परिणाम नेमक्या पद्धतीने समजून घेणे आणि मांडणे कठीण आहे. विशेषत: संस्था आणि नात्यांचा आशय आमूलाग्र बदलाच्या टप्प्यावर असतानाही सांकेतिक पद्धती मात्र जेव्हा तशाच चालू राहतात तेव्हा ही प्रक्रिया अवघड होते. गेल्या दोन शतकांमधील सामाजिक प्रक्रियांच्या संदर्भातील बदल समजावून घेण्यासाठी वापरलेले कोणत्याही सैद्धांतिक परिव्यूह (Paradigm) समकालीन सामाजिक स्थित्यंतरे समजावून घेण्यासाठी पुरेशा पडत नाहीत. समकालीन स्थित्यंतरे ही जागतिक पुनर्रचनेच्या प्रक्रियेमध्ये स्थित आहेत आणि त्यांची गती आणि प्रमाण 'न भूतो न भविष्यति' अशा प्रकारचे असून त्यातून स्त्रियांच्या दृष्टीनेसुद्धा नवा सामाजिक पैस आणि आर्थिक संधी उपलब्ध होत आहे. इतकेच नाही, तर यापूर्वी जे जीवनाचे टप्पे कधी शब्दबद्ध झाले नव्हते असे टप्पे – उदाहरणार्थ वयात येणे, वार्धक्य, तसेच संपूर्ण जीवनाला वेढून टाकणारे नवीन कोटीक्रम म्हणजे आर्थिकदृष्ट्या स्वतंत्र – अशा एकट्या स्त्रिया किंवा एकट्या माता अशा शब्दसंहिता निर्माण होत आहेत. हे सर्व बदल एका दिशेने जाणारे नाहीत आणि नव्या संधीच्या बरोबरच नवे अडसरसुद्धा जन्माला येत आहेत. या साऱ्यांचे परिणाम म्हणून असुरक्षित सदस्यांच्या दृष्टीने ज्यामध्ये स्त्रियांचाही समावेश असतो, साऱ्यांना संरक्षण देणारी कुटुंबसंस्था दुबळी झालेली दिसते. मानवी समाजाची ही तथाकथित बृहद् आणि लघु अथवा सूक्ष्म क्षेत्रे जोडून घेऊन 'बदल' आणि 'सातत्य' या उथळ साधारणीकरणांच्या पलीकडे जाणे अत्यंत तातडीचे आणि महत्त्वाचे काम आहे.

कुटुंब आणि गोतावळा या चौकटीत प्राथमिक पातळीवर जी अभिव्यक्ती होते तिचे रूप अत्यंत जवळीकीने आणि आस्थेने केलेल्या संगोपनांच्या नात्यामध्ये दिसते. या विषयाच्या अभ्यासकांना जनसामान्यांमध्ये, जे चर्चाविश्व अस्तित्वात असते आणि ज्या प्रकारे कुटुंबसंस्थेची प्रशंसा आणि भलावण केली जाते, तिला संपूर्णपणे डावलून स्वतंत्रपणे उभे राहणे शक्य झाले नाही. लीला दुबे यांचे लेखन या संदर्भात मौल्यवान प्रतिमुद्दा अभिव्यक्त करते. यानंतरच्या येणाऱ्या सर्व अभ्यासकांनी त्यांची अभ्यासपद्धती सार्थ मानली आहे. ही प्रक्रिया आजही अविरतपणे चालू आहे.

■

# परिचय

या पुस्तकांच्या प्रकरणांना एक इतिहास आहे. गोळा केलेली माहिती, बदलणारे विश्लेषणात्मक संदर्भ, मानवशास्त्राच्या क्षेत्रात केलेली दीर्घकालीन उमेदवारी आणि त्यापेक्षाही अधिक वर्षे लिंगभावात्मक मानवी जीवनाचा केलेला अभ्यास या तिठ्यावर हे लेखन उभे आहे. ५० वर्षांच्या दीर्घ काळात हे सगळे भाग एकमेकांवर कसा परिणाम घडवितात, त्यातून मानवजातिशास्त्राच्या अभ्यासाच्या दृष्टीने काय हाती लागले, हे पाहाण्याचा प्रयत्न येथे केला आहे.

**लिंगभावसंदर्भात मानवशास्त्रीय शोध : परस्परांना छेदणारी क्षेत्रे – (Anthropological Explorations in Gender Interacting Fields)**

यात कुटुंब, नातेसंबंध, जात, जमात, धर्म आणि समाज यांच्या एकमेकात गुंतलेल्या कक्षांचा विचार व्यापक सांस्कृतिक प्रकिया आणि सत्तासंरचनांच्या संदर्भात केला आहे. विविध प्रकारची साधनसामग्री आणि त्यांचा प्रभाव यांनी या प्रकरणांना आकार दिला आहे. माझे अनुभव आणि माझ्या स्वत:च्या मानवजातिशास्त्र या विषयातल्या खटाटोपातून जमलेले साहित्य, इतरांचे संशोधनपर अभ्यास तपासण्यातून मिळविलेली अंतर्दृष्टी, मानवशास्त्राच्या विशाल साहित्यांचे केलेले वाचन – त्यात पारंपरिक हस्तलिखिते आणि अपारंपरिक लिखाण, लोकसाहित्य आणि आत्मचरित्रे, मौखिक आणि लिखित इतिहासांचा भाग बनलेली आत्मचरित्रे आणि चरित्रे, विविध भाषांमधले साहित्य, भिन्न अनुभव, व्रतवैकल्ये, पुराणकथा, श्रद्धा आणि दैनंदिन जीवनातील त्यानुसार आचरण अशी मानवजातीशास्त्रातील अनेक रचिते असे सर्व यात आहे; पण माझ्या कल्पनाशक्तीच्या या स्रोतांचे शिस्तबद्ध स्पष्टीकरण देण्यापेक्षा – खरे तर असला खटाटोप इथे कठीण आणि अनावश्यक आहे. हे माझे कथन म्हणजे भूतकाळात मारलेला वेगळ्या प्रकारचा फेरफटका म्हणावा लागेल. या पुस्तकातील प्रकरणांमधून एका आयुष्यातील प्रामुख्याने सुरुवातीपासून मनावर कोरले गेलेले अनुभव अगदी १९६५

पर्यंत येतात.

नवीन आव्हाने आणि संधी मिळवून देणाऱ्या घटनांचा संक्षिप्त आढावा त्यानंतर येतो. याचे फलित म्हणजे लिंगभावाच्या क्षेत्राच्या दिशेने माझी सुरू झालेली निश्चित वाटचाल.

## २

अठराव्या शतकाच्या पूर्वार्धात पश्चिम भारतातून, महाराष्ट्रातून बऱ्याचशा ब्राह्मण कुटुंबांनी मध्य भारतात (आताचा मध्य प्रदेश आणि उत्तर प्रदेशचा काही भाग) स्थलांतर केले. हे स्थलांतर भारतीय उपखंडावर मराठ्यांचे वर्चस्व प्रस्थापित करण्याचा जो प्रयत्न होता त्या संदर्भात पेशव्यांच्या बरोबर केले गेले. यातली बरीचशी कुटुंबे खेड्यातील जमीनदार म्हणून स्थिरावली होती आणि त्यातील अगदी थोड्यांची लहान राज्यांचे प्रमुख म्हणून किंवा एखाद्या प्रांताचे सुभेदार म्हणून मराठ्यांच्या नियंत्रणाखाली नेमणूक केली होती. वसाहतवादी सत्तेच्या काळात या कुटुंबातील पुरुषांनी पाश्चिमात्य शिक्षणपद्धतीतून खुल्या झालेल्या नव्या क्षेत्रात प्रवेश केला. काही मंडळी आपल्या पूर्वापार ठिकाणी राहिली. बऱ्याच वेळा स्थानिक पातळीवर मिळेल ते काम करीत राहिली. इतर अनेकांनी कायदा, प्रशासन, शिक्षण आणि वैद्यक असे व्यवसाय निवडले, स्वीकारले तर बहुतांश मंडळींनी भारतातील ब्रिटिश सरकारमधील कनिष्ठ स्तरापासून वरच्या पातळीवर मिळतील त्या नोकऱ्या घेतल्या. माझा जन्म अशाच एका ब्राह्मण कुटुंबात झाला.

माझ्या वडिलांची (काका) मध्य प्रदेशातील राज्यस्तरीय कायदे खात्यात फिरतीची नोकरी होती. आम्ही चार बहिणी आणि एक भाऊ. मी चौथी. १९२३ सालचा माझा जन्म. माझ्या मोठ्या भावंडांना एकत्र कुटुंबात राहण्याचा थोडा अनुभव मिळाला. काकांचा पदवीपूर्व परीक्षेचा अभ्यास चालू होता आणि ते कायद्याच्या पदवीचा अभ्यास करीत होते. त्या वेळी माझी आई आणि भावंडे एक तर माझ्या आजी-आजोबांकडे (वडिलांचे आईवडील) मध्य प्रांतातल्या एका उपनगरात राहायचे किंवा काकांच्या मोठ्या भावाच्या कुटुंबात राहायचे. काकांचे हे थोरले भाऊ मध्य प्रदेशात न्यायालयीन कार्यालयात वरच्या हुद्द्यावर होते. काकांनी न्यायालयीन कचेरीतली नोकरी पत्करल्यावर मात्र आमचे कुटुंब विभक्त कुटुंब बनले. पण आमच्या घरी जवळच्या नातेवाइकांचे येणे-जाणे चालूच राहिले. पुष्कळदा मोठ्या मुक्कामासाठी देखील येणे-जाणे असे चालू होते. माझ्या वडिलांच्या मोठ्या भावाच्या कुटुंबाशी आणि आमच्या पिढीजात घराशी आमच्या कुटुंबाचे संबंध जुळलेले राहिले.

अत्यंत मायाळू आणि विलक्षण मृदू हृदयाची आई आणि समंजस आणि काळजी घेणारे वडील अशा घरात आमच्यापैकी कोणालाच आपण नकोसे आहोत, असे कधी

वाटलेच नाही. तरीही आईच्या दोन विधानांमुळे माझ्या डोळ्यांसमोर सतत भविष्याची धूसर आणि अनिश्चित चित्रे उभी राहत. इतर बायकांशी बोलताना जेव्हा केव्हा मुलींना घरकामाचे उत्तम शिक्षण देण्याचा मुद्दा पुढे येत असे, त्या वेळी भावी लग्नाच्या दृष्टीने मुलींना चांगले शिकवून तयार केले पाहिजे हे आई मान्य करीत असे; पण त्या वेळी ती हळुवारपणे आणि भावनावश होऊन ठासून सांगे की, तिच्या मुलींना ती कधीही फार कष्ट करायला लावणार नाही. कारण लग्नानंतर त्यांच्या वाट्याला काय येईल कोण जाणे? आम्हा मुलींची आपापसात भांडणे झाली की त्यापाठोपाठ तिचे दुसरे विधान ठरलेलेच असे. मी आणि माझ्या बहिणी अगदी दयामाया न दाखवता एकमेकींना चिडवून भांडत असू, तेव्हा ती कापऱ्या आवाजात आणि भरल्या डोळ्यांनी म्हणे, ''पोरींनो, अग कशासाठी भांडता आहात तुम्ही? भविष्यात तुम्ही कुठे जाऊन पडणार आहात? तुमचं एकमेकींना भेटणंही कठीण होईल. आणि भेट झाली तरी ती सहजपणे होणार आहे का?'' एकमेकींची नुसती डोळाभेट होण्यासाठीसुद्धा तुम्हाला झुरावे लागेल.

आमचा सामाजिक, आर्थिक आणि सांस्कृतिक दर्जा पाहता मुलींचे शालेय शिक्षण हे गृहीतच धरलेले होते आणि कॉलेजमध्ये किंवा विद्यापीठात प्रवेश करायचा की नाही, हे आमच्या वैयक्तिक आवडीनिवडी, आमचा त्याविषयीचा एकंदर कल यावर अवलंबून असे. त्याचबरोबर मुलींनी स्वतंत्रपणे आपले एखादे करियर निवडावे हे मात्र आमच्या कार्यक्रमपत्रिकेवर नसे. मुलींचे अविवाहित आयुष्य हा अत्यंत अस्वाभाविक आणि चिंतेचा, काळजीचा विषय मानला जाई. फारच थोड्या मुली विसाव्या वर्षानंतर अविवाहित राहत. काही जणी आपला लग्नच करण्याचा इरादा नाही असे जाहीर करीत. उदाहरणार्थ राजकीय ध्येयासाठी, राष्ट्रीय किंवा किंवा दहशतवादी चळवळीत सहभागी होण्यासाठी किंवा स्वतंत्र व्यवसाय करण्यासाठी मोकळेपणा मिळावा म्हणून – अर्थात अशी उदाहरणे अपवादात्मकच असत आणि त्यांना विकृतच मानले जायचे. मी अशा स्त्रियांना शूर समजत असे. त्यांनी स्वीकारलेल्या टोकाच्या बंडखोर मार्गाने आपण जावे, असा मात्र माझा कल कधीच नव्हता. माझ्या बाबतीत स्वच्छपणे सांगायचे, तर या अपवादात्मक उदाहरणांमुळे माझ्या भावी आयुष्याबद्दलच्या दृढ संकल्पना, मग त्या कितीही अस्पष्ट असल्या तरी डळमळल्या नाहीत.

लहानपणी मी कधी कधी स्वतःला शाळेतली शिक्षिका समजत असे. खुर्च्या हे माझे काल्पनिक विद्यार्थी असत आणि त्यांना योग्य ती शिक्षाही मी करीत असे. पण त्या वेळी प्रत्यक्षात माझ्या भविष्याबद्दलच्या कल्पना फारशा स्पष्ट नव्हत्या. आदर्श पत्नी या स्वरूपात पौराणिक कथांतून चित्रित होणाऱ्या स्त्रियांचे अनुकरण करणे योग्य वाटत असे. पुराणातले सतीचे वर्णन (स्त्रीने पतीच्या चितेवर जाळून घेणे) हे स्वेच्छेने केलेल्या धाडसाचे कृत्य वाटे. आणि जोहाराचे (रजपूत स्त्रियांनी आपल्या पावित्र्याचे

संरक्षण करण्यासाठी केलेल्या समूहात्मक आत्महत्या) उदात्तीकरण करणाऱ्या तेजस्वी त्यागाची वर्णने वाचून या स्त्रिया कौतुकाला पात्र ठरत. अत्युच्च त्याग, पराकोटीची निष्ठा आणि बाईपणातून आलेल्या धाडसाचे आदर्श नमुने वाटत. तरीही आपल्या परंपरांचा मूकपणे केलेला स्वीकार आणि रूढ चालीरितींना नि:संशय मान्यता देणे मात्र मला अस्वस्थ करीत असत आणि अबोध अजाणपणे मला जाणवले, की पिढीजात चालत आलेल्या रितीभाती आणि समाजाने स्वीकारलेल्या रूढी यांचे चिकित्सक मूल्यमापन करावे. मी बोलकी किंवा वाद घालणारी नसले तरी मी जे पाहिले, ऐकले आणि वाचले ते चाळून पाहावे, अस्पष्ट असेल त्याचे स्पष्ट स्वरूप समजून मुळातच यात आंतरविरोध, विसंगती भरलेल्या आहेत असे वाटले. रामाबरोबर सीता वनवासात गेली हा तिचा मोठा गुण मानला गेला असेल तर आपला पती लक्ष्मण याचा विरह ऊर्मिलेने मूकपणे सहन केला हा तिचाही गुण होता. सीतेच्या अग्निप्रवेशाचा प्रसंग, ती गर्भवती असताना तिला घराबाहेर काढून वनवासाला धाडणे आणि वनात जाण्यासाठी तिचीच तीव्र इच्छा होती असे वरवर कारण दाखवणे (हा शेवटचा प्रसंग तुलसी रामायणात नाही पण तो वाल्मीकी रामायणातला एक भाग आहे.) या गोष्टी मला जास्त अस्वस्थ करीत असत. रामाचे एकपत्नीव्रत हे कौतुकास्पद होते, पण ते किती कठीण व्रत होते हे मराठीत त्याला जोडलेल्या इतर कथांनी वाचकांपर्यंत पोहोचवले. या कथांमध्ये असे दाखवले आहे की, जेव्हा केव्हा एखाद्या सुंदर स्त्रीला रामाचे आकर्षण वाटे आणि रामाशी लग्न करण्याची आपली इच्छा प्रगट करी तेव्हा तो तिला सांगे की, माझ्या एकपत्नी व्रताशी मला एकनिष्ठ राहायचे आहे. या जन्मात मी ते मोडू शकत नाही. पण पुढचा जन्मात मी तुझ्याशीच लग्न करीन. पुरुषांच्या खऱ्या प्रवृत्तींबद्दल अस्वस्थतेची भावना अधिक पूर्णपणे आविष्कृत होते ती सावळ्या कृष्णाबद्दल जे लिहीले आहे त्यातून! त्याने हजारो स्त्रियांशी विवाह केले. याचा विचार करताना नेहमी गमतीशीर विचार मनात येई तो असा की, आधीच्या रामावतारात रामाने दिलेली वचने पूर्ण करण्यासाठी यातील किती बायका कृष्णाबरोबर असतील? संस्कृत काव्ये आणि नाटके यांची भाषांतरे ऐकताना, वाचताना आणि रंगमंचावर त्याचे प्रयोग पाहताना फार आनंद होत असे. त्यात पतिपत्नीमधील प्रेम, विवाहपूर्व प्रणय आणि शोकात्म विरह दाखवलेले असत. त्यातले सौंदर्य आणि काव्यात्मकता यांचा आस्वाद घेत असताना त्यातल्या प्रमुख पुरुष पात्रांनी अनेक बायका केलेल्या असत, याकडे मात्र प्रयत्नपूर्वक दुर्लक्ष करावे लागे.

मराठी आणि बंगालीतील (मराठी भाषांतर झालेल्या) कथा-कादंबऱ्यात फक्त वैवाहिक सौख्य आणि कुटुंबातल्या प्रेमळ नातेसंबंधांचेच चित्रण केले जाई असे नव्हे तर विधवा, सुना आणि बरीच लग्ने करणाऱ्या आणि दुष्ट नवऱ्यांच्या बायकांची दैन्यावस्थाही दाखवलेली असे; पण त्याचबरोबर स्त्रियांचे नैतिक सामर्थ्य, त्यांची

स्वत:ला नाकारण्याची क्षमता, प्रेमळपणा आणि सेवावृत्ती यांचेही दर्शन घडे. या साहित्याबद्दल माझी मिश्र प्रतिक्रिया होती. दुष्ट रूढी आणि स्त्रियांची दु:खे पाहून मला संताप येत असे आणि स्त्रियांचे सामर्थ्य आणि त्यागी वृत्ती यांचा आविष्कार दिसून आला की त्यांच्याबद्दल अवर्णनीय कौतुक आणि सहानुभूती वाटे.

मित्रमंडळी आणि नातेवाईक बायकांच्या घरात होणाऱ्या सहज संवादातून अस्वस्थ करणाऱ्या घटना आमच्या कानावर येत. क्षयरोगाने वारलेल्या एका सुंदर आणि नाजूक, शांत स्वभावाच्या मावशींबद्दल असे कळले की, तिचा नवरा नात्यातल्याच एका देखण्या आणि उत्साही श्रीमंत विधवा स्त्रीच्या प्रेमात गुंतला त्यामुळे मावशीला धक्का बसला, ती खचली आणि त्यानेच तिला मरण आले. एका श्रीमंत विधवा मावशीआजीने एका पुरुषाला, घरातल्या एकाला 'ठेवला' होता. (त्याच्या कुटुंबासह) बाह्यत: तिच्या नवऱ्याच्या इस्टेटीची देखभाल करण्यासाठी एक मदतनीस म्हणून. पण खरे तर तो शय्यासोबती होता. सत्य असले तरी एवढ्या मोठ्या विशाल कुटुंबातल्या कोणालाही या गोष्टीला विरोध करणे शहाणपणाचे वाटले नाही. माझ्या आईचे वडील तर लहान असतानाच त्यांच्या सावत्र आईने त्यांच्यावर विषप्रयोग केला. कारण खूप मोठ्या सुभेदार घराण्याच्या पिढीजात संपत्तीतल्या आपल्या हिश्श्यावर फक्त आपल्या स्वत:च्या मुलाचा एकट्याचाच हक्क राहावा म्हणून! नातेवाइकांमध्ये परस्पर दोषारोप आणि गैरसमजुती असत आणि त्याला बळी पडत स्त्रिया. मग त्या स्त्रिया त्यांच्या माहेरी बोलावल्याशिवाय किंवा बरोबर कोणी सोबत असल्याशिवाय जाऊ शकत नसत. अशा गोष्टीही सांगितल्या जायच्या. या गोष्टींमधून नीतिनियम आणि व्यवहार यात पडलेली खिंडारे, अधिकृत दर्जा असेल तर मिळणारे फायदे आणि अनौपचारिक सत्तेचे मिळणारे फायदे आणि या वर्तुळाच्या बाहेर असणाऱ्या स्त्रिया (आणि पुरुष) यांच्यात यांच्या यातना या विषयीची माझी समज वाढत गेली.

काही काळानंतर कर्मकांडे, नात्यागोत्यांविषयीचे नियम आणि रोजचे आयुष्य यातील स्त्रियांच्या दर्जाचे परावलंबन मला तीव्रपणे जाणवू लागले. याच काळात मला असेही लक्षात आले, की व्यक्तीगत समीकरणे बारीकसारीक खाचाखोचांसह आणि व्यक्तिश: उघड उघड लढविलेल्या क्लृप्त्या यांचाही स्त्रियांचे रोजचे जीवन घडविण्यामध्ये महत्त्वाचा वाटा आहे. आईची मूर्ती – एक तऱ्हेची भूमिकांची गुंतागुंत – यासह येणाऱ्या नीतिनियम आणि व्यवहारासकट – या भावनांची अभिव्यक्ती नाते जोडणाऱ्या, भरवण्याच्या, जेवू घालण्याच्या शैलीतून अभिव्यक्त करणारी यांचा माझ्या मनावर खोल ठसा उमटला. माझ्या अस्तित्वात झिरपला. माझ्या आईबद्दलच्या अनुभूतीमध्ये याचा फार मोठा वाटा आहे. आम्हाला, आमच्या पाहुण्यांना आणि आमच्यासाठी काम करणाऱ्यांना ती जेवायला वाढायची तेव्हा तिच्या चेहऱ्यावर जे तेज दिसे ते मी कधीही विसरू शकणार नाही. लग्नानंतर तिचे रीतीप्रमाणे नवे नाव ठेवण्यात आले.

अन्नपूर्णा. जी विपुल, पोटभर धान्य आणि अन्न याचे साकार रूप होती ती. प्रत्येकजण म्हणे की, हे नाव तिने खरोखरीच सार्थ केले. शिस्त लावायला ती नाखूष असे. तिच्या मुलांना सुखी करण्यासाठी चाकोरीबाहेर जायला ती नेहमी तयार असे. वयात येणाऱ्या मुली म्हणून आमच्या 'विशिष्ट' गरजा आणि 'खास' जाणिवांविषयी आम्हाला वाढवताना ती चांगली जागरूक असतानाच तिचा कल आमच्या कठीण मागण्याही पुरविण्याकडे असायचा.

काका म्हणजे आईच्या संपूर्ण अवधानाचे केंद्र होते. त्यांच्या अगदी लहानसहान गरजांकडेही बारकाईने लक्ष देऊन ती त्यांची सेवा करीत असे. काकांचा पगार आईच्या ताब्यात दिला जात असे. वातावरण विश्वासाचे आणि प्रेमाचे होते. आमच्याकडे पाहुणे असले – खास करून आईच्या बहिणी आणि त्यांची मुले – या त्यांच्या भेटी गोतावळ्याच्या वर्तुळासंदर्भात अस्वाभाविक आणि नियमबाह्य समजल्या जायच्या. या वेळी काकांना आपल्याकडे दुर्लक्ष होत आहे असे वाटू नये आणि त्यांचा दिनक्रम बिघडू नये याची ती खूप काळजी घेई. आपल्या आईवेगळ्या बहिणींना माहेरपण मिळावे म्हणून केवळ काकांना खूष करावे असा तिचा डावपेच कधीच नसायचा. काकांकडे सतत लक्ष दिले गेले पाहिजे याबद्दल तिला मनापासून कळकळ वाटे. तिचा हा निष्कपटपणा खरेच वाखाणण्यासारखा होता. आईचा माझ्यावर विलक्षण प्रभाव पडला. त्यामुळे मी दोन महत्त्वाच्या गुणांची सांगड घालू शकले. अत्यंत जवळच्या नात्यासाठी स्वतःतले काढून द्यायला शिकले. त्याचबरोबर स्वतःचे निर्णय घेऊन ते निभवायला शिकले. या गुणांचा माझ्या संस्कृतीविषयीच्या कल्पनांवर आणि मानवजातीविषयक लेखनावर प्रभाव पडला आणि त्यांनी माझ्या आयुष्याला, माझ्या व्यवसायाला, अभ्यासाच्या ध्यासाला वळण लावले.

३

मी खूप लवकरच वाचायला लागले. वयात येता येता मी मराठी साहित्य आणि बंगाली कादंबऱ्या कोळून प्याले. नंतर थोड्याच दिवसांत जगातले अभिजात साहित्य मुळातून आणि काही वेळा त्यांची भाषांतरे वाचायला लागले. याचा परिणाम असा झाला की, रोमँटिक प्रेम आणि क्रांतीच्या, बंडाच्या कथांनी मला भुरळ घातली. स्वार्थत्यागी स्त्रीबद्दल कौतुक वाटे आणि स्त्रियांचा दुबळेपणा, वंचितता आणि दडपणुकीबद्दल यातना (खरे तर घृणाही) वाटे. याशिवाय त्या काळच्या मराठी मासिकांमध्ये स्त्रियांना शिक्षण न देणे आणि वारसाहक्कापासून वंचित ठेवणे यासंबंधी लेख छापून येत असत. हुंडा, बालविवाह, विधवांची अवस्था, आर्थिक असमतोल, आणि जातीचा जुलूम या विषयांवर लेख प्रसिद्ध होत. कादंबऱ्या आणि कथांमधूनही या प्रश्नांचे परिणामकारकरीत्या चित्रण केलेले आढळे. अगदी खरे सांगायचे तर राष्ट्रवाद,

समाजवाद, मार्क्सवाद यावरचे लिखाण तसेच गांधींच्या जीवनाविषयक तत्त्वज्ञानावरची भाषणे यांचाही कसदार ललित साहित्यात समावेश केलेल्या लेखनाचादेखील माझ्यावर ठसा उमटला. हे वेगवेगळे साहित्यप्रवाह परस्परांशी जुळणारे नव्हते; पण ते निःसंशय माझ्या अंतर्हृदयात घर करून राहिले. कधी ना कधी माझ्या भावी जीवनाशी मला वाटाघाटी कराव्याच लागणार होत्या.

कधी तरी एका क्षणी – केव्हा ते मला आठवत नाही – मी स्वतःला सांगितले, की जर आपल्या समाजात नवरा हा बायकोपेक्षा श्रेष्ठ असला पाहिजे आणि बायकोचे ते श्रद्धास्थान असले पाहिजे असा अलिखित नियम असेल, तर निदान माझ्यापुरते तरी मी असे करू शकेन, की जो माझ्यापेक्षा खरोखरीच बुद्धीने श्रेष्ठ, आपल्या ध्येयाबाबत ज्याच्या निश्चित कल्पना असतील अशा माणसाशी मी लग्न करीन. लग्नानंतर पूर्णवेळ द्यावा लागेल, अशी करिअर तर विचारातच घेणे शक्य नव्हते, पण मी कॉलेजात गेले तेव्हापासून लग्न आणि शिक्षिका, वकील, किंवा समाज कार्यकर्ती असे काम एकाच वेळी करण्याचे विचार माझ्या मनात घोळू लागले.

वसाहतवादविरोधी राष्ट्रीय चळवळीबद्दलचा मला वाटणारा आदर हा माझ्या मनातला आणखी एक झगडा मी शाळेत असल्यापासून सुरू झाला होता. आमच्या नातेवाइकांच्या वर्तुळातले कितीतरी जवळचे नातेवाईक सरकारी नोकरीत होते. नात्याची आणि माझ्या दूरच्या मावस, चुलतभावंडांमधील काही मंडळी राष्ट्रीय चळवळीत प्रत्यक्ष काम करणारी होती. माझ्या आई-वडिलांनी त्यांच्याशी संबंध राखले होते. त्यांच्या राजकीय मतांबद्दल उघडपणे सहानुभूती दाखवली जाणार नाही, याची ते काळजी घेत. राष्ट्रीय राजकारणात फार बुडून गेल्यामुळे त्याचाच एक भाग म्हणून खादीचे कपडे वापरणाऱ्या आमच्या काही परिचितांबद्दल आणि नातेवाइकांबद्दल माझ्या मनात आदर आणि कौतुक असले तरी न्यायालयात किंवा क्लबमध्ये जाताना आणि खास करून ब्रिटिश अधिकाऱ्यांना भेटायला जाताना उत्तम शिलाईचा पाश्चात्य पोशाख चढवून जाणाऱ्या माझ्या वडिलांबद्दलही मला खूप कौतुक वाटे. त्यांच्या सिगार, टेनिसचा खेळ, मोटार चालविणे आणि सतार वाजविणे या गोष्टींनी मी भारली जात असे. आम्हाला जखमा झाल्या, कुठे इजा झाली तर त्यावर उपचार करण्यात ते अगदी वाकबगार होते. आमच्या आजारपणात ते आमची काळजी घेत. मी आणि माझी धाकटी बहीण आम्ही दोघी लहान असताना काका आमचे सगळे कुटुंबच त्यांच्या अमलाखाली असलेल्या एखाद्या शहरालगतच्या ग्रामीण भागात घेऊन जात. एक तात्पुरते न्यायालय उभे केले जाई आणि काका त्यांच्यासमोर येणाऱ्या खटल्यांचे कामकाज चालवीत. न्यायालयात एका बाकावर बसून काका कोर्टाचे खटले कसे लढवतात ते बघणे आणि न्यायाधीशांच्या मुली म्हणून आमच्यावर खास केली गेलेली मेहेरनजर अनुभवणे आम्हाला अगदी रोमांचकारी वाटे. खटल्यांच्या फायली घेऊन रात्री न्यायदानाचे निकाल लिहिताना

जेव्हा काकांना मी पाही तेव्हा मला त्यांचा फार अभिमान वाटे. इतके असूनही माझे वडील वसाहतवादी सरकारची नोकरी करतात, याबद्दल मला संकोच वाटत असे.

माझ्या आईच्या राजेशाही खानदानाबद्दलही मला अभिमान वाटे. त्याचबरोबर विषमतेने भरलेल्या जगात त्यांच्या श्रीमंतीचा आणि उच्च प्रतिष्ठेचा विचार करताना मला संकोचल्यासारखे वाटायचे. माझ्या आजोळचे कुटुंब राजेशाही. भारतातल्या एका लहानशा संस्थानाचे राज्यकर्ते होते. त्यांनी देशभर उसळलेल्या १८५७ च्या क्रांतीच्या वेळी ब्रिटिशांना मदत केली होती. या वास्तवतेने माझ्या अस्वस्थतेत भर पडायची. त्या कुटुंबातल्या फक्त एका मुलाला मात्र मी मानले. त्याने वसाहतवादी राज्यपद्धतीविरुद्ध बंड केले. शेवटी त्याला ब्रिटिशांनी त्यांच्या घराण्याच्या किल्ल्यात त्याच्या आईवडिलांच्या देखत फासावर लटकावले.

माझे वडील ब्रिटिशांची नोकरी करतात, याबद्दल मला एकीकडे जरी संकोच वाटत होता तरी माझ्यासमोर इतरही आदर्श माणसे होती. माझ्या वडिलांच्या मोठ्या भावाचा जावई एका राजघराण्यातला होता. चांगला सुशिक्षित होता. ब्रिटिश सरकारची एखादी प्रतिष्ठित नोकरी त्याने पत्करावी, अशी त्याच्याकडून सर्वांची अपेक्षा होती. त्याऐवजी तो गांधीवादी बनला आणि त्याची बायकोही त्याच्या पाठोपाठ राष्ट्रकार्यात त्याला जाऊन मिळाली. या देशभक्त जोडप्याच्या मुलांशी आमची मैत्री होती. या मुलांना आपले वडील एक नामवंत राजकीय पुढारी आहेत, याबद्दल अभिमान वाटत असे. आमची मित्रमंडळी खादी वापरीत; पण माझी आणि माझ्या बहिणींची मजल स्वदेशी प्रसाधने आणि खादीच्या पोलक्यांपर्यंतच मर्यादित राहिली.

मी मोठी झाल्यावर वसाहतवादविरोधी राजकारणाच्या वेगवेगळ्या प्रवाहांबद्दल मला जिज्ञासा वाटू लागली. ते समजून घ्यावे असे वाटू लागले. राष्ट्रीय आणि क्रांतिकारक चळवळींबद्दल कौतुक आणि अभिमान वाटत होता. तरीही प्रमुख प्रवाही इंडियन नॅशनल काँग्रेसवादी मतभेद आणि ताणतणाव उद्भवल्यामुळे माझ्या मनात गोंधळ निर्माण होत होता. आमच्या कुटुंबात राजकारणावर अगदी क्वचितच चर्चा होई. त्यामुळे या भारावलेल्या चैतन्यशाली जगाबद्दल मला जी काही माहिती होती ती वाचनातून आणि मित्रमंडळींबरोबर झालेल्या चर्चेतूनच मिळत असे. नेहरूंचे 'आत्मचरित्र' एकटे बसून वाचून त्यातला आनंद घेता येत असे. मार्क्सचे 'कॅपिटल' चर्चेशिवाय सहज पचण्यासारखे नव्हते. (अखेरीस, 'कॅपिटल'च्या वाचनाने जगातल्या विषमतेविषयी मनात अस्वस्थता मात्र जागी झाली.) मी १९४२ च्या भारत छोडो चळवळीत प्रत्यक्ष भाग घेतला नाही; पण इंडियन नॅशनल काँग्रेस आणि भारतीय कम्युनिस्ट पार्टी या दोहोंच्या कार्यकर्त्यांनी योजलेल्या बैठकींना मी आणि माझी बहीण आम्ही दोघी हजर राहत असू. यातून माझा गोंधळ आणखीनच गुंतागुंतीचा झाला. माझ्या स्वतःच्या आयुष्याच्या बाबतीत मात्र काही मुद्दे स्पष्ट झाले.

एव्हाना माझ्या सगळ्या बहिणींची लग्ने झाली होती. हुंडापद्धती आणि धार्मिक
विवाहपद्धतीतील दांभिक बडेजाव या सर्वांना माझा विरोध होता, त्याचप्रमाणे भावी
नवरा आणि त्याच्या कुटुंबीयांसमोर स्वत:चे प्रदर्शन मांडायलादेखील मी तयार नव्हते.
कारण मुलगी 'दाखविणे' ही प्रक्रिया म्हणजे अनंतकाळ चालणारे 'प्रदर्शन' होण्याची
शक्यता असते. ज्याच्याशी लग्न करायचे त्या माणसाबद्दल माझ्या काही स्पष्ट, काही
मोघम कल्पना होत्या. तशाच मला जोडीदार कसा नको याबद्दलही होत्या. मी माझ्या
आई-वडिलांना सांगितले होते, की मी माझ्या पसंतीचा जोडीदार निवडण्याचा प्रयत्न
करीन. तेव्हा तुम्ही माझ्यासाठी योग्य वाटेल असा नवरा शोधू नका. त्या काळी हे जरा
धाडसी पाऊलच होते; पण माझे आईवडील काहीच बोलले नाहीत. खरे तर, कुटुंबातून
लग्न करण्याबद्दल जे सारखे दडपण येत होते ते टाळण्यासाठी मी असे म्हटले होते.
सरकारी नोकरीतल्या माणसाशी लग्न करायचे नाही, हे माझे पक्के ठरले होते. राष्ट्रीय
वृत्तीचा बुद्धिमान माणूस कसा शोधायचा याची मला कल्पना नव्हती. मी लाजाळू
आणि भिडस्त होते आणि तरुण पुरुषांशी  मोकळेपणे बोलायचा माझा स्वभाव नव्हता.
याशिवाय स्वत:च्या बरोबरीच्या विद्यार्थी पुरुषांबरोबर मैत्री वाढवणे किंवा बोलणे हा
त्या काळी सर्वसामान्य प्रघात नव्हता. मी नागपूर विद्यापीठात एम.ए. साठी राज्यशास्त्र
या विषयाचा अभ्यास करीत होते. हा विषय माझ्या आयुष्याला काही दिशा दाखवील
अशी मला भाबडी आशा वाटत होती. पदवीपूर्व परीक्षेसाठी (नागपूरमध्येसुद्धा) नंतर
कायद्याचे शिक्षण घ्यायचे, ही कल्पना मनात घोळवतच मी संस्कृत तत्त्वज्ञान आणि
इंग्रजी साहित्याचे वाचन करीत होते. एम.ए. च्या परीक्षेसाठी कायदा हा विषय सोडून
राज्यशास्त्र हा विषय निवडल्यावर मला नागपूरच्या दुसऱ्या एका कॉलेजात जावे लागले.
तिथे नुकताच दोन वर्षांपूर्वी या विषयात प्रथमश्रेणी मिळविलेल्या एका तरुणाचा बोलबाला
झालेला होता आणि नंतर पीएच.डी. साठी त्याने मानवशास्त्र हा विषय निवडून आपल्या
शिक्षकांना आणि मित्रांना आश्चर्याचा धक्का दिला. हा विषय नागपूर युनिव्हर्सिटीत
शिकवला जात नसे. मध्य भारतातील हस्तांतरित शेती आणि कंदमुळे  गोळा करणाऱ्या
आदिवासींमध्ये एक वर्षभराचे संशोधनकार्य पूर्ण केल्यावर हा तरुण १९४५ मध्ये थोड्या
दिवसांसाठी नागपूरला आला. कदाचित आपल्या शिष्यवृत्तीचे पैसे घेण्यासाठी असेल.

श्यामचरण दुबे त्यांच्या बुद्धिमत्तेबद्दल प्रसिद्ध होते. स्वत:ला काय करायचे आहे
याबद्दल त्यांना ठामपणा आहे, असे मला कळले होते. एखाद्या अनोळखी मार्गाने
जाण्याचे धैर्य त्यांच्यात आहे याची मला जाणीव होती. मी त्यांना पाहिले ते खादीच्या
पोशाखात. माझ्या मेव्हण्यांची आणि त्यांची ओळख होती. त्यांच्याकडून मी अधिक
माहिती मिळवली. दुबे हा एकुलता एक मुलगा होता आणि हिंदी भाषक ब्राह्मण
उपशाखेचा होता; पण आपल्या बिरादरीतच लग्न करण्याचा त्याचा आग्रह नव्हता.
हुंडा, धार्मिक विधींचे स्तोम आणि भपका यांना त्यांचा विरोध होता. महाविद्यालयीन

करियर निवडण्याची त्यांची इच्छा होती; पण सरकारी कॉलेजमध्ये त्यांना काम करायचे नव्हते. दुबे यांचे वडील एक प्रबुद्ध गृहस्थ होते. मी त्यांच्याकडे तत्काळ ओढली गेले आणि माझ्या आई-वडिलांना आमची निवड पसंत पडली. आणि साधेपणाने आमचा सिव्हिल मॅरेज पद्धतीने लग्नसमारंभ पार पडला.

आत्तापर्यंत मानवशास्त्र या ज्ञानशाखेची मला काहीच माहिती नव्हती. आपल्या देशात फारच थोड्या विद्यापीठांत हे शिकवले जात असे. मध्य प्रांतात तर मानवशास्त्र म्हणजे नंतर मानवशास्त्रज्ञ बनलेले एक मिशनरी वेरिटार एल्विन असे समीकरण केले जाई. मी राज्यशास्त्र विषयात एम.ए. केले. नंतर मी पीएच.डी.साठी मानवशास्त्र हा विषय घेतल्यावर मध्य भारतातील गोंड स्त्रियांचा अभ्यास करायचा, या कल्पनेने मी थरारून उठले.

लग्नाआधी आणि नंतरच्या सुरुवातीच्या काळात आम्ही एकत्र आलो तेव्हा बायकांना कधीही योग्य श्रेय मिळत नाही, याबद्दलच्या माझ्या अपुऱ्या माहितीवर आधारलेली माझी मते किंवा नवराबायकोचे नाते कसे आदर्श असावे, या विषयीची माझी सैरभैर वटवट दुबे काहीशा संशयाने आणि थोड्याफार प्रमाणात भयभीत होऊनच ऐकत. ते जेमतेम आठ वर्षांचे असतानाच त्यांची आई वारली. ते आणि त्यांचे वडील आपल्या उजाड वस्तीला स्त्रीत्वाचा स्पर्श मिळवून देईल, अशा एका स्त्रीची मोठ्या आतुरतेने वाट पाहत होते. आमच्या लग्नानंतर माझ्याकडे अगदी बारकाईने लक्ष दिल्यावर माझ्या पतीच्या लक्षात आले की स्त्रियांचे हक्काचे स्थान आणि त्यासाठी संघर्ष करण्याची गरज यासंबंधी मी जरी काहीही बोलले, तरी एक गृहिणी, पत्नी आणि सून या माझ्या भूमिकांची मला रास्त जाणीव होती.

आता मागे वळून पाहताना मला असे वाटते की, मला गोंड स्त्रियांचा अभ्यास करण्याची सूचना देताना दुबे यांची कदाचित अशी इच्छा असेल की, मी माझ्या सुरक्षित अस्तित्वापलीकडे जाऊन दुसरी विश्वे बघावी आणि वास्तवाला सामोरे जावे, म्हणजे माझ्या मनातला गोंधळ आणि आंतरविरोधांपलीकडे जाऊन मी जास्त स्वच्छ विचार करीन.

## ४

मानवशास्त्रातला माझा पहिला औपचारिक प्रवेश झाला तो गोंड स्त्रियांच्या जीवनाच्या संशोधनापासून. मध्य भारतातल्या (प्रकरण १) छत्तीसगड प्रांतात हे आदिवासी लोक मुख्यत: हिंदू जातीयांच्या बरोबर राहत होते. तोपर्यंत शहरी वातावरणापलीकडे इतर कोणत्याच गोष्टींची माझी ओळखपाळख झाली नव्हती. माझे लहानपणचे खेड्यातले अनुभव आमच्या काही जमीनदार नातेवाइकांकडे मी अधूनमधून थोडे दिवस जात असे तेवढेच मर्यादित स्वरूपाचे होते. कॉलेजात असताना माझ्या

मावशींच्या मालकीच्या गावात मी मुद्दामहून जाण्याचा सराव ठेवला होता, पण तिथल्या जीवनाची तसूभरदेखील मला माहिती नव्हती. 'जात' नावाच्या संस्थेचे काम कसे चालते आणि हिंदी भाषा बोलणाऱ्या प्रदेशातील विचारसरणीबद्दल मी पूर्णपणे अंधारात होते. आदिवासी स्त्रियांमध्ये काम करण्याच्या अनुभवातून माझे खऱ्या अर्थाने शिक्षण झाले.

गोंडांमधल्या लिंगभावविषयक विषमतेचे स्वरूप, गोंड स्त्रियांना तुलनेने मिळणाऱ्या स्वातंत्र्याचे प्रमाण आणि दर्जा, त्यांच्या परावलंबित्वाच्या बाबतीतले बारकावे, त्यांच्या दुबळेपणातले अतिसूक्ष्म वेगळेपण आणि स्वत:च्या अस्तित्वासाठी, जिवंत राहण्यासाठी त्यांनी लढविलेले डावपेच आणि हिकमती यांचा माझ्यावर खोल प्रभाव पडला. खरे तर, स्त्रियांनी अशा तऱ्हेने स्वत:पुरता अवकाश निर्माण केला आहे या सत्याची थोडीशी कुणकूण मला माझ्या घडणीच्या सुरुवातीच्या काळातच लागली होती. अर्थात् या दोन अवकाशांचा संदर्भ आणि स्वरूप काहीसे भिन्न होते. माझ्या त्याविषयीच्या कल्पना धूसर होत्या. विशेष म्हणजे हे नियम, त्याची कार्यपद्धती आणि डावपेच ज्या भाषेत सांगितले जात ती भाषा अगदी जाग आणणारी, विचारांना उद्युक्त करणारी होती. बीज आणि क्षेत्र यांच्या रूपकापासून, स्त्री म्हणजे मातीचा घट आहे आणि पुरुष म्हणजे धातूचे भांडे, लग्नापूर्वी सुनेने गोंदवून न घेतल्याबद्दल सासूने मारलेले टोमणे, (तिला विकत घेतानाची – वधूची किंमत आणि आता तिला गोंदवावे लागणार त्याची किंमत) इथपासून ते दररोजचीच दोन प्रकारची मुक्ताफळे – पुरुष गाडाभर मिळवतो आणि बाई मिळवते पदरात बांधण्यापुरते, बाईची मिळकत मीठ मिरचीलाच पुरण्याइतकी – इथपर्यंत – या संकल्पना आणि भाषेचे संकेत यांचा माझ्या स्वत:च्या विचारांवर फार गंभीर, खोलवर परिणाम झाला. विशेषत: या विचारप्रणालीची प्रभावी शक्ती आणि मूलभूत सत्याचा अपलाप करण्याची क्षमता यावर माझे विचार केंद्रित होऊ लागले आणि अगदी सर्रास औपचारिक आणि अनौपचारिकरीत्या घटस्फोटित होणाऱ्या स्त्रियांचे पुनर्विवाह हे माझ्या दृष्टीने संख्याकारांच्या, अनुभवांच्या दृष्टीने पूर्णपणे विरुद्ध होते. इतकेच नाही तर पहिल्या लग्नातल्या स्त्रियांचे जीवन आणि दुसऱ्या लग्नात करार करून राहणाऱ्या स्त्रियांचे जीवन याही गोष्टींना मला तोंड द्यावे लागले. स्त्रिया आणि पुरुषांचे परस्परविसंगत भागधेय या वास्तवाच्या खडकावर डोके आदळण्यापासून पळून जाणे आता मला शक्य नव्हते आणि यातून एक आकलन झाले ते असे की, भिन्न परिस्थितीत राहणाऱ्या स्त्रियांची भिन्न भागधेये त्या पुरुषांच्या संदर्भात ठरतात.

गोंड स्त्रियांच्या लोकगीतांतून मुक्त लैंगिकता आणि उत्कट शृंगार अभिव्यक्त होत असे. काही वेळा अत्यंत नाजूक आणि काही वेळा अश्लील शब्दांतून; सामाजिक व्यवस्थेबद्दलची कधी घृणा, तर कधी त्यातले त्यांना भासणारे खलनायक रंगवून बायकांच्या देहपातळीवरील मर्यादा दाखवून त्यातून परिणामत: येणारा दुबळेपणा व्यक्त

केला जाई; तर कधी विवाहबाह्य लैंगिक शृंगाराची वर्णने येत. त्यात एखादी विवाहित स्त्री आपल्या नवऱ्याच्या धाकट्या भावाबरोबर कसे स्वप्नमय रंगेल आयुष्य जगते त्याचे आकंठ वर्णन असे आणि त्याचबरोबर लग्नविधीच्या वेळी नातेवाइकांच्या काल्पनिक चुका, दुखऱ्या जागा वा व्यंग यांचेही मोठे अर्थपूर्ण संबंध येत. हा सर्व भाग लोकगीतांमध्ये असे. लोकगीते ऐकताना मला सौम्य धक्का बसला आणि त्याच वेळी खूप चैतन्यशालीही वाटले. म्हाताऱ्या बाईने ती किती परावलंबी आहे हे सांगताना म्हटले, "मी माझा भात माझ्या नातवंडांना सांभाळून कमावते." हे विधान अतिशय अर्थपूर्ण आहे. प्रत्येकाने उपयोगी असलेच पाहिजे. विशेषत: ज्या बायकांजवळ जमीन नाही, त्यांना मानाचे स्थान किंवा आयते जेवण मिळण्याची काहीच शक्यता नाही. त्यांना श्रमाचा आपला वाटा उचलावाच लागतो. म्हाताऱ्या माणसांबद्दल आदर बाळगला पाहिजे, वयोवृद्ध आईवडिलांची काळजी घेतलीच पाहिजे, मग ते उपयोगी पडोत अगर न पडोत या माझ्या नीतिमूल्यांच्या वारशाला चांगलाच धक्का बसला. त्याचबरोबर बाहेरून कितीही आदर दाखविण्याचे नाटक केले तरी वडीलधाऱ्या माणसांबद्दल बेफिकीर असलेल्या, तसे वागणाऱ्या माझ्या काही नातेवाइकांच्या आठवणीसुद्धा पुन्हा जाग्या झाल्या.

एका टाकलेल्या नवऱ्याच्या बायकोला जेव्हा तुलनेने श्रीमंत आणि मानाचे स्थान असलेल्या त्या जमातीतील पुरुषाने भुरळ घालून हिरावून नेले, तेव्हा त्या दुःखी नवऱ्याला पुरेशी नुकसानभरपाई द्यायला न लावण्याची सवलत दिली गेली. यातून पंचायत राज्याची, सत्तेच्या संदर्भात किती कुशल खाचाखोचा असलेली समज या व्यवस्थेत होती हे लक्षात आले. या प्रसंगातून माझ्या लक्षात आले, की पंचायतीने काय नोंदवले आणि काय लक्षात न घेताच (किंवा कोणत्याही प्रकारे उल्लेख न करताच सोडून दिले) ...अशा नवऱ्याला 'जेव्हा त्याचे स्वत:चे स्वयंपाकपाणी करणारे भांडे फुटले तेव्हा त्याला आणखी एक नवे भांडे विकत घेण्यासाठी' काय मिळणार, या सर्व गोष्टी फार गुंतागुंतीच्या आणि हुशार हिकमतीच्या होत्या. अधिकार आणि सत्ता यांचे कार्य समुदायाच्या नियमांच्या मध्यस्थीतीतून केले जात होते. विशिष्ट घटनांमधून, केसेसमधून पुढे येणारे हे प्रश्न स्त्रियांच्या जाणत्या हास्यातून किंवा वेडावून दाखविणाऱ्या कुत्सित शब्दांतून अभिव्यक्त होत.

१९५३ साली माझा पीएच.डी.चा प्रबंध पूर्ण झाला. त्यामध्ये एका विशिष्ट प्रांतात स्थायिक झालेल्या खास गोंड जमातींमधल्या, त्यातही स्त्रिया केंद्रस्थानी मानून उच्चजातीय स्त्रियांशी उघड तुलना आणि सूचक विरोध मांडून त्यांचा मानवजातिशास्त्रीय तपशील मांडला होता. प्रबंध लिहिताना माझ्यात समाजातल्या दुसऱ्या संस्कृतीशी माझी पहिली गाठभेट झाली. त्या वेळी मी जे निरीक्षण केले होते त्याचा माझ्यावर खोल ठसा उमटलेला असूनही विशेषत: जी तथ्ये आणि आकडेवारी मी मिळवली होती त्याचा परिपूर्ण आशय मला समजला नव्हता.

काही काळानंतर गोंड समाजाच्या अनुभव अभ्यासातून जे शिकले त्याचे व्यापक

चिकित्सक अर्थ मला समजले. अवकाश आणि काळाच्या संदर्भात त्याचे महत्त्वही उमगले. तेव्हा मात्र या मानवजातिशास्त्रीय नोंदी म्हणजे माझ्या मानवशास्त्रीय अभ्यासाच्या विकासाच्या दृष्टीने महत्त्वाचा मूलभूत स्रोत ठरल्या. मी स्वत: जशी प्रौढ होत गेले आणि प्रगल्भ होत गेले, अगदी लिंगभावाच्या अभ्यासातली माझी स्वत:ची गुंतवणूक वाढली, यावर ही समज आधारली होती. पण त्याची कहाणी पुढे येईल.

मला आठवते की लग्नानंतर मी हिंदी साहित्याचे वाचन हावरटपणे केले. भारतातील अन्य भाषांमधील भाषांतरे वाचली. भारतीय सामाजिक वास्तवातली विविधता आणि गुंतागुंत यांचे भान मला या वाचनाने दिले. वाचताना माझ्यातला मानवजाती अभ्यासक तसेच माझे लिंगभावविषक जागरूक व्यक्तित्व जागे होई; आणि मी त्या वाचनातून माझ्या स्वत:च्याच नाही तर इतरांच्याही कृती, प्रयत्नांचे समर्थन कधी शोधले; तर कधी या वाचनातून दिशा, मार्गदर्शन किंवा अगदी सहानुभूतीही शोधली. या खटाटोपातून माझ्या स्वत:च्याच नाही तर इतरांच्याही कृती आणि क्लृप्त्या यांचे समर्थनही शोधले. या प्रक्रियेत चांगले काव्य माझ्या खासगी जीवनामध्ये समरस झाले. येथे हे नोंदविणे सयुक्तिक होईल, की आयुष्याच्या कोणत्याही टप्प्यावर पुरुषांच्याकडून पुरुषवर्ग, म्हणून कधी मला तिरस्कार वाटला नाही आणि मी कधीही पुरुषांची वर्चस्वाची संकल्पना स्वीकारली नाही.

५

माझ्या प्रबंधानंतर काही वर्षे माझे करियर खंडित स्वरूपाचे होते. तरीही मानवशास्त्राशी माझा संपर्क कधी तुटला नाही. या काळात माझे नशीब माझ्या नवऱ्याच्या कामाशी बांधले गेले होते. एक प्रकारे श्यामचरण दुबे यांचे मी एक उपांग झाले होते. कधी काही काळ ते असतील तेथे शिक्षकाचे काम करायचे तर कधी त्यांचा अभ्यासक्षेत्रात वा विश्लेषणात त्यांची संशोधन सहायक म्हणून काम करायचे, आणि कधी तर सौगर युनिव्हर्सिटीत मानवशास्त्राच्या विभागात कायमची नोकरी मिळेपर्यंत अगदी विनावेतन अध्यापनही स्वीकारले. पण जिथे कुठे आम्ही राहिलो ते आमचे घर म्हणजे सर्वांसाठी खुले असे. मानवशास्त्र आणि त्याच्याशी संबंधित विषयांवर अखंड चर्चा चालत असत. आमच्या घरी चांगल्यापैकी ग्रंथालय होते, तसेच आमच्या विभागातल्या आणि विद्यापीठातील ग्रंथालयात मला सहज प्रवेश मिळत असे. माझ्या मुलाचे संगोपन आणि माझे मानवशास्त्राचे काम हे दोन्ही सांभाळणे मला अजिबात कठीण गेले नाही.

या काळात मानवशास्त्राच्या दृष्टीने गाभ्याच्या समजल्या जाणाऱ्या क्षेत्राकडे मी ओढली जात होते आणि हळूहळू कुटुंबसंस्था आणि नातेसंबंधाचे क्षेत्र या अभ्यासात रस घ्यावा, असे मला मनातून वाटू लागले. मला या कार्यक्षेत्राबद्दल जो मनातून ओढा वाटत होता त्याचा पाया या विषयाचे स्त्रीजीवनाशी असणारे जवळचे नाते हा असेल.

(अर्थात हे फार जाणीवपूर्वक नव्हते.) पण त्याचबरोबर मानवशास्त्रज्ञ इरावती कर्वे यांच्याशी माझ्या ज्या भेटीगाठी झाल्या त्याचाही वाटा मोठा आहे.

माझ्या लग्नानंतर थोड्याच दिवसांनी मी इरावती कर्वे यांना भेटले. त्या वेळी त्या 'कौटुंबिक नातेसंबंधाचे संघटन' या त्यांच्या महत्त्वाकांक्षी आणि उत्सुकता निर्माण करणाऱ्या प्रकल्पाच्या संदर्भात नागपूरला आल्या होत्या. एका प्रदीर्घ भेटीच्या वेळी त्या माझ्या नवऱ्याशी त्याचे 'कमार' जाती (हस्तांतरित शेती करणाऱ्यांची जमात) बद्दलचे काम कसे काय चालले आहे, याबद्दल बोलल्या आणि नंतर त्यांच्या स्वत:च्या तौलनिक नातेसंबंधांच्या प्रचंड मोठ्या प्रकल्पाबद्दल त्यांनी चर्चा केली. इरावती कर्वे यांना उदंड आत्मविश्वास होता आणि तरीही त्यांच्या कामाशी सुसंगत असणारे तपशील जाणून घेण्याची त्यांना विलक्षण उत्सुकता होती. असीम असा उत्साह असणाऱ्या प्रचंड शब्दसामर्थ्य असणाऱ्या, उंचनिंच, गोऱ्यापान, बांधेसूद अशा मानवशास्त्रज्ञ स्त्रीच्या अमाप उत्साहाचा माझ्यावर फार खोलवर प्रभाव पडला. माझ्या खुजेपणाच्या आणि मध्येच गचके खाणाऱ्या आत्मविश्वासाच्या तुलनेत मला इरावतीबाई एखाद्या भव्य मूर्तीसारख्या भासल्या. १९५९ मध्ये मी त्यांना पुन्हा इंडियन सोशिऑलॉजिकल कॉन्फरन्समध्ये कलकत्त्याला भेटले. तेव्हा कर्वे यांचे 'गोतावळ्याचे संघटन' हे पुस्तक समाजविज्ञानाच्या ज्ञानशाखेतील एक महत्त्वाचा टप्पा म्हणून ठसठशीतपणे नोंदविले गेले होते. न्याहरीच्या वेळी टेबलाशी बसून आणि परिषदेमध्ये त्यांचे बोलणे ऐकत असताना त्यांची प्रतिभाशाली बुद्धिमत्ता, मौलिकता, मूळ संहितांचे विस्तृत ज्ञान आणि अचूक विधाने करण्यातले एक प्रकारचे धारिष्ट्य – हे गुण त्यांच्या गोतावळा, कुटुंब, जाती आणि हिंदू समाज याविषयी त्यांनी केलेल्या कामात भरपूर प्रमाणात आढळतात. (संदर्भ पाहा ८)

वर सांगितलेल्या सर्व क्षेत्रांतील त्यांच्या कामाने मला स्फूर्ती दिली. कर्वे यांच्याबरोबरच्या पुण्यातल्या भेटी हा एक वेगळाच अनुभव होता. तरीही मी फक्त त्यांच्या पावलावर पाऊल टाकून चालले नाही, इतकेच नाही तर त्यांच्या अभ्यासातील काही ठिकाणी जी ढिलाई होती, त्याचीही मला जाणीव होती. तरीसुद्धा माझ्या कुटुंब आणि गोतावळा संबंधातील संशोधनाला तसेच पुढच्या काळात मी नातेगोते संबंध आणि लिंगभाव यामधील गतिमानतेसंदर्भात केलेल्या विवेचनाला साकार करण्यात त्यांचे लेखन कळीचे ठरले. विशेषत: इरावतीबाईंनी गोतावळा आणि विवाहसंस्था या संदर्भातील स्त्रियांची परिस्थिती याविषयी जे पायाभूत काम, उत्तर आणि दक्षिण भारताच्या तुलनेवर आधारित केले, तसेच महाराष्ट्र आणि कर्नाटक या प्रांतांतील काही विशिष्ट जाती आणि नातेसंबंध यावर जे एकाग्र पद्धतीने अभ्यास केले, त्यांनी मांडलेली मध्यवर्ती टापू (central zone) ही संकल्पना आणि आपण हाती घेतलेल्या कामातून, त्यातील कल्पनांबद्दल त्याच्यात घातलेली भर यावर केलेल्या उत्स्फूर्त चर्चा हे सारे फार महत्त्वाचे

होते. त्यांचे मराठीतील लेखन, अगदी लोकगीतांवरील लेखनासह माझ्या दृष्टीने फार महत्त्वाचे, परिणामकारक ठरले. गोतावळ्यासंबंधाच्या व्यवस्थेमधल्या विविधतेचे मला जे आकर्षण वाटते त्याचे मूळ मी वाचलेल्या पहिल्या मानवशास्त्रज्ञ मॉलिनोवस्कींच्या लिखाणात आहे. त्याच्यात मातृवंशीय गोतावळ्यासंबंधात कित्येक प्रकारची कोडी आणि आव्हाने सूचित केलेली होती. मी १९५० च्या अखेरीस 'गोतावळा' या विषयावर व्याख्याने द्यायला सुरुवात केली त्या काळात भारत आणि परदेशात केलेल्या अभ्यासाव्यतिरिक्त, आफ्रिकेतील मातृवंशीय पद्धतींचा अभ्यास (e.g. Colson 1958, Mitchell 1956; Turner 1957) भारतात उपलब्ध झाले होते. आता भारतातील समाजपद्धतीपेक्षा वेगळ्या पद्धती जाणून घेण्याचे मला अधिकच आकर्षण वाटू लागले. विविध प्रकारच्या रीतीभाती आणि त्यांचे पालन करण्याच्या पद्धतींवर व्याख्याने देण्यामुळे मला मुक्त झाल्यासारखे वाटू लागले आणि मातृवंशीय नातेसंबंधांबद्दल वाचन करण्याचा अनुभव अत्यंत चैतन्यशाली वाटला. त्याच वेळी बहुतांश भिन्न मातृवंशीय मानवजातीशास्त्रे तसेच त्यांचे पुरवणीवाचन किंवा पाठ्यपुस्तके, या व्यवस्थेतील सतत आंतरिक विसंगती आणि संघर्ष याबद्दल बोलत राहिले. या सर्वांनी मोठ्या प्रमाणात मातृवंशीय मानवजाती या राजकीय अर्थव्यवस्थेच्या एका सरळसोट पातळीपर्यंतच अस्तित्वात राहतील, अशी शक्यता वर्तविली होती. अंतिमत: ही व्यवस्था नष्ट होणार आहे असेही भविष्य ते वर्तवित होते. खरे तर दैनंदिन जीवनाची वर्णने, संस्थात्मक व्यवस्था आणि या मानवजातिशास्त्रातले खासगी नातेसंबंध सारे लक्षात घेता हे भाकीत तसे रास्त वाटेना. मातृवंशीय समाजाकडून काही वेगळाच संदेश यातून मिळतो असे मला वाटते. माझी अस्वस्थता मला टाळता येईना. विशेषत: दक्षिण–पूर्व आशियामधील अभ्यासातून द्विपक्षीय समाजाविषयीचा गोतावळा पद्धतीमधून उपलब्ध झालेली भिन्न परिमाणेही खुली होत होती. (e.g. Djmour 1959 ; Freeman 1958 ; Murdock 1960) ही अस्वस्थता आणि वाचन यावरून असे जाणवत होते, की देशातील मातृवंशीय समाजांचे मानवजातीविषयक संशोधन आणि तेही नवीन परिप्रेक्ष्यातून आणि नव्या संशोधनासाठी नव्या प्रश्नांमधून होणे गरजेचे आहे. १९६० च्या सुरुवातीच्या वर्षात एकीकडे मध्य भारताच्या केंद्रस्थानी असणाऱ्या सौगर विद्यापीठात अध्यापन करणे आणि गृहिणी आणि दोन मुलांची आई म्हणून जबाबदारी पार पाडत असताना दूरच्या ठिकाणी जाऊन क्षेत्रीय अभ्यास हातात घेण्याचा विचारसुद्धा करणे मला कठीण होते. भारतातील दूरदूरच्या प्रांतात विविध विषयांवरील संशोधनाचे काम करणाऱ्या विद्यार्थ्यांवर पर्यवेक्षक म्हणून काम करणे फार आव्हानात्मक वाटले. १९५० सालच्या अखेरीस आणि १९६० सालच्या सुरुवातीस सौगर विद्यापीठातील मानवशास्त्राचा विभाग छोटेखानी भारत म्हणून ओळखला जात होता. कारण देशभरातल्या विद्यार्थ्यांना त्याचे आकर्षण वाटत होते. अब्दुल रहमान कुट्टी केरळहून आला होता. सौगरला मानवशास्त्राची

एम.ए.ची पदवी घेतल्यानंतर मी त्याच्या पीएच.डी.च्या संशोधनाची पर्यवेक्षक म्हणून काम करावे, अशी त्याने माझ्याकडे येऊन विनंती केली. अरेबियन सागरातील दहा बेटांच्या गटापैकी केरळ बेटावर काम करायचा त्याचा इरादा होता. लखदीव बेटे, केरळातील कुट्टी जेथे होता, त्या राज्यापासून २२५ ते ४५० कि.मी. अंतरावर होती. इथले लोक मातृवंशीय पद्धतीबरोबरच इस्लाम मानणारे होते. अधूनमधून नवऱ्यांनी भेटीला येणे ही त्यांची प्रथा मध्य केरळातील नायरांमध्ये प्रचलित असणाऱ्या पारंपरिक प्रथेसारखीच होती. लखदीवच्या काही विभागातील गोतावळा आणि विवाह संस्था यावर संशोधन करण्यासाठी योग्य असे संशोधन प्रस्ताव करण्यासाठी काही प्रमाणात पुरेशी साधनसामग्री कुट्टीजवळ होती. आपली काहीतरी उच्च सैद्धांतिक भूमिका आहे, असा कुट्टीने कधीच दावा केला नाही. तो नेहमी साध्या सोप्या भाषेतच बोलत असे. तो माझ्याकडे आला तेव्हा तेव्हा त्याची उत्सुकता आणि त्याचा उत्साह काहीतरी धाडसीपणा करून दाखविण्याशी संलग्न होता. पोवळी उपलब्ध असणाऱ्या लहानशा बेटांवर जाण्याची कल्पना त्याला अधिक आकर्षक वाटत होती. त्यामानाने इस्लाम आणि मातृवंशीयता यांचे सहजासहजी न आढळणारे मिश्रण त्याला फारसे आकर्षक वाटले नसावे. पावसाळ्यात मुख्य भूप्रदेशापासून या बेटांचा संपर्क पूर्णपणे तुटत असे. इतकेच नव्हे, तर कोरड्या/चांगल्या ऋतूतदेखील मुख्य भूप्रदेशाशी व्यापारासाठी बेटावरचे लोक ज्या शिडाच्या साध्या होड्या वापरीत तेच एक वाहन या छोट्या बेटावर जाण्यासाठी मिळे. ही बेटे आणि मुख्य भूप्रदेश यांना जोडणारी बोटींची सोय तेव्हा नव्हती. कुट्टीने या साहसात उडी घेतली आणि काही महिन्यांनंतर तो परत आला तेव्हा अगदी वेगळ्याच समाजपद्धतीविषयी माहिती घेऊन आला. ही माहिती म्हणजे खरे तर चकित करणारा प्रचंड खजिना होता. विभक्त कुटुंबाच्या वैश्विकतेसंदर्भात विवाहाच्या बहुविध कारणांसंदर्भात जे चिकित्सक वाद चालले होते त्याच्या पायाशी असणाऱ्या बहुपतित्वाच्या चालीसारखी ही व्यवस्था होती. (Murdoch, 1949, Radeliffe Brown 1950; Gough 1955-1961) कुट्टीने अत्यंत परिश्रमाने काल्पेनीतल्या (त्याने अभ्यास केला ते बेट) घराघरातून जी जनगणना केली त्यानुसार ७६ टक्के पुरुष हे अधूनमधून भेट देणारे नवरे होते. यातील घरादारांचे जे आदर्श रचित होते त्यात विभक्त कुटुंबे संस्थात्मक रचना म्हणून स्थिर होण्यासाठी काही वावच नव्हता. मानवतेचे दोन प्रवाह होते, मातृवंशीय आणि वैयक्तिक. दोन पद्धतीचे कायदे होते – मातृवंशीय पद्धत आणि इस्लामिक. आणखी एक महत्त्वाचे लक्षण म्हणजे या बेटावरच्या लोकांमध्ये असलेली धर्माबद्दलची तीव्र भावना. उत्पादन आणि आर्थिक व्यवहार, संपत्तीची वाटणी आणि विभागणी आणि घरादाराची रचना यासंबंधीची कुट्टीने जमविलेली माहिती अप्रतिम होती. खरोखरीच कालपेनीची समाजपद्धती इतकी असामान्य होती की, या गोळा केलेल्या तथ्यांसाठी विश्लेषणाचे नवे उचित कोटिक्रम निर्माण करणे आवश्यक होते.

शिवाय या माहितीमध्ये कितीतरी रिकाम्या जागा होत्या त्या भरून काढायला हव्यात, हेही स्पष्ट झाले.

'मॅट्रिलिनियल किनशिप' (मातृवंशीय गोतावळा) या अभ्यासातील खास करून गॉ यांच्या नायर आणि मापिल्ला यांच्यावरची कळीची संहिता विशेष उपयुक्त ठरली. पश्चिम सुमात्रामधील मिनंगकाबाऊवरचे काही लेख सूचक ठरले. तरीही या बेटाचा समाज खोलात समजून घेण्यासाठी विशिष्ट वंशावळींची, काही खास अशा मशिदींच्या इतिहासाची, एक जीवनचक्रामध्ये पाळल्या जाणाऱ्या विधी, कर्मकांडांच्या वर्णनाची तसेच 'तारवाड' गटांच्या व्यक्ती-व्यक्तींमधील नाते आणि आप्तसंबंधांमधील नात्यांच्या नकाशाची, इस्लामच्या कार्यपद्धतीच्या प्रक्रियेचे नेमकेपण स्पष्ट करण्याची गरज होती. बऱ्याच चर्चा झाल्यावर बेटाची दुसरी सफर काळजीपूर्वक आखली गेली आणि कुट्टीने ती यथावकाश (आणि मोठ्या प्रमाणात यशस्वीपणे पार पाडली.) कुट्टीने जमवलेल्या तथ्यांमधून विचार करण्याची प्रक्रिया, तसेच नवे कोटिक्रम आणि विश्लेषणाच्या नव्या पद्धती निर्माण करणे हे एक आव्हान होते. आयुष्यात पहिल्यांदाच खऱ्या अर्थाने मातृवंशीय समाजाला मी सामोरी जात होते. असा एक समाज होता की ज्यामध्ये द्विस्थानीय घरे होती; मातृवंशीय पद्धतीची घरेदारे होती आणि ठिसूळ विवाहसंस्था होती. इस्लामिक श्रद्धा आणि मातृवंशीय तत्त्वांसह केले गेलेले उत्खनन यांचे मिश्रण या दोन एकत्र आलेल्या कैचीत सापडलेल्या कालपेनीच्या समाजाच्या व्यापक गतिमानतेचा अभ्यास अत्यंत सूक्ष्मपणे करण्याची फार गरज होती. (Kutty 1972) मातृवंश आणि इस्लाम यांच्यातील निर्मितीक्षम, एकमेकांत गुंतलेल्या कृतींच्या वेगवेगळ्या पैलूंचे - अर्थात इस्लाम धर्मामध्ये पितृवंशीय आणि पितृसत्ताकता यावर जास्त भर दिलेला होता. कुट्टीच्या प्रबंधात भरीव विश्लेषण होते. मी इस्लामशी आवश्यक ती जास्त ओळख करून घेण्याचे निकराचे प्रयत्न केले. वेगवेगळे मातृवंशीय समाज आणि भिन्न गोतावळ्याच्या पद्धतीत मुळे रुजलेल्या मुस्लिम जाती-जमातींच्या तुलनात्मक चौकटीत कुट्टीने गोळा केलेल्या तथ्यांचा अधिक शोध घेतला. परिणामी, (Matriling and Islam and Dube and Kutti 1969) हे पुस्तक तयार झाले.

## ६

माझे समाधान झाले नव्हते. या बेटांच्या मानवजातीशास्त्राच्या चौकटीत त्यातील भिन्न घटकांचा शोध घेण्याची प्रचंड शक्यता असल्याचे दिसते. वहिवाटीवरून गेलेल्या या संशोधनामध्ये असणाऱ्या शक्यता दिसल्या. कारण कालपेनी संस्कृतीचा विचार मानवजातीशास्त्र या ज्ञानशाखेमध्ये जे कळीचे वाद, चिकित्सक विचार विकसित झाले, नवी परिप्रेक्ष्ये उदयाला आली त्या व्यापक संदर्भातच.

इथे मला असे आढळले की मातृवंशीय आणि इस्लामिक कार्यपद्धतीबद्दलच्या

कुट्टीच्या कल्पना पुरेशा स्पष्ट नव्हत्या. तसेच मालमत्तेच्या बाबतीतले मतभेद, भांडणे यासंबंधी पुरेशी माहिती त्याच्याजवळ नव्हती. याला कारण कुट्टीच्या मूळ स्वभावामुळे या मतभेदांपासून तो संकोचाने तर दूर राहिला नसेल? की खोलातली माहिती मिळविण्यासाठी त्याने जे मित्र गाठले होते त्यांना या मालमत्तेच्या संदर्भातील मतभेदात अगर वादविवादात त्याविषयी बोलण्यात फारसे तथ्य वाटले नसेल? तेदेखील त्यांना नेमके प्रश्न विचारले न गेल्यामुळे? किंवा विधीमानवशास्त्रात झालेल्या विकासासंदर्भात त्याला पुरेसे जागरूक केले गेले नसेल? काही असो, काही प्रमाणात दोन प्रकारच्या संपत्तींच्या व्याख्या आणि व्यवस्था या संदर्भात धूसरता, संदिग्धता आली होती. अशा मालमत्तांची केली जाणारी विल्हेवाट वा विनियोग या संदर्भातील मतभेदांची शक्यता, दोन कायदेशीर पद्धतींची कार्यवाही आणि त्यातले हितसंबंध, भावना आणि या कार्यक्षेत्रातील सत्तासंबंध, त्याचप्रमाणे कालपेनी समाजातील परंपरागत आणि इस्लामिक कायदे याबाबतच्या वसाहतवादी स्पष्टीकरणाचे त्यातील स्थान या सर्व प्रश्नांभोवती एक धूसरतेचे वलय निर्माण झालेले होते. (दुबे : १९४१)

या बेटाच्या संस्कृतीमध्ये लग्नाचा अर्थ आणि त्याचा आशय हे आणखी तपासून पाहण्यामध्ये मला रस होता. कुट्टीने लग्नासंबंधी भरपूर प्रमाणात माहिती गोळा केली असली तरी आणखी वेगळे प्रश्न विचारण्याला त्यात खूपच वाव होता. पुन्हा एकदा माझी व्यावसायिक आणि व्यक्तिगत आवड एकत्र झाली होती. विवाह – विशेषत: त्याच्या भिन्न परिमाणांच्या संदर्भात – या विषयाने – मानवजातीशास्त्राच्या अभ्यासामध्ये आणि मानवशास्त्रासंबंधीच्या चर्चांमध्ये एक महत्त्वाचे स्थान मिळविले होते. लग्नाच्या व्याख्या, बहुपतीत्व,आणि बहुपत्नीत्व या मुद्द्यांपासून ते लग्नाने मिळणारे हक्क, मुलांवरचे हक्क, वधूची किंमत, वधूची मालमत्ता आणि लग्नसंबंधाचे स्थैर्य इथपर्यंत – लग्नसंबंधाचे क्षेत्र हा अभ्यासाचा महत्त्वाचा नवा प्रांत असल्याचे दाखवून दिले होते. त्याचबरोबर व्यक्तिगत आणि सामाजिक अनुभवांच्या पातळीवर आणि न संपणाऱ्या आत्मशोधाच्या प्रयत्नात लग्न हा प्रकार थक्क करणारा, दिशाभूल करणारा आहे, असे मला नेहमीच वाटत होते. लग्न टिकविणे कठीण असते, त्यात प्रचंड यातना असतात, लग्नाच्या चौकटीत डावपेच लढवावे लागतात आणि तडजोडही स्वीकारावी लागते. त्यातून हिंसक प्रतिक्रियांना आणि अत्यंत दुखावणाऱ्या परस्परसंबंधांना तोंड द्यावे लागते आणि तरीही या संबंधातून एक समाधानही मिळते. अशा तऱ्हेने कुट्टीचे धाडस म्हणून जे सुरू झाले तो मानवशास्त्रामधला माझा अत्यंत कळीचा विषय बनला. १९६९ मध्ये बेटावर जाण्यासाटी बोटीची व्यवस्था सुरू झाली. माझा धाकटा मुलगा तेव्हा नऊ वर्षांचा झाला होता आणि आता मी कालपेनीची कार्यसफर पत्करली. (Chapter 1 and 5) या बेटाचे स्वरूप समजून घेण्याच्या माझ्या सुरुवातीच्या धडपडीतून माझ्या लक्षात आले, की दक्षिण आशियातील मुख्य भूप्रदेशातील स्त्रियांपेक्षा इथल्या स्त्रियांच्या

परिस्थितीचे चित्र काही वेगळेच आहे. कालपेनीमधल्या स्त्रियांचा दर्जा निश्चित करण्याचे निकष मातृवंशाचे सातत्य किंवा पूजनीय माता म्हणून प्रतिमा याच्या पलीकडचे आहेत याची मला जाणीव होती. मातृवंशीय व्यवस्था आणि इस्लाम यामधील देवाणघेवाणीतून स्त्रियांना एक विशिष्ट आणि लाभदायी ठरणारे स्थान असावे, असे सूचित होत होते. आता या बेटावरच्या लोकांबरोबर राहताना, लग्नसंबंधातले बेबनाव आणि मालमत्तविषयीचे वादविवाद या संदर्भातल्या बैठकांना हजर राहिल्यामुळे सामावून घेणाऱ्या चर्चा आणि अनुरूप स्पष्टीकरणे ऐकताना असा वादातीत पुरावा मिळाला की इथे लिंगभावाच्या संबंधांचे स्वरूप गुणात्मकदृष्ट्या भिन्न होते. लिंगभावासंदर्भातील प्रश्नांचा पाठपुरावा करताना मालमत्ता आणि विवाह या दोन कळीच्या चाव्या आहेत, हे खरोखरच सिद्ध झाले. मागे वळून पाहताना आता लक्षात येते, की या बेटावरील समाजाचा अभ्यास करतानाच मला नंतरच्या आयुष्यात ज्या कळीच्या प्रश्नांनी घेरून टाकले होते. उदा. लैंगिक संबंध आणि मालमत्तेवरील अधिकार, मुलेबाळे आणि त्यासंदर्भातील पैस – असे प्रश्न आधीच आकाराला आले होते. (Chapters 3 to 6 and Dube 1991)

इथे थोडे विषयांतर करावे लागणार आहे. मी 'गोंड स्त्रियांचे स्थान' या विषयावर जो प्रबंध लिहिला होता तो जरी प्रसिद्ध केला नव्हता तरी अध्यापन क्षेत्रात आदिवासी स्त्रियांवरील माझ्या या लेखनाबद्दल माहिती होती. तसेच उत्तर प्रदेशातील बदलांसंदर्भात ग्रामीण स्त्रियांचे प्रतिसाद याविषयी मी केलेल्या अभ्यासाचेही होते. (पाहा : शामचरण दुबे : १९५८) जेव्हा १९६० च्या सुमारास समाजशास्त्र आणि मानवशास्त्र क्षेत्रात संशोधनाच्या दृष्टीने स्त्रियांविषयीचे विविध विषय आकार घेऊ लागले त्या काळात मला अन्य विद्यापीठांतील या क्षेत्रात झालेल्या प्रबंधांचे मूल्यमापन करण्याची संधी मिळाली. तसेच पद्व्युत्तर आणि प्रबंधात्मक पातळीवर आमचे जे विद्यार्थी स्त्रियांसंदर्भात काम करत होते, त्यांनाही मार्गदर्शन करण्याची संधी मला मिळाली. असे अभ्यास बहुतांश स्वरूपात नोकरी करणाऱ्या स्त्रियांमधील भूमिकांचा संघर्ष तसेच स्त्रिया आणि उच्च शिक्षण, स्त्रियांमधील आरोग्याविषयीची जाणीव आणि नियोजनातून येणाऱ्या बदलाला स्त्रियांचा प्रतिसाद अशा विषयांवर असायचा. जरी माझ्या विद्यार्थ्यांच्या अभ्यासात मी काही प्रमाणात मानवजातीशास्त्र आणण्याचा प्रयत्न केला, तरी हे अभ्यास संकल्पनांच्या पातळीवर किंवा पद्धतीशास्त्र म्हणून किंवा मानवशास्त्र नावाच्या शाखेमध्ये काही भर घालतील, अशा दृष्टीने आव्हानात्मक नव्हते. काही परदेशी विद्वान स्त्रियांच्या जीवनाशी संबंधित क्षेत्रांचा शोध घेण्यात गुंतले होते, त्यातले एक क्षेत्र पडदा हे होते. यातील काही अभ्यासकांबरोबर मी सहायक म्हणून काम केले होते. (see Jacobson, 1970) या अभ्यासामध्ये मला रस वाटत होता. तरीही माझी चालू असलेली आवडीची कामे सोडून द्यावी तेवढा रस मात्र वाटत नव्हता. या क्षेत्रातील तत्कालीन वाद,

संकल्पनात्मक आणि पद्धतीशास्त्रविषयक समस्या आणि भारतीय समाज आणि संस्कृती या संबंधीचे नवे मानवजातीशास्त्राचे अभ्यास हे सारे मला महत्त्वाचे वाटत होते. खरे पाहता स्त्रियांच्या जीवनाशी संबंधित विषय आणि स्त्री–पुरुषांच्या नात्यामधली गुंतागुंत या गोष्टी माझ्या मनात सतत घोळत राहिल्या होत्या आणि माझ्या शिकवण्यामध्ये त्या उतरत होत्या; पण स्त्रीप्रश्नांसंदर्भात गंभीरपणे मानवशास्त्रामध्ये त्या काळात विचारमंथन नव्हते, अगदी भारतीय सामाजिक संस्थांचा अभ्यास करतानाही स्त्रीप्रश्न दुर्लक्षित होता.

अनेक तऱ्हेच्या परिस्थितीमुळे मी कालपेनीमध्ये गोळा केलेल्या क्षेत्रीय साहित्यावर ताबडतोब लिहू शकले नाही. हे एका अर्थी चांगलेच झाले, असे म्हटले पाहिजे. मी फक्त थोडक्यात काही संपत्तीविषयक वादांविषयी त्यातही मातृवंशीय आणि इस्लामी कायदे आणि मूल्यव्यवस्था यांचा वापर अत्यंत निवडकपणे केला. (दुबे : 1969) तपशिलात लिहिले ते बेटावरील जातीव्यवस्थेशी साधर्म्य सांगणाऱ्या गटांविषयी. त्या गटांचा प्रारंभ कसा झाला या विषयीचे अंदाज, इस्लामच्या अंतर्गत त्यामध्ये झालेले बदल आणि वसाहतवादाच्या हस्तक्षेपामुळे त्यात झालेले फेरबदल यांविषयी. (Dube 1973 and 1976) हे लिहित असतानाच कालपेनी येथे घडलेले अनेक प्रसंग आणि घटना, लोक आणि त्यांची कथने आणि पुरावे आणि वंशावळी – हे कालपेनी येथील राजकारण, कायदा, मालमत्ता, विवाह आणि लिंगभाव यांच्याशी घट्ट बांधलेले – या सर्व आठवणींच्या रूपात मला झपाटून टाकीतच राहिल्या. यातले बहुतांश साहित्य, ढिगावारी नोंदणीवयांतून आणि टिपणांच्या गठ्ठ्यांमध्ये सुरक्षित राहिले. या माहितीवर काम करतानाच मी एकीकडे उपखंडातील मातृवंशीय जातिसंस्था आणि इतर प्रांतांविषयी विस्तृत वाचन सुरू केले. खरी गोष्ट अशी होती की, मातृवंशीय समाजाच्यासंबंधी पूर्वसूरींच्या प्रभावशाली सिद्धांकनाचे माझ्या मानेवर बसलेले भूत मी उतरवू शकले नाही. खरे तर त्यातील स्पष्टीकरणाबद्दल पुढच्या काळात प्रश्नचिन्हे उभी केली गेली. (e.g. Richards 1950; Schneider 1961) पितृसत्ताक समाजातील महत्त्वाच्या विसंगती पितृवंशीय समाजाचा आंतरिक भाग आहेत, या वस्तुस्थितीची जाणीव एकीकडे वाढली तेव्हा मातृवंशीय व्यवस्थेचे संघर्ष आणि विसंगती हे विशेष घटक होत, हा विचार मला पटेनासा झाला. दुसरीकडे भिन्न मातृवंशीय व्यवस्था आणि त्यांचे स्त्रियांच्या परिस्थितीच्या दृष्टीने होणारे परिणाम बारकाव्याने टिपण्यासाठी नव्या पद्धतीने प्रश्नांचे संकल्पनात्मक आकलन आणि संशोधन करायला हवे, याबद्दलची माझी जाणीव अगदी मंद, सौम्य अशी होती. तोपर्यंत स्त्रिया हा विचारात घेण्यासारखा विषय आहे, हे मानवशास्त्राने मान्य केले नव्हते. मग त्यांच्यावरचा आपल्या ज्ञानशाखेत असणारे पुरुषकेंद्रित पूर्वग्रह दूर करण्यासाठी काही हालचाली करून दोन पावले टाकणे तर दूरचेच होते. माझ्या या आधीच्या मातृवंशीय समाजाच्या लिखाणामध्ये स्त्रियांबद्दलच्या चर्चेचा सूर जरा खालच्या पट्टीतच असायचा. भारतातील नातीगोती आणि कुटुंबे

यासंबंधीच्या १९७०-७२ मध्ये 'इंडियन कौन्सिल ऑफ सोशल सायन्स रिसर्च' यांनी केलेल्या 'स्टेट ऑफ द आर्ट' या अहवालात स्त्रिया येतात, पण त्या संदर्भापुरत्याच. आणि त्यात पुढच्या काळातील संशोधनाच्या दृष्टीने स्त्रियांचे विशिष्ट प्रश्न वा समस्या यांचा अजिबातच उल्लेख नव्हता. (Dube 1974) खरे तर स्त्रियांची परिस्थिती आणि स्त्री-पुरुष संबंध याविषयी निर्मितीक्षम चिंतन करण्याचे भले मोठे आव्हान माझ्या आधीच्या पद्धतीच्या तीन मन:पूर्वक केलेल्या मातृवंशीय अभ्यास, चिंतनातून साकारत होते. बहुधा अधिकृत व्यावसायिक अभ्यास म्हणजे नेमके काय, याबद्दलच्या त्या वेळच्या कल्पना आणि नव्याने विकसित होणाऱ्या विश्लेषणाच्या चौकटींमधला रस यामुळे माझा कल माझ्याकडे असणाऱ्या अत्यंत सधन साहित्यातील 'मालमत्तेचे वाटप-पुनर्वाटप', कायद्याचा सोईपुरता वापर करून सत्ता आणि राजकारणाचा खेळला गेलेला खेळ आणि 'बेटांवरच्या विवाहांची कालमर्यादा' अशाच विषयांशी निगडित राहिला.

७

'स्त्रियांच्या दर्जाविषयक अहवाला'ची (कमिटी ऑन द स्टेटस ऑफ वुईमेन) सदस्य (१९७१-१९७४) या नात्याने मी प्रथम माझ्या अभ्यासविषयातील भांडवलाचा उपयोग भारतातील स्त्रियांच्या परिस्थितीचे मूल्यमापन करण्यासाठी केला. मातृवंशीय समाज आणि आदिवासी जातीतील स्त्रियांचा दर्जा यावर मी काम केलेले असल्याने मला या कमिटीमध्ये एक मानवशास्त्रज्ञ म्हणून येण्याचे निमंत्रण दिले गेले. नव्या क्षेत्रीय संशोधनाची माहिती घेणे वेळेअभावी शक्य नसल्याने आम्हाला आधीचे हाती असलेले साहित्यच वापरावे लागले. तरीही आम्ही अत्यंत कठोर परिश्रम करून त्यातील आंतरिक पूर्वग्रह, डोळ्यांना लावलेली झापडे आणि आंधळेपणा दूर करण्याचा प्रयत्न करीत राहिलो. अनेक तऱ्हेच्या अभ्यासमालिकांचे आमच्या कमिटीने आयोजन केले आणि तरुण आणि प्रस्थापित अभ्यासकांनी त्या अमलात आणल्या. त्यासाठी मानवजातीशास्त्रीय साहित्य आणि प्राचीन संहितांची साधने वापरली. त्यावर आधारित धार्मिक प्रथापरंपरांमधून दिसणाऱ्या स्त्रियांच्या प्रतिमा, भिन्न प्रकारच्या गोतावळा पद्धती, विवाह आणि घटस्फोट, विवाहात देण्यात येणाऱ्या पैशांच्या व्यवहाराचा अर्थ, (हुंडा आणि वधूची किंमत) वेश्याव्यवसाय, नोकरी करणाऱ्या स्त्रियांच्या समस्या आदी विषयांवर, तसेच वृत्तपत्रे, नियतकालिके यामध्ये येणारे स्त्रीप्रश्नांसंदर्भातील ऐतिहासिक वादविवाद यांचाही या अभ्यासात समावेश होता. आदिवासी जाती आणि समुदायासंबंधी विशेषत: त्यांच्यामधील स्त्रियांना एकांतवासात ठेवण्याच्या किंवा टाकून देण्याच्या प्रथा किंवा लिंगभाव आणि स्त्रियांच्या दर्जाविषयक विषयांवरील अन्य माहिती यांच्या प्रचंड साहित्यावर आधारित संशोधन, लेखन केले गेले. हे साहित्य मिळावे म्हणून भिन्न

संशोधनकेंद्रे, अँथ्रोपॉलॉजिकल सर्व्हे ऑफ इंडियाच्या विविध शाखा, बरीचशी विद्यापीठे आणि उच्च शिक्षण देणाऱ्या इतर संस्था यांनी हे साहित्य मिळवून देण्यास मदत केली. ही कागदपत्रे समोर ठेवून मी माझे मानवशास्त्राचे ज्ञान आणि पद्धतीशास्त्राची कौशल्ये याच्या आधारे मी जबाबदार असलेला अहवालाचा भाग पूर्ण केला. कमिटीच्या इतर सदस्यांनी लिहिलेल्या प्रकरणातून विशेषत: जनगणना, शिक्षण, कायदा आणि अर्थव्यवस्था हे विभाग आणि कमिटीच्या बैठकांमधून होणाऱ्या चर्चा हे सारे जोडीला असल्यामुळे भारतीय समाजातील स्त्रियांविषयीची माझी समज आणखी विस्तारली. अनेक विजोड स्तरांतून आणि सामाजिक वर्तुळातून स्त्रियांच्या जीवनाच्या भिन्न परिमाणांबद्दल मिळालेली माहिती वाचणे, त्यात मालमसाला भरणे, वेगवेगळे धागेदोरे एकत्र गुंफणे हे खूप काही शिकविणारे आणि स्वत:ला आतून शोधण्याचा अनुभव देणारे होते.

मला स्त्रियांच्या प्रश्नांसंदर्भात त्यांच्या समस्यांच्या बहुविध परिमाणांसंदर्भात निमितीक्षम विचार आणि कृती करण्याची तत्परता जाणवली आणि या विचाराने मला घेरले आणि यातील अनेक अभ्यास मानवजातीशास्त्रीय संशोधनातून यशस्वीरीत्या पूर्ण करता येतील असेही जाणवले. आपल्या अहवालासाठी आपण जर सध्या अस्तित्वात असलेल्या मानवजातीशास्त्रातील आणि समाजशास्त्रातील लिखाणांतून इतकी साधनसामग्री मिळवू शकलो, तर मग मानवशास्त्रीय अभ्यासातून नव्यानेच आकलन झालेल्या स्त्रिया आणि लिंगभावविषय संबंध या विषयांतून नक्कीच अत्यंत भरीव संशोधन शक्य होईल. त्याचबरोबर त्याला व्यावसायिक प्रतिष्ठाही मिळवता येईल. हे केवळ शासनमान्य होते म्हणून नाही, पण मानवशास्त्रात स्त्रियांच्या संदर्भातील विषयांना हात घालण्याशिवाय आम्हाला गत्यंतरच नव्हते. कदाचित् पाश्चात्त्य देशांत नव्या जाणिवेतून आणि ‘स्त्रियांचे मानवशास्त्र’ या दिशेने चाललेल्या हालचाली, स्त्रिया आणि विकास या विषयांवरील काही लेखन आणि स्त्रीवादी सिद्धांत या साऱ्यांच्या अस्पष्ट प्रभावाचे पडसाद या विचारांवर असतील.

या काळात मानवशास्त्र आणि वसाहतवाद यांच्यातील दुवे यासंबंधीच्या वादांचा तिसऱ्या जगातील बुद्धिवादी चर्चांवर कळीचा प्रभाव होता. याच्या इतकेच महत्त्वाचे म्हणजे विकासासंदर्भातील प्रश्न आणि सामाजिक बदलांसंदर्भातील नवे मुद्दे यातून आधुनिकीकरणाच्या प्रक्रिया आणि कोंडी या संदर्भात हे प्रश्नांचे संकलनात्मक आकलन करण्यात अभ्यासकांमध्ये आपसात मतभेद होते हे नक्कीच. त्याच वेळी विशेषत: भिन्न मार्क्सवादी, समाजवादी आणि गांधीवादी विचारांच्या प्रभावाखाली हे अधिकाधिक स्पष्ट होत गेले की, समाजविज्ञानाने दारिद्र्य, विषमता, सामाजिक अन्याय, शोषक संरचना आणि सर्वस्वाला मुकलेल्या लोकांचे भवितव्य विशेषत: मागास जाती आणि जमाती या मुद्द्यांना हात घातलाच पाहिजे. अगदी शेवटी स्त्री चळवळीनेही स्त्रियांचे दुबळेपण आणि कोंडी आणि लिंगभाव संघटित करणाऱ्या सांस्कृतिक गोष्टी या साऱ्यांची

चर्चा समाजविज्ञानांतर्गत झालीच पाहिजे, असे सुचविले. हे सगळे प्रभाव हळूहळू एकत्र आले आणि त्यांचे स्त्रियांच्या दर्जाविषयक समितीचा अहवाल – (कमिटी ऑन दि स्टेटस ऑफ वुईमेन) रूपांतर झाले तेव्हा जाणवले, की मानव्य आणि सामाजिक शास्त्रे यांच्या मूल्य निरपेक्षतेविषयी (Value Neutrality) असणाऱ्या दंतकथांविषयी मी तर यापूर्वीच कितीतरी आधी प्रश्न विचारू लागले होते.

## ८

स्त्रियांच्या दर्जाविषयक समितीचा अहवाल समानतेच्या दिशेने (Towards Equality) केंद्र सरकारच्या शिक्षण खात्याकडे १९७४ मध्ये दाखल करण्यात आला. याच सुमारास 'स्त्रियांचे मानवशास्त्र' या क्षेत्रातली महत्त्वाची प्रकाशने प्रसिद्ध होऊ लागली होती. (Rosaldo and Lamphere, eds, 1974; Reiter ed. 1975 संदर्भ पाहावे).

या लेखनाने 'स्त्रियांची आयुष्ये आणि परिस्थिती' यांचा अभ्यास मानवजातीशास्त्रातील अभ्यासाचे अधिकृत क्षेत्र मानले जाण्याची निकड व्यक्त केली. तसेच ज्ञानशाखांतर्गत आणि बाहेरच्या जगात त्याबद्दलचे गैरसमज आणि केले जाणारे खोटे चित्रण यासंबंधात प्रश्न उभे करण्यास सुरुवात झाली होती. मानवशास्त्रातील पुरुषकेंद्रिततेवर त्यातून घणाघाती टीका केल्या गेल्या. विशेषत: अनेक क्षेत्रांत स्त्रियांची जवळजवळ पूर्ण अदृश्यता आणि मानवजातीशास्त्रीय अन्य क्षेत्रांतील वर्णनात आणि सिद्धांकनात त्यांची विकृत दृश्यता यामुळे भिन्न संस्कृती आणि समाजांची चित्रणे अपूर्ण आणि विकृत स्वरूपात केली जातात, याकडे लक्ष वेधले गेले. खरोखरीच 'स्त्रियांचे मानवशास्त्र' आपल्या आधीच्या अभ्यासांच्या आणि सिद्धांकनाच्या चिकित्सक मूल्यमापनातून विश्लेषणात्मक चौकटी आणि परिप्रेक्ष्यांच्या पुनर्मांडणीतून वेगळे उठून दिसू लागले. मानवजातींच्या अभ्यासात आत्तापर्यंत भिन्न समाजांच्या त्यांच्या समस्यांच्या अभ्यासाला जे केंद्रस्थान होते त्याला पुन्हा भेट देऊन नवा आखलेला, जाणीवपूर्वक अभिनव दृष्टिकोन घेऊन हे नवे अभ्यासक्षेत्र उभे राहत होते. (पाहा : दुबे १९८६) या वेगवेगळ्या अभ्यासांच्या कल्लोळाने वादविवादांना तोंड फुटले आणि ते अद्याप चालू आहेत.

मला गोतावळा या क्षेत्रामध्ये सर्वसमावेशक वाटणारा रस त्यात काम करायला लावीत होता. तसेच स्त्रियांच्या दर्जाविषयक कामासाठी नेमलेल्या समितीशी असलेला माझा संबंध आणि थोड्या काळानंतर (IUAE – कमिशन ऑफ वुईमेन)शी आलेला संबंध, तसेच 'स्त्रियांचे मानवशास्त्र' आणि 'स्त्रीवादी मानवशास्त्र' यामध्ये माझे जवळजवळ स्वत: बुडून जाणे, यामुळे गोतावळा आणि लिंगभाव ही माझी संशोधनाची आणि लिखाणाची गेल्या पंचवीस वर्षांतली कळीची क्षेत्रे आहेत यावर शिक्कामोर्तब झाले.

IUAE कमिशन ऑन वुईमेनची अध्यक्ष या नात्याने (1976-1993) जगातल्या

वेगवेगळ्या भागांतून लिंगभाव या विषयावर काम करणाऱ्या विद्वानांशी जवळचे संबंध जोडण्याची मला अनेकदा संधी मिळाली. १९७८ मध्ये सुरुवात करून या आयोगाने दर पाच वर्षांनी भरणाऱ्या प्रत्येक आंतरराष्ट्रीय काँग्रेसमध्ये विविध विषयांवर परिसंवाद आणि पॅनेल चर्चा घडवून आणल्या. प्रादेशिक परिषदा आणि मध्यावधी बैठकांचेही आयोजन केले. या बैठकांच्या वृत्तान्तातून कित्येक खंड बाहेर पडले. परिषदा आणि परिसंवादासाठी आयोगाने इतर संस्थांबरोबरही काम केले. या प्रोत्साहनाने, पुढाकाराने आणि परस्परांबरोबर काम करण्याने माझ्या स्वत:च्या कामाच्या कक्षाही विस्तारल्या.

स्त्री अभ्यासाचा व्यापक पैस उदयाला येण्यामुळे या घटनेने फार मोठी कळीची भूमिका येथे बजावली. लिंगभाव आणि स्त्रियांची चळवळ यांमधून आंतरशाखीय अभ्यासांचा जो विकास झाला त्याच्या व्यापक संदर्भात 'स्त्री अभ्यास' नावाच्या ज्ञानशाखेने भारतात जन्म घेतला. हे सारे 'समानतेच्या दिशेने' आणि 'स्त्रियांच्या मावनवंशशास्त्र' जेव्हा उदयाला येत होते त्याच काळात घडले.

पुढच्या काही काळात भारतातील स्त्री अभ्यासाने अभ्यासक, कृतिशील अभ्यासक, कार्यकर्ते यांच्यामधील भिन्न शाखांमधील चिकित्सक संवाद आणि निर्मितीक्षम देवाणघेवाण पाहिली. आन्तरराष्ट्रीय क्षेत्राप्रमाणेच भारतातही भिन्न ज्ञानशाखेतील तज्ज्ञता घेऊन येणारे अभ्यासक एक समान विषयाचे संशोधन करू लागले. यातून काही उत्कृष्ट अभ्यास पुढे आले. (पाहा : Chanana ed., 1988; Sangari and Vaid eds., 1989; Papanek and Minault eds., 1982; Bhasin Menan and Khan eds., 1994) मी सुरुवातीसच या क्षेत्राशी अगदी निगडित होते आणि त्यातून मला खूप मिळालेही. त्याच वेळी मी ज्ञानाच्या इतर शाखांकडेही ओढली गेले होते तरी अजूनही माझ्या प्रमुख अभ्यासाची मुळे मानवशास्त्र या शाखेमध्येच आहेत. महत्त्वाची गोष्ट ही, की माझ्या लिंगभावाच्या अभ्यासातल्या 'गुंतवणुकीनेच' दक्षिण–पूर्व आशिया माझ्यासाठी खुला झाला.

एक आयुष्यभराचा अनुभव, जवळजवळ पन्नास वर्षांपूर्वी सुरू केलेले प्रवास, १९५० आणि १९६० मध्ये रेखाटलेले मानवजातीशास्त्रांचे मार्ग आणि १९७० पासून १९९० पर्यंतच्या काळात त्या मार्गावर आलेले अडथळे हे सर्व माझ्या लिखाणात सतत येत राहिले. या पुस्तकात एकत्रित केलेले निवडक निबंध म्हणजे मानवजातीशास्त्राला दिलेली लहानशी भेट आहे एवढेच. त्यात प्रयत्न आहे तो मानवशास्त्रातील पक्षपाती संशोधन थोडे मार्गावर आणावे आणि भारतीय समाजाबद्दलचे झापडे लावलेल्या समजांसंदर्भातील गुंतागुंत स्पष्ट करावी, एवढाच हेतू आहे. यातला शेवटचा निबंध नातेसंबंध आणि लिंगभाव यांच्यामधील संबंधांच्या काही दृष्टिकोनांची दक्षिण आणि दक्षिण–पूर्व आशियाच्या निवडक जनसंख्येशी तुलना केल्यामुळे या विषयाला दिलासा देण्याचा प्रयत्न केला आहे.

१

# स्त्रियांची भिन्न विश्वे

## तीन भेटीगाठींच्या अनुभवातून

गेल्या पंचवीस वर्षांच्या कालपटाच्या आधारे मी माझ्या अभ्यासक्षेत्रातील तीन भेटीगाठी वाचकांपुढे रेखाटणार आहे. यातील प्रत्येक भेटगाठ म्हणजे माझ्या आयुष्यातील ठळक, लक्षात राहील असा अध्याय आहे. प्रथम डोळ्यांसमोर येते ते माझ्या पीएच.डी. साठी मध्य भारतातील गोंड स्त्रियांमध्ये केलेले काम. तसे म्हटले तर ही एक अशा तरुण मुलीची कहाणी आहे, की जी जेमतेम थोड्या काळात मूक निरीक्षणाची आणि प्रत्यक्ष अभ्यास क्षेत्रात साहायक म्हणून काम करण्याची दीक्षा घेऊन प्रथमच स्वतंत्रपणे आपला मार्ग शोधत होती. यानंतर मी सांगणार आहे उत्तर भारतातील माझ्या कामाबद्दल. मी वर्षभरात घेतलेल्या अनुभवांबद्दल. तिथे खरे तर माझी भूमिका पूरक आणि मर्यादित होती, पण मला वेगळ्याच समस्यांना तोंड द्यावे लागले. सरतेशेवटी मी चर्चा करणार आहे दक्षिण-पश्चिमेकडील लक्कदीवमधील (लक्षद्वीप बेटे) मातृवंशीय मुसलमानांमध्ये केलेल्या अभ्यासाची. या अभ्यासाने मला निर्मितीचे समाधान दिले. व्यक्तिशः माझे सार्थक झाल्यासारखे वाटले.

## दीक्षा आणि उमेदवारी

माझ्या विवाहाच्या कहाणीमधील मानवशास्त्र नावाचे एक आनंद देणारे उपकथानक आहे. १९४५ साली श्री. श्यामचरण दुबे यांच्याशी माझा विवाह झाला. त्या वेळी ते मानवशास्त्र या विषयाचा अभ्यास पीएच.डी. साठी करीत होते. लग्नानंतर काही महिन्यांनीच ते त्यांच्या कामासाठी दुसऱ्या खेपेला दौऱ्यावर निघाले तेव्हा मी त्यांच्याबरोबर गेले. मध्य भारतातल्या कमार लोकांमध्ये ते त्यावेळी काम करीत होते. कमार म्हणजे स्थलांतरित शेती करणारा आदिवासी गट होय. (दुबे, १९५१). पहिला दौरा दुबेंनी आमच्या विवाहापूर्वी केला होता. त्या वेळी त्यांनी मध्य प्रदेश, ओरिसा या

भागांतील कमार समाजातील आतल्या वस्त्यांची माहिती मिळविली होती. आम्ही एकत्र गेलो तेव्हाही बऱ्याच वेळा तंबूत राहत असू. कधी पडझड झालेल्या 'गुडी'मध्ये म्हणजे खेड्यातल्या विश्रामधामात आमचा मुक्काम असायचा. इथल्या बऱ्याचशा खेड्यांत दुबे सुरुवातीला येऊन राहिले होते. इतकेच नाही तर, इथल्या लोकांशी त्यांचे जवळचे नाते जडले होते. त्यामुळे या भागात मोठ्या आस्थेने, जिव्हाळ्याने आमचे स्वागत झाले. मला त्या मंडळींनी परकेपणाने वागविले नाही. कमारांमध्ये मिसळण्यासाठी मला फारसे प्रयत्नही लागले नाहीत. ती मंडळी उपऱ्या पण आपलं भलं करणाऱ्या दोस्त माणसाची बायको म्हणून माझ्याकडे बघून माझे स्वागत करीत होती. या पहिल्या अनुभवातून अत्यंत उत्कटपणे मला जाणवले, की असे काम करायचे तर विशेषतः संशोधकाने आपल्या अभ्यासक्षेत्रातील लोकांशी माणूस म्हणून प्रत्यक्ष नाते जोडणे हा फार महत्त्वाचा मुद्दा ठरतो. माझ्या वैवाहिक जीवनाचा मानवशास्त्र हा विषय गाभ्याचा ठरणार आहे, हे मी चटकन ओळखले. त्यामुळे मानवशास्त्रज्ञाची बायको या नात्याने माझे पहिले काम होते ते म्हणजे कमार स्त्रियांकडून त्यांच्या समाजातील स्त्रीजीवनासंबंधी माहिती मिळविणे. सुरुवातीला मी अडखळले. अनेकदा माघारही घ्यावीशी वाटली. पण मला ते शक्य नव्हते. नवऱ्याशी जुळवून घेण्यातला हा माझा कसोटीचा क्षण होता. तसे म्हटले तर या कामात एक प्रकारचे आव्हान होते. माझ्यात पूर्वीपासून जनसामान्यांच्या जवळ जाऊन, त्यांना समजावून घेण्याच्या ज्या आदर्शवादी ऊर्मी होत्या त्या साकारण्याची संधी आता मला मिळणार होती. प्रत्यक्ष मानवशास्त्राच्या कार्यक्षेत्रात पाऊल टाकण्याची ही दीक्षा घेण्यापूर्वी आमचे लग्न झाल्यावर मी माझ्या नवऱ्याचे नीट निरीक्षण केले होते. अभ्यासक म्हणून तो जमवलेल्या माहितीचे विश्लेषण कसे करतो, आधीच्या माहितीतील त्रुटी दुसऱ्या वेळी कशा भरून काढतो हे मी मनात नोंदवीत होते. त्यांची एकुलती एक विद्यार्थिनी या नात्याने त्यांच्या तोंडून कमारांच्या चित्रविचित्र चालीरितींची वर्णने, तसेच मानवी प्रतिष्ठेसंदर्भातील त्यांच्या नव्या संकल्पना मी मन लावून ऐकत असे. ते मला त्यांच्यावर प्रभाव असणाऱ्या काही भारतीय आणि परदेशी अभ्यासकांविषयी सांगत असत. १९४५-४६ च्या हिवाळ्यात अशांपैकीच एक अभ्यासक डी. एन. मुजुमदार यांच्याशी माझी गाठ पडली. ते नागपूरला वाथोडकर स्मृती व्याख्यानमालेमध्ये व्याख्यान देण्यासाठी आले होते. खासा जमातीतील बहुपतित्वाच्या प्रथेबद्दल ते बोलले तेव्हा मला एक सौम्यसा 'सांस्कृतिक' झटका बसला. तोवर पाच पांडवांची द्रौपदी वगळता कोणत्याही बाईचे एका वेळी एकापेक्षा जास्त पती असल्याचे माझ्या ऐकिवात नव्हते. मग अशी प्रथा असलेला समाज माहिती असणे तर दूरचेच होते. अशा तऱ्हेने मानवशास्त्रज्ञ आणि ज्यांना अगदी आदिमानव मानले गेले अशा लोकसमूहांशी माझा जो संपर्क आला त्यामुळे मला स्वप्नातही कल्पना न केलेल्या सांस्कृतिक भिन्नतेच्या जगात आणून सोडले गेले.

## गोंड स्त्रियांमध्ये

१९४६ साली मी नागपूर विद्यापीठातून राज्यशास्त्र या विषयात एम.ए.ची पदवी घेतली. मानवशास्त्र या विषयात पीएच.डी. करण्याचा बेत लवकरच आखला गेला. माझे पती आणि सासरे या दोघांनीही छत्तीसगडच्या दक्षिण भागात राहणाऱ्या गोंड स्त्रियांमध्ये मी काम करावे, असे सुचविले. माझे बाई असणे या सल्ल्यामागे अनुस्युत होते. माझ्या नवऱ्याने स्वत:च्या दुसऱ्या टप्प्यावरील कार्यक्षेत्र अभ्यासासाठी कमार आणि भुंजिया गटाची निवड केली. गोंड हे स्थिर शेती करणारे होते. तुलनेने सहज जाता येईल अशा खेड्यांमध्ये राहत होते. या खेड्यांमध्ये बरेच हिंदू जातींचे लोकही राहत. जमातीत आणि जमातीबाहेरही छत्तीसगडी हीच संवादाची भाषा प्रचलित होती, आणि मी ती भाषा शिकायला सुरुवातही केली होती. एक सरकारी अधिकारी, Manager, Court of wards या नात्याने हा प्रदेश माझ्या सासऱ्यांच्या अधिपत्याखाली होता. बिंद्रनवागड जमीनदारीच्या गोंड लोकात मी काम केले तर माझी काळजी घेणे त्यांना शक्य होईल, अशी त्यांनी मला खात्री दिली होती. मला एक बैलगाडी, भरवसा ठेवण्यासारखा बैलगाडी हाकणारा देण्याचे, तसेच इतर सर्व प्रकारची मदत देण्याचे आणि माझी काळजी घेण्याचे त्यांनी आश्वासन दिले होते. मला असे सांगितले गेले होते, की अलीकडेच काही वर्षांपूर्वी एक समाजशास्त्रज्ञ स्त्री छत्तीसगडला लोकगीतांचा संग्रह करण्यासाठी आली होती. काही क्षुद्र अधिकाऱ्यांच्या वागणुकीमुळे आणि एकूणच तिथल्या मंडळींच्या असमजूतदार आणि उपेक्षा करण्याच्या वृत्तीमुळे असुरक्षित वाटून शेवटी तिला तिचे ध्येय प्राप्त न करताच परत जावे लागले. या विभागात एखादी अविवाहित स्त्री एकटीच प्रवास करते आहे, हे लोकांच्या आकलनाच्या पलीकडचे होते. त्यामुळे माझे कार्यक्षेत्रीय संशोधन माझ्या सासऱ्यांच्या सरंक्षक छत्राखाली करण्याचा मी निर्णय घेतला. पूर्वीच्या बिंद्रनवागड जमीनदारीत तीन आदिवासी गट होते. ते स्वत:ला गोंड म्हणवीत. धूर गोंड, अमात गोंड आणि ओरिया गोंड. यापैकी ओरिया गोंड ओरिसाच्या सरहद्दीवर एकटवलेले होते आणि ओरिया भाषा बोलत. त्यांच्यापैकी कित्येकांना छत्तीसगडीदेखील येत असे. या तिघांपैकी कोणताही गट निव्वळ बिंद्रनवागड जमीनदारीला बांधलेला नव्हता; पण मी याच भागात संशोधन करण्याची मर्यादा घालून घेतली होती. कारण हा भाग माझ्या सासऱ्यांच्या प्रशासकीय अधिकाराखाली होता. या भागात मी पाच खेड्यांवर माझे लक्ष केंद्रित केले, परंतु मिळवलेल्या माहितीची खात्री करून घेण्यासाठी, तुलना करण्यासाठी आणि इतर काही उदाहरणांचा अभ्यास करून त्यांची त्यात भर घालण्यासाठी मी आसपासच्या गावांना भेटी देत असे.

१९४७ आणि १९५० या काळात मी या विभागाला बऱ्याच भेटी दिल्या. या भेटीगाठींसाठी मी जवळजवळ दहा महिने या कार्यक्षेत्रात घालवले. 'गोंड समाजातील स्त्रियांचा दर्जा आणि भूमिका यांचा अभ्यास' असे माझ्या संशोधनाचे सर्वसाधारण

नियोजन होते. याकरिता मुख्यत: स्त्रियांच्या नजरेतून गोंड संस्कृती आणि समाज यांचे चित्र मिळविणे आणि त्यांचा दृष्टिकोन समजून घेणे हे फार आवश्यक आणि महत्त्वाचे होते. मी एक स्त्री असल्यामुळे मला या गोंड स्त्रियांशी जवळीक आणि सुसंवाद साधता येईल, अशी मला आशा होती. स्त्रियांचे आंतरिक विश्व हे सामान्यत: पुरुष कार्यकर्त्यांना एखाद्या बंद पुस्तकासारखे दुरापास्त असते म्हणून मला त्यांच्यापेक्षा या क्षेत्रात जास्त भरीव माहिती मिळू शकेल, असे माझ्या नवऱ्याने मला विश्वासपूर्वक सांगितले.

अत्यंत संरक्षक जामानिमा घेऊन, अधिकारी सासऱ्याची सूनबाई म्हणून मी गोंड प्रदेशात बैलगाडीतून प्रवास केला आणि माझ्या सोबतीला एक मोलकरीण आणि अंगरक्षक म्हणून एक शिपाई होता. मोलकरणीची नेमणूक माझ्याबरोबर माझ्या कार्यक्षेत्राच्या ठिकाणी राहण्यासाठी केलेली होती. ती गुराखी पाणक्यांच्या जातीपैकी होती. ती माझ्यासाठी स्वयंपाक करी आणि माझी नोकर म्हणून काम करी. इतकेच नाही तर माझ्याविषयी टाळता न येण्यासारख्या चौकश्यांना तीच उत्तरे देत असे. उदाहरणार्थ : मी मॅनेजरांच्या एकुलत्या एक मुलाची बायको होते, माझ्या नवऱ्याच्या लहानपणीच माझी सासू वारली होती. गोंड स्त्रियांविषयी मी एक पुस्तक लिहीत आहे इत्यादी. एकदा माझा गर्भपात झाला होता याचा अर्थ आणखी मुले होण्याची माझ्यात क्षमता होती. १९५० सालच्या सुरुवातीस मी माझी कार्यक्षेत्रातली शेवटची फेरी करायला घेतली तेव्हा मी दोन महिन्यांची गरोदर होते. हे दोन्ही अनुभव – अपयशी बाळंतपण आणि पुन्हा नव्याने गर्भधारणा यांनी मला स्त्रियांच्या जास्त जवळ पोहोचवले. स्त्री जीवनाचे कित्येक पदर यामुळे समजले आणि नवेच क्षेत्र संवादासाठी खुले झाले.

खेड्यातल्या विश्रामधामांचा मी क्वचितच उपयोग केला. शक्यतो मी गावातल्या एखाद्या गोंड घरातल्याच काही भागांत राहणे निवडत असे. त्यामुळे अगदी कोणत्याही प्रकारे कुरघोडी न करता त्यांच्या हालचालींचे सातत्याने निरीक्षण करणे, त्यांचे आपसातील वागणे, तसेच अगदी निर्धास्तपणे त्यांचे जे मुख्य प्रवाही संवाद होत, जी बोलणी चालत ती ऐकणे आणि त्यात भाग घेणे मला शक्य झाले. सतत गोंडांच्या सहवासात, त्यांच्या नजरेच्या टप्प्यात राहिल्यामुळे माझी अशा प्रकारची राहण्याची व्यवस्था मला उबदार अन् सुरक्षितही वाटायची. सकाळच्या प्रहरी त्या बायकांबरोबर शौचाला जाणे, त्या पाणी भरायला जात तेव्हा त्यांच्याबरोबर वावरणे यामुळे सहज संवादासाठी मला उत्तम संधी मिळाली. कधी–कधी रात्रीच्या जेवणानंतर आमच्या गप्पांची मैफल भरे. त्यात गप्पाटप्पांबरोरच कोडी, उखाणे पण घातले जात किंवा लोककथाही सांगितल्या जायच्या. अशा वेळी वेळप्रसंगी एकेका बाईशी अत्यंत खासगी संभाषणही व्हायचे. त्यांच्या वागण्याच्या चालीरीतींप्रमाणे त्या मला जोखत नसल्या तरी मला स्पष्ट कळून येई, की गोंड स्त्रिया माझ्याकडे मूलत: एक बाई म्हणूनच बघत.

माझ्या पतीबद्दल मला कोणी प्रश्न विचारले की मलाही लाज वाटे. एखाद्या मुलीची सासरी पाठवणी होत असली की मला अश्रू आवरत नसत. पुरुषकेंद्री व्यवस्थेत मुलगी म्हणून वाढविली गेली असल्याने माझ्या अशा प्रतिक्रिया होत असत. कुटुंबात एखादी दुःखद घटना घडली की स्त्रिया एकमेकींना भेटत त्या वेळी जो शोक करीत तेव्हा मी अगदी अनावरपणे गदगदून जायची. त्यांच्या वेगवेगळ्या क्षेत्रातल्या हालचाली, त्यांच्या भावभावना आणि भिन्न प्रसंगांमध्ये त्या करीत असलेल्या तडजोडी, तसेच त्या बजावीत असलेल्या भूमिका यातील तपशिलामध्ये जो मला रस होता, त्याविषयी त्यांना कोणताही संशय किंवा तिरस्कार वाटत होता, असे मला कधी दिसले नाही. मला असे वाटते, की स्त्रिया एकूणच अन्य कोणी त्यांच्या जीवनात रस घेऊ लागल्यास त्याबद्दल मोकळ्या आणि अनुकूल असतात. बाह्य जगाचे कमी ज्ञान असल्याने त्या इतरांबद्दल कमी संशय बाळगतात. मात्र, त्यांच्याबद्दल कुतूहल वाटणारी स्त्री कुणीतरी अगदीच परकी, वेगळीच वाटत असेल किंवा त्यांच्या पुरुषांनी त्यांना त्या बाबतीत सावध केले असेल तरच त्यांच्या वागणुकीत फरक पडतो.

पुष्कळशा गोंड स्त्रियांना माझ्याशी स्वतःबद्दल किंवा इतरांबद्दल बोलायला आवडत असे. तसेच माझ्या जीवनाबद्दल त्यांना फार कुतूहल होते. माझ्या नवऱ्याने मला कधी मारले आहे का? ''तिला कशाला मार बसेल? ती थोडीच ती नवऱ्याकरता स्वयंपाक करते. तेव्हा तिचा स्वयंपाक बिघडण्याचा प्रश्नच येत नाही.'' मग मी त्यांना समजावून सांगत असे की नेहमीच नसेल पण मीसुद्धा कधी कधी नवऱ्याकरता स्वयंपाक करते. मग मी विचारीत असे की, ''नवऱ्याला राग येण्यासारख्या इतर पुष्कळ गोष्टी असतील की'' ''अर्थातच! फुरंगटून बसणे, नवऱ्याला उलट उत्तर करणं किंवा दूधपित्या मुलाकडे दुर्लक्ष करून, त्याला बोंबलत ठेवून नवऱ्याला चिडविणे या गोष्टी आहेतच!'' नवऱ्याला चिडविण्यासाठी त्या ज्या ज्या युक्त्या करीत असत त्याबद्दल बोलण्यात बायकांना फार मजा वाटत असे. एक मुद्दा मात्र यातून पुनःपुन्हा डोके वर काढीत असे, तो म्हणजे, त्यांच्या मते, 'एखाद्या बाईला नवऱ्यापाशी राहायची इच्छा नसेल तर तो तिला अडवून ठेवू शकत नाही.' किंवा दुसरे असे की, 'बाई आपल्या हाडामासातून पोराला जन्माला घालते आणि नवरा तिला 'हे तुझं मूल नाही' असे म्हणत असेल तर...! आमच्या संभाषणातून कितीतरी समस्या पुढे येत. स्त्रियांच्या वाट्याला कठीण भोग आणि त्याचबरोबर त्यांची नवऱ्यांवर असणारी अप्रत्यक्ष सत्ता यांविषयी आम्ही चर्चा करीत असू. स्त्रियांच्या अंतरंगातल्या या विश्वात मला प्रवेश करता आल्यामुळे माहितीचा जणू खजिनाच माझ्या हाती लागला. या स्त्रियांशी केवळ जवळीक साधल्यामुळेच मला ही माहिती मिळाली किंवा मी स्वतःच अशी एक बाई होते, की जिच्या स्वतःच्या भावनिक गरजा बौद्धिक आव्हानाच्या रूपात परावर्तित झाल्या होत्या म्हणून हे साधले. याचे उत्तर मी नक्की सांगू शकणार नाही.

बाहेरच्या समाजात त्यांच्याबद्दल साचेबंद मते मांडली जात असत. छत्तीसगडच्या स्त्रियांना विनयशीलता माहीतच नाही. कारण काय तर त्या चोळी किंवा ब्लाऊझ घालीत नाहीत, उलट साडीच्या एका टोकाने स्तन झाकतात. त्यांच्या वागणुकीत भुरळ घालण्याचे, उत्तेजित करण्याचे तेज आहे. त्याचप्रमाणे त्यातील कित्येक जणी काळीकुट्ट अघोरी कृत्ये आणि चेटूक, मंत्रतंत्र अशा विद्येत पारंगत असतात. या कल्पनांचा संबंध कदाचित त्या जे स्वातंत्र्य उपभोगत असत त्याच्याशी जोडलेला असावा. कारण छत्तीसगडमधले गोंड व मध्यम आणि कनिष्ठ हिंदू जातीतले पुरुष आपल्या स्त्रियांना वागण्याचे फार मोठ्याप्रमाणावर स्वातंत्र्य देतात, याबद्दल शंकाच नाही. पळून जाणे, दुसऱ्याच्या घरात घुसणे, पुनर्विवाह या नित्याच्या घटना होत्या. तथापि, पहिल्या नवऱ्यापासून विभक्त होताना दुसऱ्या पुरुषाने नुकसानभरपाई आणि दंड देणे यावर ती स्त्री अवलंबून राहत असे. पहिले लग्न आणि दुसरे लग्न यातली तफावत अगदी स्पष्ट होती. स्त्रिया पुरुषांपेक्षा जास्त सहजगत्या भ्रष्ट होऊ शकतात, या कल्पनेतूच त्यांच्यावर जास्त निर्बंध लादले गेले होते. स्त्रीला एकटीला प्रवास करण्याची परवानगी नव्हती. एखाद्या परिचित गटाखेरीज तिला घर सोडून कोठेही रात्री मुक्कामाला जाता येत नव्हते. इतर जाती-जमातींच्या हातून तिला शिजवलेला भात खायला परवानगी नव्हती. सहभोजनासंबंधीचे निर्बंध स्त्रियांच्या बाबतीत फार कठोर असत; पण त्या बाजारात मुक्तपणे हिंडू फिरू शकत असत आणि खरेदी-विक्रीमध्ये मोठ्या उत्साहाने भाग घेऊ शकत होत्या. खरे तर बाजारातच कित्येकांची मैत्री जमे आणि नंतर ती वाढत जाई.

या प्रांताच्या अशा रीती-रिवाजांमुळे मी एकांतवासात पडदानशीन राहावे, अशी कोणाचीच अपेक्षा नसे, परंतु माझ्या प्रतिष्ठेला धक्का पोहोचू नये यासाठी माझ्या संरक्षकाच्या सोबतीशिवाय मला कोठेच हिंडता येत नसे. त्यांच्याच घरातल्या काही भागांत मी राहत असल्याने आणि भिन्न जाती-जमाती असलेल्या संमिश्र खेड्यात वस्ती केल्यामुळे एका उच्चवर्णीय हिंदू स्त्रीची वर्तणूक कशी असणे योग्य आहे, याविषयी गोंडांच्या काही विशिष्ट कल्पना होत्या. प्रत्येक बाबतीत माझ्या वागण्याचे मूल्यमापन करण्याइतक्या त्या नेमक्या स्वरूपाच्या नव्हत्या. कदाचित या गोष्टीशी आपले काही देणे-घेणे नाही, असे त्यांना वाटत असावे. काहीही असले तरी ते मला एखाद्या विशिष्ट गटात घालू शकत नसत. ही माझ्या दृष्टीने मोठी फायद्याची गोष्ट होती. पुरुषांच्या बरोबर होणाऱ्या माझ्या प्रदीर्घ चर्चा, बैठका त्यांना कधी बाईपणा ओलांडणाऱ्या वाटल्या नाहीत.

कामाला प्रत्यक्ष सुरुवात केल्यानंतर माझ्या लक्षात आले, की गोंड पुरुषांबरोबर मोठ्या प्रमाणात संवाद साधल्याशिवाय त्यांच्या समाजात स्त्रियांचे काय स्थान आहे ते मला नीट समजू शकणार नाही. सगळ्या बाबतीतली तज्ज्ञता पुरुषांच्या हातात होती. कुलसंघटना, कर्मकांडे, श्रद्धा, आर्थिक व्यवहार, संपत्तीचे व्यवस्थापन आणि विशेषत:

स्त्रियांचा ज्यात मुळीच सहभाग नव्हता त्या पंचायतीची (Tribal Council) संघटना आणि त्याचे कामकाज या कोणत्याच बाबतीत व्यवस्थित अधिकृत माहिती देण्याची क्षमता स्त्रियांमध्ये नव्हती. गोंड लोकांच्या जीवनाचे हे आणि इतर अनेक पैलू समजावून घेणे हे त्यांच्या समाजाच्या संस्कृतीचे परिपूर्ण चित्र रेखाटण्यासाठी जितके आवश्यक होते तितकेच स्त्रियांची अकार्यक्षमता आणि मर्यादा, तसेच त्यांचे समाजातले एकूण स्थान कोणते हे जाणून घेण्यासाठीही आवश्यक होते. माहिती पुरविणाऱ्या स्त्री-पुरुषांचे समतोल प्रमाण असणे मला सगळ्यात फलदायी वाटले. अशा तऱ्हेने स्त्री-पुरुष दोघांकडून मिळविलेल्या माहितीचा समतोल राखणे, त्यातून संगती लावण्याचा मी प्रयत्न केला. पुरुषांकडून माहिती मिळविताना मॅनेजरांची सून हे माझे स्थान मला फारच उपयोगी पडले. मला हे असे स्थान नसते तर पुरुषांनी मला तितके महत्त्व दिले नसतेच, उलट मला टाळायचा प्रयत्न केला असता, याबद्दल मला मुळीच शंका वाटत नाही. मी एक तरुण स्त्री होते. अजूनही फक्त विशीतली आणि ज्या गोष्टींबद्दल माहिती देणे हा खास पुरुषांचाच विशेषाधिकार आहे, तो त्यांच्याकडून काढून घेण्याचा मी प्रयत्न करीत होते. ते अगदी ठासून 'या बाबतीत बायकांना काही कळत नाही' याच मताचे होते. सुरुवातीला माझ्याबद्दलही असेच वाटत असावे, असा मला संशय वाटे; पण मी त्यांच्यापैकी काही पुरुषांच्या उपाहासगर्भ हसण्याकडे मुळीच लक्ष न देता, न डगमगता, माझे काम चालूच ठेवले; पण नंतरच्या संभाषणामधून आणि चर्चेतून त्यांना स्वत:हून रस वाटावा इतपत वातावरण निर्माण करण्यात मला यश आले. त्यांच्याशी सहज संवाद आणि मैत्री साधणे मला शक्य नव्हते, पण तरीही मी निरागस आहे, तसेच त्यांचे कोणत्याही प्रकारे नुकसान करणारी नाही, हे सिद्ध करण्याचे बंधनही माझ्यावर नव्हते. माझ्या दर्जामुळे माझ्याबद्दल आदर आणि सहकार्य त्यांच्याकडून अपेक्षितच होते. पण त्यापलीकडे माझ्याबद्दल त्यांनी संशय घ्यावा असे काहीही त्यांना त्यातून सापडले नाही. सगळ्यात कठीण विषय होता तो म्हणजे लैंगिक नीतिनियमांचे उल्लंघन आणि त्यासंदर्भात केले जाणारे निवाडे. या बाबतीत पुरुष माहीतगारांवरच मला अवलंबून राहावे लागे. बायकांबरोबरच्या अनौपचारिक गप्पांमधून आणि आयुष्याच्या कहाण्या सांगण्याच्या सत्रांमधून मला माहिती मिळायची आणि ते सत्य घेऊन मी पुरुषांना काही प्रमाणात जाब विचारू शकायची. तरीही यातून कितीतरी उपप्रश्न उभे राहत, पण मी ते त्यांना विचारू शकत नसे. तसेच काही विशिष्ट उदाहरणांच्या बाबतीतली कितीतरी स्पष्टीकरणे आणि त्यांची सर्वसाधारण कार्यपद्धती मला शोधून काढता येत नसे. त्यासाठी कोणती रीत अवलंबावी हे मला समजत नसे. माझे वय आणि बाईपण यामुळे मला खुले, तरीही अपरिहार्य प्रश्न विचारण्याचे स्वातंत्र्य घेता येत नव्हते. पळून जाणे, व्यभिचार-दुसरा घरोबा करणे, पूर्वीच्या नवऱ्याला नुकसानभरपाई देणे, गुन्ह्याची भरपाई करणे, आणि पुन्हा जमातीत प्रवेश मिळणे अशासारख्या गोष्टींभोवती धूसरता आणि

शंकाकुशंकांचे वलय असे. प्रत्येक वेळी दुसरा घरोबा अथवा व्यभिचार हा गुन्हा नक्कीच मानला जात नसे. किरकोळ लफडी आणि व्यभिचार कितीतरी वेळा कोणत्या परिस्थितीत दुर्लक्षित जात असे, स्त्री सहजपणे भ्रष्ट होत असल्याने आणि काही गंभीर प्रकरणांत कायमची वाळीत टाकली जात असे त्यात वस्तुस्थिती दडपली जात असेल का? लैंगिक व्यभिचार कशा प्रकारे सिद्ध केला जात असे? रीतसर पुराव्यानिशी सिद्ध झाल्याशिवाय तो गुन्हा ठरत नसे. एकाच प्रकारच्या गुन्ह्यासाठी स्त्रियांना आणि पुरुषांना वेगवेगळी शिक्षा देण्यामागची मूळ धारणा कोणती आणि त्यामुळे होणाऱ्या परिणामांची गंभीरता, असे प्रश्न विचारणे आणि त्यावर मनमोकळी चर्चा करणे मला शक्य होत नसे. या बाबतीतल्या दोन अत्यंत निर्णायक संकल्पना म्हणजे – 'पुरुष हे धातूचे भांडे आहे आणि स्त्री मातीचे – याचा अर्थ असा की स्त्री ही पुरुषापेक्षा सहजपणे आणि कायमची भ्रष्ट होऊ शकते– आणि पुरुष बीज पुरवतो पण स्त्री फक्त 'जमीन देते'. मी इतकी तरुण नसते तर मला यापेक्षा जास्त मोकळेपणाने चर्चा करता आली असती. कारण लैंगिक बाबतीत गोंड लोकांचा दृष्टिकोन लक्षात घेता अशा चर्चेला नक्कीच वाव होता.

दूरच्या आदिवासी क्षेत्रात मानवशास्त्र या विषयासंबंधीचे कार्य फारच थोड्या स्त्रियांनी हाती घेतले आहे. या बाबतीत मी स्वत:ला फार भाग्यवान समजते. माझी परिस्थिती फारच उत्तम होती, मी विवाहित होते, मला प्रतिष्ठा होती आणि त्याचबरोबर माझी भटकंती आणि वास्तव्य या बाबतीत अगदी समाधानकारक व्यवस्था होती. गोंड लोकांत काम करण्याच्या दृष्टीने या सर्व गोष्टी अत्यंत आवश्यक होत्या. एक स्त्री आणि संशोधक या दृष्टीने मला अनुभव कमी होता, मी तशी अपरिपक्व होते, पण या गोष्टी बाजूला ठेवल्या तरी माझे बाईपण आणि माझे वय या गोष्टी काही बाबतीत सखोल माहिती मिळवण्याच्या कामात अडथळा ठरल्या. तरीही सगळी गोळाबेरीज केली तर मी असे म्हणेन, की माझ्या बाई असण्याने माझ्या कामावर फारसे दडपण आले नाही. माझे बाईपण मी दूर सारले नाही किंवा ते मला नाकारावे लागले नाही. उलट मी मुळात आधी स्त्री आहे अशीच माझी प्रतिमा राखली. अगदी पुरुषांनीही मी त्या बायकांच्या आयुष्यात रस घेणारी बाई असेच जाणवले. तुलनेने गोंडांची दडपणूक न करणारी सामाजिक संरचनाही हीसुद्धा मला साह्यकारक ठरली.

### एका रजपूत खेड्यात

यानंतरच्या क्षेत्रीय अभ्यासासाठी मी प्रामुख्याने गुंतले ती पश्चिम उत्तर प्रदेशातल्या एका मोठ्या बहुजातीय रणखंडी या मोठ्या खेड्यात! इथे मी ऑगस्ट १९५४ ते जून १९५५ या काळात माझ्या पतीची संशोधन साहायक म्हणून काम केले. इथे माझ्यावर व्यक्तिश: सोपवलेली जबाबदारी अशी होती, की सरकारने योजलेल्या विकास

कार्यक्रमाबद्दल या खेड्यातल्या स्त्रियांमध्ये कितपत जागृती निर्माण झाली आहे आणि त्यांचा अशा कार्यक्रमांना कितपत प्रतिसाद मिळतो आहे त्याची नोंद घेणे. (श्यामचरण दुबे, १९५८) माझ्या पतीचा प्रकल्प इंडिया प्रोग्रॅम ऑफ कार्नेल युनिव्हर्सिटीचा एक भाग होता. बरेचसे समाजशास्त्रज्ञ आणि अमेरिकेतील एक भाषातज्ज्ञ याच खेड्यात काम करीत होते. (Minturn and Hitchcock 1963) मी यापूर्वी गोंडांमध्ये केलेल्या कामापेक्षा या कार्यक्षेत्रातला अनुभव कितीतरी बाबतीत वेगळा होता. इथे माझे जबाबदारीचे क्षेत्र मर्यादित होते. हवी असलेली माहिती एका मुलाखत घेणाऱ्या मार्गदर्शकाच्या मदतीने मी गोळा करीत असे आणि थोड्या फार प्रमाणात चांगला आखीवरेखीव, योजनाबद्ध आराखडा घेऊन त्यानुसार अभ्यासलेल्या केस स्टडीज तयार करीत असे. माझा संपर्क असे फक्त स्त्रियांशी. इतकेच नाही ती मी एकाही पुरुषाची मुलाखत घेतली नाही.

या खेड्यातल्या लोकांची माझ्याकडे पाहण्याची दृष्टी अशी होती, की मी एक तरुण ब्राह्मण स्त्री माझ्या नवऱ्याच्या कामामुळे या खेड्यात आपल्या लहान मुलासह आणली गेली आहे. अर्थात त्यामुळे हे उघडच होते की मला या समाजाने काही प्रमाणात आपले मानायचे तर या लोकांनी माझे बाईपण, लिंगभाव, वय आणि जात यासंबंधी वागणुकीचे जे मानदंड आत्मसात केले असतील तेच मी पाळले पाहिजेत. या खेड्यातील ब्राह्मण मंडळी ठाकुरांच्या आश्रयाखाली राहत असत. ठाकुरांइतके उच्च स्थान ब्राह्मणांना तेथे नव्हते; परंतु ते कर्मकांड स्वरूपी पावित्र्याचे रखवालदार मात्र मानले जात. जातीजातींमधील नातेसंबंधांचे नीतिनियम ठाकूरच घालून देत असत. त्याचप्रमाणे स्त्री-पुरुषांच्या वर्तणुकीचे नियमही तेच ठरवीत असत.

ग्रामीण जीवनाचा अभ्यास करणाऱ्या भारतातील विविध प्रांतांतील विद्यार्थ्यांनी स्त्रिया आणि पुरुष यांची कार्यक्षेत्रे परस्परांपासून अगदी भिन्न असतात, यावर भर दिला आहे. उदा. पडदापद्धत, घरोघरी कुटुंबांमध्ये स्त्री-पुरुषांची केली जाणारी फारकत आणि उत्तर भारतातील एखाद्या गावाच्या सीमेपलीकडे जाऊनच लग्न करण्याची पद्धत (Karve 1953, Mandelbaum 1970, Minturn and Hitchcock 1963, 233-35) यांनी भिन्नलिंगी संबंधांमध्ये सामाजिक संरचनांच्या आधारे कशी दरी निर्माण केली जाते, याचे वर्णन तपशिलात केले आहे. तसेच ज्या खेड्यात आम्ही काम करीत होतो त्या खालापूरमधल्या (टोपणनाव) रजपूतांमधील स्त्रियांच्या जीवनाचेही वर्णन केले आहे. विशेषत: सासरी गेलेल्या प्रौढ स्त्रियांना ज्या विविध प्रकारच्या बंधनांखाली जगावे लागे त्याकडे त्यांनी खास लक्ष वेधले आहे.

अर्थात मला यातील अनेक बंधने लागू पडत नव्हती याची कारणे उघडच आहेत. मी या खेड्यातली मुलगी नव्हते किंवा सूनही नव्हते. मी सुशिक्षित होते, शहरात राहणारी होते आणि नोकरदार होते; पण मी ब्राह्मण आहे आणि बाई आहे हे या खेड्यातले लोक

कधीही विसरू शकत नव्हते. मी जिथे जिथे जाईन तिथे तिथे मला विचारले जायचे की फिरंगी खातात तसेच अन्न मी खाते का? की मी माझ्या कुटुंबासाठी वेगळा स्वयंपाक शिजवते? पॅट, पॉलिन आणि ली यांच्यापेक्षा त्यांच्या दृष्टीने मी वेगळी होते. पॉलिनने साडी नेसून आणि चांदीचे गंठण घालून कौतुक मिळविले तर लीने बऱ्याचदा जीन्स घालून हिंडणे याला मान्यता मिळविली. मला मात्र खेड्यात हिंडताना डोक्यावरून साडीचा पदर घ्यावा लागे. रूढींच्या आज्ञेनुसार मला विनयशील दिसणे भागच होते. या गावातील मंडळी विशेषत: रजपूत आणि ब्राह्मण मंडळी अशी अपेक्षा करीत, की भिन्न जातींच्या दर्जानुसार तारतम्य बाळगून, कर्मकांडांच्या पावित्र्याचा मान राखून मी अन्नपदार्थ स्वीकारावे. (माझ्याकडून त्यांनी किमान एवढी तरी अपेक्षा बाळगली होती.) त्यांच्या मनातली स्त्रीची प्रतिमा म्हणजे 'कुटुंबांतर्गत पावित्र्य राखणारी आणि कुटुंबाबाहेर हे निर्बंध कटाक्षाने पाळणारी' अशी असल्याने माझ्या हालचालींबद्दलचे काही आदर्श त्यांनी ठरविले होते. स्त्रियांच्या वर्तणुकीच्या बाबतीत (जात आणि वय या संदर्भात) त्यांची जी औचित्याची कल्पना होती त्यामुळे माझ्यावर आणखीनच निर्बंध येत होते.

रणखंडी इथल्या माझ्या सुरुवातीच्या वास्तव्यात ज्या ज्या वेळी माझ्या इतर सहकाऱ्यांबरोबर (भारतीय आणि अमेरिकन) त्यांच्याच जेवणाच्या टेबलावर बसून जेवताना मला गावकरी मंडळी बघत असत तेव्हा मी फार अस्वस्थ होत असे. कारण मी स्वत:च्या हाताने आमचा स्वयंपाक करीत नसले तरी मी माझ्या नवऱ्याबरोबर आणि मुलांबरोबर वेगळ्या टेबलावर जेवते असे मी त्यांना सांगितले होते; पण त्याचवेळी अशीही पुस्ती जोडली होती की सहकाऱ्यांबरोबर जेव्हा एखादी व्यक्ती कामासाठी घराबाहेर पडते तेव्हा तिला काही तडजोडी कराव्याच लागतात. नंतर मात्र ज्यामुळे गैरसमज पसरतील किंवा किंचित का होईना फसवल्याचा आरोप माझ्यावर ठेवता येईल, असे काहीही न बोलण्याचा मी निश्चय केला. कोणत्याही प्रकारचे मांस खात नाही हे माझे सांगणे तसे खरे होते, पण मी अंडी खाते हे मी कबूल केले नव्हते. या जाणूनबुजून दडपलेल्या सत्यामुळे काय साधले कोण जाणे; पण प्रत्येक न्याहारीच्या वेळी मी त्यामुळे अस्वस्थ होत असे हे मात्र नक्की!

स्त्रियांना कनिष्ठ दर्जा देण्याच्या सांस्कृतिक संकल्पना आणि पत्नीची वागणूक नेहमीच नम्र आणि आज्ञाधारकपणाची असली पाहिजे, ही समाजाची पारंपरिक अपेक्षा यांचा अभ्यास करताना याचा संशोधकांना कराव्या लागणाऱ्या रोजच्या आयुष्यातील तडजोडींवर परिणाम होऊ शकतो, (Fisher, 1970, 293-331; Mead, 1970, 381) हे बऱ्याच स्त्री मानवशास्त्रज्ञांनी दाखवून दिले आहे. मला वाटते, की परकीय संस्कृतीतली एखादी स्त्री संशोधक आपल्या पतीशी भिन्न रीतीने वागली तर ते खपवून घेण्याची शक्यता लोकांमध्ये बरीच असते. जिथे लोक तिला आपल्यापैकीच एक समजत असतील, तिच्या वागण्याबद्दलच्या त्यांच्या तीव्र प्रतिक्रियांचा तिच्यावर निश्चित ताण

पडत असेल. हा मुद्दा जास्त ठळकपणे मांडण्यासाठी मी रणखंडीला राहत असताना घडलेल्या एक प्रसंगाचे उदाहरण देते.

पाऊस पडत नसेल अशा दिवसांत संध्याकाळी (ऑगस्ट आणि सप्टेंबरमध्ये) हवा अतिशय दमट अन् कोंदट असे. दिवसभराचे काम संपल्यानंतर आमच्यापैकी ज्यांना मोकळ्या हवेत विश्रांती घ्यावीशी वाटत असे त्यांच्यासाठी आम्ही संशोधक राहत असलेल्या 'प्रोजेक्ट हाऊस'च्या भिंतीआड खुल्या अंगणात काही खाटा टाकलेल्या असत. एके दिवशी संध्याकाळी या अंगणात माझे पती आणि मी सर्वांच्या 'गप्पाष्टकात' सामील झालो होतो. माझे पती ज्या खाटेवर विश्रांती घेत पडले होते त्याच खाटेच्या एका कडेला मी बसले होते. त्या वेळी खेड्यातून काही स्त्रियांचा आणि मुलींचा घोळका आम्हाला भेटायला आला. त्यानंतरच्या दिवसांत मला त्यांना खूप स्पष्टीकरणे द्यावी लागली. आमच्या भागात अशीच पद्धत होती का? इतर मंडळी असताना एखाद्या बाईने आपल्या नवऱ्याजवळ त्याच खाटेवर बसणे योग्य आहे का? त्यांच्या दृष्टीने माझे वागणे बाईला अजिबात शोभणारे नव्हते. त्यावर त्यांनी त्यांच्या प्रतिक्रिया मला चिडवून, सतावून अभिव्यक्त केल्या. घरी असते तर माझ्या नवऱ्यापेक्षा वयाने मोठ्या असणाऱ्या नातेवाइकांच्या देखत मी जास्त काळजी घेतली असती; पण मला वाटते माझ्याशी नातेगोते नसलेल्या या बायकांच्या तीव्र प्रतिक्रियेचे कारण भिन्नलिंगी व्यक्तींची फारकत करून पुरुषांचे क्षेत्र आणि बायकांचे क्षेत्र धारदारपणे अलग करण्याची रीत हेच असावे. इतरांच्या उपस्थितीत पतिपत्नींच्या लैंगिक नात्याचे कणभरदेखील प्रदर्शन होता कामा नये अशा प्रकाराच्या विचाराचा मागमूसही त्यात नव्हता. ब्राह्मणीची ही प्रतिमा (ब्राह्मण अथवा ब्राह्मणाची पत्नी) या गावकऱ्यांनी माझ्यावर लादली होती आणि ती निःसंशय तापदायक होती. दुसरी गोष्ट म्हणजे आमच्या संशोधकांच्या गटातील लोकांबद्दल विशेषतः स्त्रियांबद्दल केलेल्या चौकश्या. गंमत म्हणजे अमेरिकनांपेक्षा भारतीयांबद्दल खास करून दुभाषी म्हणून काम करणाऱ्या तीन भारतीय मुलींबद्दल त्यांना विलक्षण कुतूहल वाटे. सतत विचारले जाणारे दोन प्रश्न असत. त्यांची जात आणि त्यांचा वैवाहिक दर्जा. या मुलींची लग्ने झाली नाहीत हे कसे? त्यांच्या पालकांच्या परवानगीने त्या इथे आल्या आहेत का? सगळ्यात आस्था वाटत होती किंवा संताप येत होता या बायकांनी ज्यांच्या वागण्याचे मोजमाप, मूल्यमापन त्या स्वतःच्या नीतिनियमांप्रमाणे करीत होत्या, त्यांच्याबद्दल! त्यांना कदाचित असे जाणवले असेल की, जातिविहीन अमेरिकन जीवनाची रीतभात भिन्न होती. म्हणून जणू काही आपले नीतिनियम त्यांना लावून चालणार नाहीत.

उत्तर प्रदेशातल्या माझ्या अनुभवावरून असे सूचित होते, की त्या समुदायाचे नीतिनियम आणि प्रचलित शिष्टाचार क्षेत्रीय कार्यकर्त्याने स्वीकारावे की नाही, हा तिचा किंवा त्याचा निर्णय असू शकत नव्हता. एकदा का आमच्यावर ब्राह्मण असा

शिक्का बसला की, त्यानुसार आमच्या वर्तणुकीसंदर्भात निश्चित अपेक्षा व्यक्त केल्या जात. त्यातून बाई असल्यामुळे मला या खेड्यामध्ये अधिकच निर्बंधांतर्गत काम करणे भाग होते. कारण या खेड्यामध्ये स्त्रिया जणू काही त्यांच्या स्वतःच्या वेगळ्या जगात जगत होत्या आणि गावाच्या परंपरेप्रमाणे त्यांचा दर्जाही दुय्यमच होता. त्यातूनच माझे वय असे होते की, खेड्यातील लोकांच्या अपेक्षांनुसार माझ्या वागणुकीवर मर्यादा येणे साहजिकच होते.

## परिचयाचे अपरिचित

१९६९ च्या उन्हाळ्याच्या अगदी सुरुवातीच्या टप्प्याला मी कालपेनीमध्ये दोन महिन्यांची क्षेत्रीय सहल हाती घेतली. लक्षद्वीप संघटित क्षेत्रामधील लक्षद्वीप बेटाच्या गटातील कालपेनी हे एक बेट होय. साधारणतः कालीकतपासून २३० कि.मी. वर ते आहे. माझ्याबरोबर ४० वर्षे वयाचा मल्याळम् भाषा बोलणारा हिंदू माणूस भारत सरकारच्या कार्यालयातून दिला गेला होता. तो माझा दुभाषा म्हणून काम करणार होता. त्याने १९६१ च्या जनगणनेमध्ये या बेटांना भेट दिली होती. या टप्प्यावर माझे नियोजन होते ते असे की, बेटावरील रहिवाशांमधील विवाह टिकण्याचा काळ, तसेच मातृवंशीयता आणि वारसाहक्कासंबंधीचा इस्लामी कायदा या परस्परांवरील प्रक्रियांचा अभ्यास करणे आणि तसेच एकूण राजकीय संघटनेचाही अभ्यास करणे.

मी प्रत्यक्ष कालपेनीमध्ये पोहोचण्यापूर्वी मला कालपेनी बेटाविषयी बारीकसारीक माहिती मिळाली होती. तसेच काही प्रमाणात अनेक लहान लहान बेटांच्या समूहाविषयीसुद्धा (Archipelago) काही ज्ञान होते. अब्दुल रहेमान कुट्टीचे प्रबंधात्मक लेखन कालपेनीवरीलच होते आणि त्याचे पर्यवेक्षण मी केले होते. या अभ्यासात कालपेनीच्या विविध मानवजातीशास्त्रीय घटकांचा अभ्यास तर होताच; परंतु गोतावळा आणि विवाह यावर या अभ्यासाने अधिक लक्ष केंद्रित केले होते. कुट्टीने १९६१ ते १९६३ या काळात आपला क्षेत्रीय अभ्यास केला होता आणि १९६४-६५ मध्ये आपला प्रबंध पूर्ण केला होता. जेव्हा मी स्वतः कालपेनीला जाणार होते त्यापूर्वीच कुट्टीने मिळविलेल्या माहितीमध्ये मातृवंशीय गोतावळ्याची संघटना आणि इस्लामची तत्त्वे यामधील परस्परविनिमय अभ्यासण्यासाठी खोलातले विश्लेषण करणे शक्य आहे, हे ओळखून आम्ही असा एक विश्लेषक अभ्यासही तयार केला होता. त्यावर आधारित लहानसे पुस्तकही लिहिले होते. हे पुस्तक कालपेनीला माझ्या भेटीच्या सुमारास प्रसिद्ध होणार होते. (Dube : 1969) महिन्या-दोन महिन्यांपूर्वी मी कुट्टीच्या हस्तलिखितावर काम करून (Kutty : 1972) छापखान्यामध्ये देण्याची प्रत तयार केली होती. इतकेच नाही तर अमिनी नावाच्या बेटावर पीएच.डी. करणारा आणखी एक संशोधकही माझ्या मार्गदर्शनाखाली काम करत होता. (Ittamam : 1974) या विद्यार्थ्याला योग्य मार्गदर्शन

मिळावे म्हणून पार्श्वभूमी तयार करण्यासाठी बऱ्यापैकी वाचनही केले होते आणि या अभ्यासातून योग्य अशा अभ्यासक्षेत्रांचा सविस्तर विचारही केला होता.

कालपेनीविषयी मला फक्त आवश्यक तथ्ये आणि आकडेवारीच माहीत होती असे नाही, तर त्यातील वंशावळीत ज्यांचे उल्लेख झाले होते अशा कितीतरी व्यक्ती मला परिचित होत्या आणि काही व्यक्तिचरित्रांचे तपशीलही ओळखीचे होते. या बेटांसंदर्भात जी साधनसामग्री उपलब्ध होती तिचा मी योग्य अंदाज बांधला होता आणि कोणते मुद्दे स्पष्ट करून घ्यायचे हेही मला माहीत होते. कोणती माहिती पडताळून पाहायची किंवा कोणत्या माहितीत भर घालायची, तसेच कोणत्या मुद्द्यांचा विचार करायचा हेही लक्षात आले होते. मला कोणता माणूस अथवा व्यक्ती कोठून आली आहे, हे वैयक्तिक आणि तरवाड नावांमधून लक्षात येत असे आणि त्या व्यक्तीचे विशिष्ट स्थान आणि अन्य खासगी माहितीसुद्धा समजत असे. आणखी असे, की कुट्टीच्या संग्रहातले काही फोटोही माझ्याजवळ होते. एकार्थी असे म्हणता येईल की, मी परिचित-अपरिचिताच्या भेटीच्या दिशेने पावले टाकत होते. अशा तऱ्हेने कालपेनीला माझी भेट म्हणजे एखाद्या मानवशास्त्रज्ञाने आपल्या क्षेत्राला दुसरी किंवा तिसरी भेट देण्यासारखे होते. अशा दुसऱ्या-तिसऱ्या भेटीत असा अभ्यासक विशिष्ट समस्यांवर आपले लक्ष केंद्रित करतो आणि निश्चित व्याख्या केलेली भाकिते पुन्हा एकदा तपासून पाहण्याचे ठरवितो तसे माझे होते.

मला बेट माहिती होते; परंतु बेटाला मी माहीत नव्हते. बेटातील लोकांसमोर स्वत:ला सादर करणे आणि त्या मंडळींचे आपलेपण मिळविणे ही समस्या अजूनही शिल्लक होती. पहिल्यांदाच मी दुभाषाच्या मार्फत काम करणार होते. बेटावरच्या लोकांच्या दृष्टीने मी उपरी किंवा अपरिचित होते, याची मला जाणीव होती. त्या काळातील माझ्या संपूर्ण वास्तव्यामध्ये मला माहीत होते की, कोणतेही नाते वा ओळख नसलेल्या पुरुषांबरोबर मला बेटांवर फिरायचे होते. त्यामुळे माझा अत्यंतिक आग्रह असायचा की, लोकांना कळले पाहिजे की मी चाळीशीतील बाई आहे. हे कळले तर मला चांगला दर्जा किंवा आदराचे स्थान बहाल केले जाईल आणि बेटावरील पुरुष आणि स्त्रियांमध्ये वावरण्याचे अधिक स्वातंत्र्य मिळेल. मी माझ्या दोन मुलांचे आणि नवऱ्याचे फोटो जवळ बाळगीत असे, परंतु लवकरच माझ्या लक्षात आले की १९ वर्षे वयाच्या मुलाची आई म्हणून माझे खरे वय भोवतीच्या समाजाला कळेल हे खरे नव्हते. कारण हा समाज असा होता की, जिथे मुलींची लग्ने इतक्या लवकर होत असत की, १३ ते १९ वयामध्ये त्या मुली दोन किंवा तीन मुलांच्या आया होत असत. आणखी असे की, स्त्रियांचे घटस्फोट आणि पुनर्विवाह हेसुद्धा वेळोवेळी घडत असल्याने अगदी वाढलेली मुले असतानासुद्धा स्त्रियांकडून लैंगिकदृष्ट्या समतोल साधला जावा, अशी समाजाकडून अपेक्षा नव्हती. तरीसुद्धा मी एक लग्न झालेली बाई होते आणि दोन

मुलांची आई होते ही बातमी समाजामध्ये सर्वदूर पसरली आणि मी आणलेल्या फोटोंनी ही कामगिरी चोख बजावली. या समाजामध्ये बाहेरून आलेली, उपरी बाई म्हणून लोकांनी मला जे काही प्रश्न विचारले असतील त्याची उत्तरे या फोटोंनी दिले.

मला सगळ्यात मदत कशाची झाली असेल तर कुट्टी आणि हरीद यांच्याशी असणारा माझा परिचय. जनगणनेच्या काळात संशोधक म्हणून काम करणारा हरीद हा माझा विद्यार्थी कालपेनीमध्ये बरीच वर्षे राहिला होता. हे दोघेही मुसलमान होते. ते लोकांबरोबर राहिले होते, लोकांबरोबर जेवले होते आणि लोकांच्या अनेक कार्यक्रमांमध्ये त्यांनी भाग घेतला होता. ज्यांच्या सहवासात ते राहिले ते सर्व अतिशय आस्थेने या दोघांबद्दल बोलत असत. खरोखर कुट्टीला ओळखणारे संपूर्ण बेटच होते आणि हरीदलाही बहुतांश लोक ओळखत होते.

कुट्टीने त्याच्या काही मित्रांसाठी माझ्यापाशी काही पत्रे दिली होती. एक अभ्यासक म्हणून आणि त्याची शिक्षिका म्हणून त्याने माझा या पत्रातून परिचय करून दिला होता. कालपेनी येथील काही तरुण मुलांशीसुद्धा कुट्टीने आवर्जून परिचय करून दिला होता. ही मुले महाविद्यालयातील आपले शिक्षण पूर्ण करून घरी परत आलेली होती. काही स्त्री-पुरुष असे होते की, जे या भागाच्या केंद्रस्थानी असलेल्या प्रदेशातून बेटावरून परतून आत आले होते. मी कालपेनीला निघण्यापूर्वी कालिकतला असतानाच कुट्टीने ही काळजी घेतली होती. आम्ही सर्वजण एकाच बोटीने कालपेनीपर्यंतचा प्रवास केला होता.

मला असे वाटते की, संशोधकाला लोक जेव्हा जाणीवपूर्वक स्वीकारतात तेव्हा संशोधक हा त्यांच्या दृष्टीने स्वेच्छेने आपल्याला जाणून घेणारा माणूस आहे, असे त्याला वाटते. अशा परिस्थितीत त्यांच्याकडून माहिती घेण्यामध्ये अपराधीपणा बाळगण्याची आणि लोकांना थंड विश्लेषणाच्या कात्रीमध्ये घालण्याची खंत वाटण्याची गरज नसते. खरा प्रश्न असतो तो म्हणजे, अशा समुदायातील एखाद्या व्यक्तीचे तुमच्याशी उत्कट भावनिक नाते निर्माण झाले तर काय? अशा व्यक्तीला आपण निरीक्षणाचे लक्ष्य बनवू शकतो का? आणि त्याला वा तिला एक कळीचा खबऱ्या म्हणून वापरू शकतो का? कदाचित असे करणे म्हणजे एखाद्या व्यक्तीच्या भावनांचा वापर तुमच्या स्वार्थासाठी केल्यासारखेच होते. मला असेच नेमके माझ्या आणि साराच्या (खोटे नाव) नात्याबद्दल वाटत होते. सारा नावाची दहा वर्षांची मुलगी माझ्याशी प्रेमाने झपाटलेले नाते निर्माण करत होती. मी ज्या विश्रामगृहात राहत होते त्या विश्रामगृहाला ती नियमित भेट देऊ लागली.

कालपेनीच्या माझ्या वास्तव्यातील पहिल्या आठवड्यातच हे घडले. एका संध्याकाळी मी एका घरातून दुसऱ्या घरात जात असताना माझ्या लक्षात आले की, एका प्रौढ गृहस्थाला लटकून उभी असणारी एक लहानशी मुलगी मी जिथे जाईन तेथे माझ्या मागोमाग येत होती. या काळात अजूनही या बेटावरील म्हणजे एक अपरिचित

व्यक्ती होते. त्यामुळे लहान गटाने गर्दी करून माझ्या मागोमाग येणे अनपेक्षित नव्हते. तरीसुद्धा जी मंडळी अशी गर्दी करून येत, ती पुन:पुन्हा तीच तीच माणसे येत नसत. लाजरीबुजरी अशी ती लहानशी मुलगी मात्र माझे लक्ष वेधून घेत होती. याला दोन कारणे होती. एक तर त्या संपूर्ण संध्याकाळच्या वेळामध्ये तिने माझा सतत पाठलाग केला. दुसरे म्हणजे तिची नजर माझ्यावर खिळलेली होती. एका टप्प्यावर मी तिच्या दिशेने गेले आणि त्या संध्याकाळी एक मध्यमवयीन, स्थानिक शाळाशिक्षक जो माझ्या दुभाषाचे काम करत होता त्याच्या साहाय्याने मी त्या मुलीशी बोलू लागले. त्याने स्नेहपूर्ण स्मित करून मला विचारले, ''तुला माहीत आहे का, ही मुलगी तुझ्या मागोमाग का येत आहे? आणि तुझ्याकडे इतक्या उत्कटतेने का पाहते आहे? आपल्या देवाकडे गेलेल्या आईची तिला आठवण येते आहे. तिची आई अगदी तुझ्यासारखी दिसत असे. तुझ्याप्रमाणेच तीसुद्धा गोरी-गोरी होती.'' मग हे सर्व तो पुन्हा एकदा स्थानिक भाषेत बोलला. भोवतीच्या मंडळींनी दु:खी चेहरे करून अनुमती दाखवून माना डोलावल्या. मीसुद्धा पुटपुटले की, मलासुद्धा तिच्या एवढाच मुलगा आहे. या क्षणी त्या आईविना असणाऱ्या बालिकेसाठी माझे डोळे डबडबले. माझ्या प्रतिक्रियेतून त्या सर्व मंडळींना कळले की, या सर्वांप्रमाणेच मलाही एखाद्या मुलाचे आईच्या प्रेमापासून आणि संगोपनापासून मुकलेले बालपण कधीही दुरुस्ती न करता येण्यासारखे हानिकारक आहे असे वाटते.

सारा आणि तिचा धाकटा भाऊ आपल्या आईच्या आईकडे राहत होते. आपल्या आजीने आपले घर आपल्या नवऱ्याबरोबर (Uxorilocal) थाटले होते. या दोन्ही मुलांना आपल्या वडिलांचा लळा होता. हे वडील स्वत:च्या बहिणीबरोबर आणि बहिणींच्या मुलांबरोबर राहत होते. सारा आणि तिचा धाकटा भाऊ शाळा संपल्यानंतर आपल्याला विश्रांतीचा काळ वडिलांबरोबर घालवीत असत. आपली बायको गेल्यानंतर या माणसाने पुनर्विवाह केला नव्हता आणि त्यालाही आपल्या मुलांचा खूपच लळा होता.

विश्रामगृहामध्ये मी राहत असताना छोटी सारा वेळोवेळी मला भेटायला येत असे. ती आपल्या वडिलांबरोबर यायची आणि केळी आणि इतर खाऊ माझ्यासाठी आणायची. मी पण त्यांचा पाहुणचार करायची. तिला अजिबातच इंग्रजी येत नव्हते. माझ्या दुभाषाच्या मदतीने मी तिच्याशी संभाषण करण्याचा प्रयत्न करीत असे, परंतु ती कधीच काही बोलली नाही.

साराचे वडील एक प्रामाणिक माणूस म्हणून ओळखले जायचे. धर्माचा अभ्यास केलेला माणूस म्हणजेच मुसालीयार असे त्यांना संबोधले जायचे. त्याच्या आईचा भाऊ आणि सासरा हे दोघे ज्येष्ठ नागरिकांच्या अधिसभेचे कुचेरीकरणावार सदस्य होते. अशा तऱ्हेने तिचे वडील म्हणजे अत्यंत महत्त्वाचा स्रोत होते. या दोन ज्येष्ठ व्यक्तींची मुलाखत घेऊन इस्लामी आणि मातृवंशीय कायद्याचे प्रत्यक्ष व्यवहार कसे

होतात, याबद्दल दिशा मिळू शकली असती. यातून खासगी संपत्तीचा वारसा कुचेरीकरणावार पद्धतीमध्ये असणाऱ्या वंशपरंपरेत कसा परावर्तित होतो, हेही समजले असते. आणखी महत्त्वाचे म्हणजे धार्मिक श्रद्धा आणि व्यवहार यांच्याशी संबंधित कळीचे मुद्दे मी त्यांच्या चर्चेतून समजून घेऊ शकत होते. यामुळे बेटावर राहणाऱ्या मुसलमान समाजाच्या संकल्पना खऱ्या अर्थाने समजून घेणे शक्य होते. इस्लामी धर्मपीठाच्या केंद्रामधून असे शिकणे शक्य झाले नसते; परंतु ही संधी मी हातून घालविली. काही अनौपचारिक संभाषणाखेरीज मला जो माहिती आणि ज्ञानाचा साठा उपलब्ध झाला होता, जो साराच्या वडिलांच्या रूपाने माझ्या हाती होता, त्याचा मी वापर केला नाही. मला माहीत होते की, ही छोटी मुलगी माझ्यापाशी खेचली गेली होती. कारण तिला माझ्यामधील तिची आई दिसत होती. तिने आपल्या वडिलांना माझ्या घरी ओढून आणले होते. या माणसाचा खबऱ्या म्हणून वापर करून घेणे म्हणजे तिच्या भावनांचा माझ्या लाभासाठी उपयोग करण्यासारखे होते. तिच्या आईच्या वडिलांशी आमच्या तासन्तास गप्पा व्हायच्या. तिच्या वडिलांच्या मामाशीही गप्पा व्हायच्या; पण साराचे वडील जरी माझ्या घरी सतत येत होते तरी त्यांच्याशी माझ्या चर्चा होत नसत.

सारामधील माझी भावनिक गुंतवणूक असल्याने त्यातून काही माहिती गोळा झाली नाही, पण माझ्या क्षेत्रीय कामाच्या दृष्टीने अनुकूल वातावरण निर्माण करण्यामध्ये अप्रत्यक्षपणे या गुंतवणुकीचा उपयोग झाला. या छोट्या मुलीने मला जी आईची प्रतिमा दिली त्यामुळे मी आणि बेटावरील मंडळी यांच्यामधील मानसिक अंतर कमी झाले. या छोट्या मुलीच्या आणि तिच्या वडिलांच्या गटाचे नाव तारवाड होते आणि या गटातील लोकांशी माझा चांगला संपर्क विकसित झाला. बेटावरच्या माणसांच्या दृष्टीने मी कुट्टी आणि हरीद यांची फक्त शिक्षिका नव्हते, तर माझे नाते बेटावरील एका मृत पावलेल्या तरुण स्त्रीशी होते, जिने आपली दोन दुर्दैवी अपत्ये मागे ठेवली होती. इतकेच नाही तर मला आईचे मन होते. माझे भिन्न भाषा बोलणे किंवा त्यांच्या धर्मातील नसणे यामुळे काही फरक पडत नव्हता. मला माणूस म्हणून स्वीकारले गेले. विशेषत: एक स्त्री म्हणून. धर्मांतर्गत आमच्यात असणारी भिन्नता कमीत कमी व्हावी म्हणून मी प्रामाणिक प्रयत्न केला. एका अर्थी माझी धर्मापलीकडे असणारी मनोभूमिका मला मदत करीत होती. मी कधी प्रार्थना करीत नसे, पूजा करीत नसे आणि उपासही करीत नसे. कुट्टीने दबकत दबकत कपाळावर कुंकू न लावण्याची केलेली सूचना मी स्वीकारली होती. त्यामुळेही मला मनासारखे परिणाम दिसत होते. कुंकू न लावण्याने माझ्यात आणि बेटावरील इतरांच्यात धर्म या चौकटीत असणारी भिन्नता ढळढळीतपणे समोर आली नव्हती.

मला या संशोधन प्रकल्पातून बेटावरील जीवनातील काही विषयांचा जो अभ्यास करायचा होता त्याकडे अतिसंवेदनक्षम पद्धतीने बेटावरील स्थानिक मंडळी पाहत होती.

कारण या बेटावर जो द्विस्थानीय रहिवास करण्याची सामाजिक प्रथा होती त्यात नवरा हा अधूनमधून भेट देणारा घटक होता आणि घटस्फोटाची वारंवारीक घटना आणि प्रमाण अधिक होते. यामुळे बेटाबाहेरील प्रस्थापित मुख्य भूमीवर लोकांमध्ये याबद्दल सांशकता होती आणि त्याच धर्माच्या चौकटीत वावरणारी ही मंडळी या सामाजिक प्रथेविरुद्ध टीकाटिप्पणीही करीत होती. ते सर्व सश्रद्ध मुसलमान होते; परंतु त्यांना मातृवंशीय व्यवस्थेचे महत्त्वही मूल्यपातळीवर वाटत होते. त्यांना शरीयत कायद्याकडे आपले परिवर्तन व्हावे असे वाटत नव्हते. त्यांच्या परंपरा त्यांना अर्थपूर्ण वाटत होत्या. म्हणून साहजिकच बाहेरच्या लोकांनी त्यांची गंमत केलेली त्यांना चालतही नव्हती. येथे लक्षात येते की, त्यांना प्रश्न विचारताना या नाजूक विषयासंदर्भात मला तीव्र काळजी घेणे भाग होते. माझ्या दुभाषाला मी बजावले होते की, मला मुलाखत देणाऱ्यांना कोणतेही प्रश्न अशा रीतीने विचारू नये की, ज्यामुळे उत्तर देणाऱ्यास आपल्या चाली-रीतींचे समर्थन करावे लागेल. तसेच मिळवलेल्या माहितीसंदर्भातही कधीही आश्चर्य दाखवू नये किंवा त्याची मूल्यात्मक तपासणीही करू नये. प्रश्नावली भरण्याचे काम मी स्वतःच करीत होते, त्यामुळे संपूर्ण बेटामध्ये विवाहाचा काळ किती आहे, या प्रश्नाची माहिती माझ्याकडे होतीच. लोकांना त्यामुळे कळलेच की, त्यांचा जीवनक्रम मला चांगला परिचित होता. मातृवंशीय साखळ्यांमधून आणि गोतावळ्याविषयीच्या प्रथांच्या मदतीने मी सहजपणे नातेसंबंध समजून घेत होते आणि एका अर्थी यातून हे सिद्ध होत असे की, त्यांची समाजव्यवस्था जीवनातील एक तथ्य म्हणून मी पाहते आहे. पडदा पद्धतीचा अभाव आणि ये-जा करण्याचे सापेक्षतः स्वातंत्र्य बेटावरील स्त्रियांपाशी असल्याने मला माझ्या स्वतःच्या हालचालीच्या स्वातंत्र्याची काळजी करावी लागली नाही. अगदी उतरत्या संध्याकाळी मी एका घरातून दुसऱ्या घरी जात असे आणि मला नेहमीच विश्रामघरापाशी पोहोचवायला माणसे सोबत येत असत. अगदी लवकर सकाळी किंवा संध्याकाळी खूप उशिरा मी पुरुषांना मुलाखतीसाठी विश्रामगृहावरच बोलावयाचे. माझा त्या बेटावरचा निवास संपत आला तेव्हा माझ्या दुभाषाने मला काही गोळा केलेली माहिती वाचून दाखविली किंवा भाषांतरीत केली. देणगीपत्रे, कोर्टातील अपील, संपत्तीविषयीचे झालेले लेखी निर्णय इ. दस्तऐवज तसेच मला भेटायला येणाऱ्यांच्या मुलाखती हे सारे तो मला वाचून दाखवी. सदासर्वकाळ त्याला माझ्याबरोबर फिरावे लागत नव्हते. बेटावर फिरताना खरे तर आठ लोकांनी मला मदत केली. त्यापैकी चौघांना इंग्रजी येत होते. त्यामधील एखादा तरी माझ्याबरोबर, मी लोकांच्या मुलाखती घेत असताना येत असे.

मला असे वाटते की, संपत्तीच्या व्यवहारामध्ये मला रस असूनही त्याकडे अनैसर्गिक म्हणून पाहिले गेले नव्हते, कारण त्या बेटावर मातृवंशीय व्यवस्था होती. संपत्तीसंदर्भात स्त्रियांना निश्चित हक्क होते आणि मातृवंशीय संपत्तीसंदर्भातील सर्व व्यवहारांमध्ये

स्त्रियांच्या स्वाक्षऱ्या आवश्यक होत्या. जरी कोर्टाच्या अपिलामध्ये स्त्रियांना 'निराधार आणि अडाणी' असे मानले गेले होते तरी त्यांचे हक्क मात्र वादातीत होते. स्त्रिया संपत्तीच्या व्यवहाराबाबत खूपच आस्था दाखवत होत्या. स्थानिक हायस्कूलमधील एक स्त्री शिक्षिका माझी चांगली मैत्रीण झाली होती. तिच्याबरोबर मी कितीतरी घरांमध्ये असे दस्तऐवज मिळवण्यासाठी गेले होते. ती हे दस्तऐवज मोठ्याने वाचत असे आणि मला भाषांतरित करून सांगत असे. मला मदत करणारी ही एकच स्त्री होती. हे खरे तर फार वाईट होते. प्रत्यक्षात ती नेहमीच मला उपलब्ध व्हायची असे नाही. परिणामत: बेटावरील स्त्रियांशी कितीतरी अधिक खासगी चर्चा झाल्या असत्या, पण तसे झाले नाही.

कालपेनीमधील माझे क्षेत्रीय काम थोड्याच दिवसांचे असले तरी अत्यंत सघन आणि खूप काही शिकविणारे होते. मातृवंशीय व्यवस्थेमध्ये स्त्रियांना बऱ्यापैकी स्वातंत्र्य असल्यामुळे याबरोबर मी अनेक बंधनांपासून मुक्त होते. गोंडांमध्ये काम करताना रणखिंडीमध्येही असा अनुभव नव्हता. माझ्यापाशी असणाऱ्या उपाधी समाधानकारक होत्या. एक तर मी बेटावरच्या लोकांना परिचित असणाऱ्या व्यक्तींची शिक्षिका होते. दुसरे म्हणजे मी विवाहित, दोन मुलांची आई आणि मध्यमवयीन होते. त्यांच्या संस्था आणि चालीरीती मला सुपरिचित होत्या आणि त्यामुळे मी तटस्थ पद्धतीने त्यांना प्रतिक्रिया देऊ शकत होते. सर्वात महत्त्वाचे म्हणजे माझा दृष्टिकोन आणि वागणूक यामुळे सगळ्यांना हवीहवीशी आणि सहानुभाव असणारी व्यक्ती आहे, असेही सिद्ध झाले होते. बेटावर मी उपरी होते आणि उपरीच राहिले; परंतु चांगली बाई माणूस म्हणून मला त्यांनी स्वीकारले होते. इतकेच नाही तर पाहुणी असूनही स्वत:च्या जीवनातील अत्यंतिक गाभ्याचा आशयही त्यांनी मला जवळून बघायला दिला होता. मी जेव्हा घराकडे परतले तेव्हा साश्रुडोळ्यांनी मला निरोप दिला गेला. त्यानंतर जो पत्रांचा भडिमार माझ्यावर केला गेला त्यातून असे सूचित झाले की, या बेटावरील माणसांनी मला एखाद्या पाहुण्या व्यक्तीला जितके सामावून घेता येईल तितके घेतले होते.

हे सर्व कथन म्हणजे व्यक्ती म्हणून माझा झालेला विकास किंवा क्षेत्रीय अभ्यास करणाऱ्या मानवशास्त्रज्ञांचा विकास नव्हे. येथे मी बुध्याच माझ्या सगळ्या धडपडीची कहाणी वगळली आणि विशेषत: मानवजाती संस्कृतीविषयक जी माहिती आली ती हाताळताना मला झालेला त्रास मी लिहिला नाही. इतकेच नाही, तर सैद्धांतिक आणि पद्धतीशास्त्रविषयक प्रश्न मी कसे हाताळले, याबाबत मी जवळजवळ काही बोलले नाही. हा निबंध लिहिण्यामागील माझा हेतू असा होता की, एक स्त्री क्षेत्रीय कार्यकर्ती म्हणून माझ्या समाजातील तीन भिन्न सांस्कृतिक परिस्थितीमध्ये माझ्या अनुभवांचे परीक्षण करणे. मी माझे लक्ष पूर्णत: केंद्रित केले होते ते ज्या लोकांमध्ये काम केले त्या लोकांचे मला आणि माझ्या स्त्रीत्वाला मिळणारा प्रतिसाद आणि प्रतिक्रिया यावरच या लोकांनी मला त्यांच्या स्वत:च्या सामाजिक आणि सांस्कृतिक जगांमध्ये ठीकठाक

बसविण्याचा कसा प्रयत्न केला आणि माझ्याकडून त्यांच्या साच्यात बसण्याच्या दृष्टीने किमान अपेक्षा कशा केल्या, यावरच माझे लक्ष केंद्रित होते. थोडक्यात, क्षेत्रीय अनुभव घेणाऱ्या आणि त्याविषयी अनुभव लिहिणाऱ्या इतर स्त्रियांपेक्षा माझ्या लेखनाचा भर हा अधिक मर्यादित होता.

जेव्हा एखादा मानवशास्त्रज्ञ समुदायाचे निरीक्षण करतो तेव्हा समुदायसुद्धा मानवशास्त्रज्ञांचे निरीक्षण करतो. विशेषत: जेव्हा क्षेत्रीय कार्यकर्ती म्हणून एखादी स्त्री समोर येते तेव्हा समुदायाची चिकित्सक दृष्टी अधिकच सूक्ष्मदर्शी आणि विचक्षण होते; परंतु पेगी गोल्ड यांनी म्हटल्याप्रमाणे अगदी जैविक लिंगभावसुद्धा वय, वैवाहिक दर्जा आणि इतर वैशिष्ट्ये यांच्याशी जुळलेला असतो, तो विलग नसतो. (१९७० : see ८८) माझ्याबाबतीत माझे स्त्रीत्व जरी सदासर्वकाळ होते तरीही माझे इतर दर्जाविषयक तपशील, उदा. तरुण विवाहित स्त्री, महत्त्वाच्या अधिकाऱ्याची सून, शिक्षित आणि नोकरदार मध्यमवयीन आई आणि शिक्षिका या साऱ्यांमुळे काही सार्थ असा वेगळा अनुभव मला आला. या दर्जाविषयक भिन्न तपशिलांमुळे भिन्न समुदायांनी आपल्या पारंपरिक चौकटीत कसे सामावून घ्यावे, याचे मार्गदर्शन झाले. अनेक मार्गांनी मला संरक्षक कवचही प्राप्त झाले. इतकेच नाही, तर अशा तऱ्हेच्या दर्जाविषयक भिन्न परिणामांमुळे संस्कृतीचे भिन्न पैलू माझ्यापर्यंत पोहोचण्यामध्ये काही मर्यादा आल्या तर अनेक ठिकाणी सहजसुलभ प्रवेशही मिळाला.

लॉरा नाडर यांनी मानवशास्त्राच्या कामामध्ये स्त्रिया यशस्वी का होतात याविषयी वक्तव्य करताना म्हटले आहे. 'स्त्रिया यशस्वी क्षेत्रीय कार्यकर्त्या होतात कारण त्या अधिक व्यक्तिसन्मुख असतात. पाश्चिमात्य संस्कृतीमध्ये तरी असे म्हणता येईल की, पुरुषांपेक्षा स्त्रिया सामान्यजनांशी अधिक चांगला संपर्क साधू शकतात. (१९७०; ११३-११४) भारतीय स्त्रियांच्या संदर्भात मात्र विशेषत: ज्या स्त्रिया काम करत आहेत त्यांचे वास्तव लक्षात घेता हा दृष्टिकोन स्वीकारताना सावधगिरी बाळगायला हवी. भारतीय स्त्री ज्या सामाजिक संरचनेच्या मर्यादेमध्ये वाढविली जाते आणि ज्यामध्ये ती कार्यरत असते ते लक्षात घेता अशी भारतीय स्त्री संकुचित दृष्टीची आणि कर्मठ वागणुकीची असण्याचीच शक्यता जास्त आहे. तिच्या संगोपक मर्यादांमधून ती बाहेर आली तर क्षेत्रीय कामांमध्ये आपल्या नैसर्गिक गुणांचा लाभ होऊ शकेल. तिच्यापाशी दैनंदिन जीवनातील बारीकसारीक तपशील समजून घेण्याची अमर्याद क्षमता असते. एक वेळ आपण याला फालतू तपशील म्हणू शकू; परंतु प्रत्येक बाईकडे कोणत्याही परिस्थितीशी जुळवून घेण्याची अधिकच क्षमता असते. तिचे जीवनानुभव तिच्यामध्ये हे गुण निर्माण करतात आणि क्षेत्रीय काम करताना ती या गुणांचा पूर्ण फायदा घेऊ शकते.'

■

२

## लिंगभावाच्या जडणघडणीविषयीचे विचारमंथन –
## पितृवंशीय भारतातील हिंदू मुलींचे
## सामाजिक संस्कारातून होणारे संगोपन

पितृवंशीय पुरुषबीजाधिष्ठित भारतीय समाजाच्या वातावरणामध्ये मुलगी म्हणून वाढविण्याच्या प्रक्रियेकडे आजवर समाजवैज्ञानिकांनी पुरेसे लक्ष दिलेले नाही. त्यांच्या निरीक्षणातून कित्येक सूक्ष्म बारकावे आणि गुंतागुंत निसटली आहे. मुलगी असणे म्हणजे काय, मुलीला कोणत्या वयात आपल्या आयुष्यात कोणत्या नियंत्रणाखाली जगायचे आहे याची जाणीव होते? मुलगा आणि मुलगी म्हणून लावली जाणारी भेदभाव करणारी मूल्ये आणि त्यांचे केले जाणारे समर्थन हे सारे तिला केव्हा समजते? आपली स्वत:ची भूमिका योग्य होण्यासाठी नेमका आशय विकसित करण्यासाठी केव्हा आणि कोणत्या प्रकारे मुलीचे शिक्षण होते? स्त्रिया ज्या सांस्कृतिक कल्पना आणि मूल्ये आत्मसात करून आपल्या स्वत:बद्दलच्या प्रतिमांना आकार देतात आणि भविष्याबद्दलची दृष्टी बनवितात त्या कल्पना कोणत्या यंत्रणेतून घडतात? जी मूल्ये आणि विधिनिषेध त्यांना शिकविले जातात, त्यातील विसंगतीसंदर्भात तसेच, ज्या मर्यादांमुळे त्यांना विशिष्ट प्रकारचे डावपेच लढवावे लागतात या सर्वांबाबत त्या आपली संवेदनक्षमता कशी आत्मसात करतात? वेगळ्या शब्दांत सांगायचे तर स्त्रिया लिंगभेदयुक्त व्यक्ती कशा होतात?

सदर निबंधात यापैकी काही प्रश्नांची उत्तरे शोधण्याचा प्रयत्न केला आहे. माझ्या निबंधामध्ये मी ही उत्तरे मिळविण्यासाठी व्रतवैकल्ये आणि सण–समारंभ, दैनंदिन भाषेचा वापर, तसेच कुटुंबांतर्गत आणि कौटुंबिक नात्यांमध्ये पाळावयाच्या चालीरीती यांच्या आधारे हिंदू मुलींच्या सामाजिकीकरणाच्या प्रक्रियेच्या भिन्न घटकांवर लक्ष केंद्रित केले आहे. या लेखनात वापरली गेलेली सामग्री भारतातील भिन्न प्रदेशांमधून गोळा केली आहे. उदाहरणादाखल काही प्रसंग निर्माण करताना मानवशास्त्राच्या प्रथेनुसार मी व्रतवैकल्ये, रीतीभाती-व्यवहार जिथे प्रत्यक्ष अमलात आणले जातात अशा प्रदेशांची आणि गटांची नावे सांगितली आहेत. तरीही भौगोलिक आणि सामाजिक भिन्नतेनुसार

अशी व्रतवैकल्ये आणि रीतीरिवाज फक्त काही प्रदेशांपुरते मर्यादित नसून त्यांची व्याप्ती मोठी आहे. म्हणूनच यातून काढलेली अनुमाने अथवा तर्क यांचे स्वरूपही सार्वत्रिक आहे.

मात्र, हे लक्षात घेतले पाहिजे की, जे लिंगभेद सांस्कृतिकदृष्ट्या निर्माण केले जातात, त्या लिंगभेदाची मुळे अगदी अपरिहार्यपणे शारीरिकतेत रुजलेली दिसतात. म्हणून हे सारे निसर्गनियमानुसार घडते, असे स्पष्टीकरण दिले जाते. याचे सुसंगत उदाहरण द्यायचे तर सर्वसामान्यत: पितृवंशीय भारतामध्ये मूल जन्माला घालण्याच्या आई आणि बाप यांच्या भूमिकेबद्दल अशी कल्पना केली जाते की, पुरुष बीज पुरवतो म्हणजे 'सत्व' पुरवितो आणि स्त्री क्षेत्र पुरविते. क्षेत्र बीज स्वीकारते आणि त्याचे संगोपन करते. मूल बापाच्या रक्ताचा अंश असते. अशा तऱ्हेने ज्या गटामध्ये ती जन्म घेते त्या गटामध्ये वंशसातत्य चालू ठेवण्याच्या कामासंदर्भात स्त्रीवर निरुपयोगी असा शिक्का मारला जातो आणि त्या गटाकडून तिचे हस्तांतरण झालेच पाहिजे असे मानले जाते. इतकेच नाही, तर नवऱ्याच्या घरातील गोतावळ्याकडून स्त्रीला केवळ अपत्यजननाचे साधन म्हणून, बीज धारण करणारे एक भांडे किंवा वंशसातत्याचे वाहन असे मानले जाते. स्त्री आणि पुरुषांना विषम हक्क आणि दर्जा देणाऱ्या या समाजव्यवस्थेकडे भाऊ-बहीण म्हणून आणि नवरा-बायको म्हणून निसर्गानुसारही व्यवस्था या दृष्टीने असे पाहिले जाते. निसर्गाने मूल जन्माला घालण्याच्या संदर्भात दोन लिंगांना ज्या विषम भूमिका दिल्या आहेत त्याच्याशी हे सुसंगत आहे, असे मानले जाते.

लिंगभावाच्या या भूमिकांचे आकलन गोतावळ्याच्या जटिल संदर्भातच केले जाते. तसेच त्या संदर्भात कृती केली जाते आणि या भूमिका शिकविल्या जातात. ही प्रक्रिया समजून घेण्यासाठी कुटुंबाच्या रचनेचा खरा अर्थ आणि ज्यामध्ये ती कोरली जाते त्या गोतावळ्याचा व्यापक संदर्भ लक्षात घ्यायला हवा. कुटुंबरचनेचा अर्थ समजून घेताना तिची दोन महत्त्वाची अंगे येथे लक्षात घ्यायला हवी. कुटुंबरचना कोणत्याही एका काळाच्या टप्प्यावर फक्त जनगणनेचे काम करीत नसते तर, त्या रचनेतून कुटुंबामध्ये कोणाला भरती केले जाईल, वैवाहिक निवास कसा असेल आणि एका पिढीची जागा दुसरी पिढी घेत असताना या प्रक्रियेमध्ये कुटुंबाच्या पुनर्रचनेचे आदर्श साचे आणि प्रत्यक्षातील साचे या सर्वांसंदर्भात तयार होणारे नियमसुद्धा कुटुंबरचनेतून प्रतिबिंबित होतात. दुसरी महत्त्वाची गोष्ट अशी की, कुटुंब नावाचे जे एकक असते त्याची प्रत्यक्ष बांधणी जशी महत्त्वाची असते तितकीच त्यापलीकडे जाणारी आणखी काहीतरी घडण असते. कुटुंबसंस्थेतील भूमिकांची गुंफण आणि प्रत्यक्ष व्यवहारामधील त्यातील सदस्यांचे विशिष्ट आणि वस्तुनिष्ठ योगदान यानुसार कुटुंबातील संसाधनांचे वाटप केले जाते. लिंगभेद आणि वयानुसार कामांची वाटणी केली जाते. मुलगा आणि मुलगी यांची भूमिका भविष्यातील प्रौढ म्हणून कशी घडवायची, याविषयीच्या संकल्पना आणि

प्रशिक्षणही कसे करायचे हेसुद्धा ठरते.

गोतावळ्याची वीण म्हणजे केवळ नैतिक नियमावली नसते तर त्यातील सामाजिक गटातील व्यक्ती म्हणून कोणाला कोणते स्थान द्यायचे, कुटुंब आणि त्याच्याशी जोडलेला गोतावळा म्हणजेच घरगृहस्थी, यांची रचना कशी करायची, लग्न झाल्यावर राहण्याचे ठिकाण कोणते, साधनसामग्रीचे वाटप कसे करायचे हे सारे प्रश्न असतात. यामध्ये वारसाहक्काचाही प्रश्न असतो. जगण्याच्या व्यवहारात आपल्या गटातल्या प्रत्येक सदस्याच्या – व्यक्तीच्या जबाबदाऱ्या कोणत्या आणि बंधने, कर्तव्ये कोणती याचा यामध्ये अंतर्भाव असतो. येथे लक्षात घेतले पाहिजे की, कुटुंबातील सदस्यत्वाचा, अन्न आणि भरणपोषणाचा, आरोग्य, शिक्षण, सत्तास्थान आणि निर्णय घेण्याचा अधिकार या सर्व घटकांचे योग्य विश्लेषणात्मक आकलन करून घ्यावे लागते. असे न करता आपण कुटुंबामध्ये कोणाला कोणते हक्क मिळतात या संदर्भात कुटुंब विचारप्रणालीचे विश्लेषण करणे शक्य नसते. यापैकी कित्येक घटकांचे स्वरूप आपल्याला स्पष्टपणे सांगितले जात नाही. म्हणूनच लोकांच्या कल्पना आणि वागणे कोणत्या गृहीतांवर आधारित आहे, याचे नीट परीक्षण करण्याची गरज असते. लोक जो धर्म मानतात आणि आचरणात आणतात त्याचे वरील तत्त्वांशी घनिष्ठ नाते आहे. या मुद्यावर भर देण्याची गरज नसते. सामाजिकीकरणाची प्रक्रिया समजून घेण्यासाठी गोतावळ्याच्या व्यवस्थेची विशिष्टता केंद्रस्थानी असते. असे करताना एकेका घरादाराचे भोवतीच्या व्यापक संरचनेशी आणि सामाजिक प्रक्रियेशी, त्यातल्या गुंतागुंतीच्या, दुव्यांशी असणारे नाते लक्षात घेऊन नीट तपासणी झाली पाहिजे. अशा तपासणीसाठी गोतावळ्याच्या वैशिष्ट्यांचे महत्त्व मान्य करणे हा कळीचा मुद्दा आहे.

अंतिम मुद्दा असा आहे की, कुटुंबाची संरचना आणि गोतावळ्याचे साचे हे जातिसंस्थेशी बांधलेले असतात. जातिव्यवस्थेमधील एक सत्य असे आहे की, प्रत्येक जातिगटामध्ये सदस्यत्व दिले जाते ते जन्माने दिले जाते. त्यामुळे प्रत्येक गटाचे वेगळेपण आणि वैशिष्ट्य टिकविण्यासाठी जातीच्या सीमारेषा टिकविण्याची गरज असते. विवाहसंस्थेला नियमबद्ध करून आणि लैंगिक नात्यावर नियंत्रण ठेवून हे घडविले जाते. हिंदू भारत अशा चौकटीचा विचार केला तर पितृवंशीय वारसाहक्काच्या तत्त्वाने जातीगटामधील स्थान ठरते. आईची जात अपत्याच्या जातीच्या दर्जासंदर्भात अर्थहीन नसते. जातीच्या सीमारेषा टिकविण्याची जबाबदारी स्त्रियांच्या खांद्यावर येते. कारण शरीरधर्मानुसार जैविक पुनरुत्पादनाच्या दृष्टीने त्यांची भूमिका अपरिहार्य असते. अशा तऱ्हेने जातिव्यवस्था भारतीय समाजात बाई म्हणून वाढण्याच्या प्रक्रियेमध्ये स्त्रीच्या जीवनाला एक विशेष पोत निर्माण करते.

## पुरुष नावाचे अपत्य

मुलगा नावाचे अपत्य एक मौल्यवान चीज आहे, याची जाणीव पुरुष होऊ पाहणाऱ्या अर्भकाला फार लवकरच दिली जाते. प्रेमळ आणि कौतुक करणारे आई, बाप, आजोबा, काका, मामा, मावश्या या सर्वांचा गराडा भोवती असूनसुद्धा तीन-चार वर्षांच्या मुलीच्या कानावर तिला सांभाळणारी दाई म्हणते की, 'ही मुलगी गोड आहे पण हाच मुलगा असता तर किती छान झाले असते.' मुलगा जन्माला आला की त्याच्या जन्माचा आई-वडील आणि इतर नातेवाइकांना जो अपार आनंद होतो, त्या जन्मदात्याचे जे अभिनंदन केले जाते ते लहान मुलीच्या नजरेतून सहसा सुटत नाही. मुलगाच व्हावा ही मनापासून वाटणारी इच्छा आणि लागोपाठ होणाऱ्या मुलींबद्दलची नावड लोकांकडून स्पष्टपणे प्रकट केली जाते. 'चार मुली? प्रत्येक मुलगी दहा हजार रुपये हडप करेल मगच घराबाहेर होईल. मुलीला वाढविणे म्हणजे वाळूमध्ये पाणी ओतल्यासारखे आहे.' ज्या आई-वडिलांना फक्त मुली होतात त्यांची कीव केली जाते. त्यांचे भविष्य अंधारे आहे असे मानले जाते, कारण म्हातारपणी त्यांना आधार देणारे, मदत करणारे कोणीच नसणार. एका तेलुगू सुभाषितात फार परिणामकारकरित्या हे मत मांडले आहे. 'मुलीला वाढविणे म्हणजे दुसऱ्याच्या अंगणातल्या रोपाला खत-पाणी घालणे होय.' (S. C. Dube, 1955; P.148)

मोठी माणसे लहान मुलींना आणि स्त्रियांना 'अष्टपुत्रा भव' (आणि फक्त एकच मुलगी) असा आशीर्वाद देतात. मुलगे म्हणजे किती मोठे धन आहे, ही कल्पना नंतरही ठामपणे मनावर बिंबवली जाते. प्रांताप्रांताच्या विविध प्रकारच्या स्त्रियांनी करावयाच्या खास पूजा (Worship) आणि व्रते (उपासतापास आणि कर्मठ आचरणे) करतात ते या उद्देशाने की मुलगे व्हावे आणि असलेल्या मुलग्यांना दीर्घायुष्य लाभावे. मुलीच्या पाठीवर मुलगा झाला की ते आईने घेतलेल्या व्रतांचे आणि नवसांचे फळ मानले जाते. मुलगा म्हणजे जणू शंभरी सोने, त्यामुळे बहिणीच्या पाठीवर मुलगा जन्माला आला, तर शुभशकुनी आणि भविष्यकाळात चांगले वैभव मिळवून देणारी म्हणून प्रशंसेला पात्र ठरते. विविध प्रकारे तिचा सन्मान केला जातो. उदाहरणार्थ, उत्तर प्रदेशात तिच्या पाठीवर गुळाचे ढेकूळ फोडले जाते. ती भावाच्या रूपाने वंशाला दिवा देण्याचे सुदैवच जणू कुटुंबाला बहाल करते, अशी तिची एक विशेष गुणवत्ता मानली जाते.

मुलगी नेहमीच नकोशी मानली जाते असा मी दावा करीत नाही. कितीतरी प्रांतांत कुटुंबातल्या मुलींचा सन्मान करण्याचे खास दिवस साजरे केले जातात. मुलींचे कपडे, दागदागिने, तिच्या अंगचे गुण यांकडे विशेष लक्ष पुरविले जाते. मराठीत एक म्हण आहे, 'मुलीचा बाप कधीही उपाशी राहणार नाही.' मुलीचे घरकामातले नैपुण्य किती उपयोगी पडते, ही सर्वसामान्य भावनाच या म्हणीतून सिद्ध होते. बऱ्याचशा पालकांना

आपल्या मुलींनी शाळा-कॉलेजात मिळविलेल्या प्राविण्याबद्दल अभिमान वाटतो. तरीदेखील यातून हाच संदेश मिळायचा की समाजव्यवस्था बदलणारी नाही आणि मुलीचे माहेरी राहणे अल्पकालीन असते. याखेरीज मुलीच्या लग्नाला उशीर होणे किंवा अजिबात लग्न न होणे हे केवळ अनैसर्गिकच नव्हे, तर अशी परिस्थिती उद्भवणे हे कुटुंबाच्या प्रतिष्ठेला धोकादायक ठरणारे आणि जोखीम पत्करण्यासारखे आहे. एका ओरिया म्हणीत मुलीची तुलना तुपाशी करतात. दोन्ही फार मौल्यवान आहेत, पण जर वेळेवर त्यांना हातावेगळे केले नाही तर त्यांना दुर्गंधी येऊ लागते. त्या बिघडतात. तेलुगूमध्ये बरेचदा बायका असे म्हणतात, योग्य वयात मुलीचे लग्न झाले नाही तर जी काळजी वाटते ती अशी की, ''वयात आलेली मुलगी म्हणजे छातीवरचे गळू!'' (मराठीत – उरावरची धोंड).

कोणत्याही बाईचा नवरा अकाली मरण पावला, तर लवकरच तिचे मुलगे मोठे होतील आणि तिची काळजी घेतील, असा तिला दिलासा दिला जातो. असे मुलींच्या बाबतीत म्हटलेले आपल्याला कधीच ऐकू येत नाही. त्यांच्याकडे नेहमीच एक जबाबदारी किंवा ओझे म्हणून बघितले जाते. देवाची कृपा असेल तर या मुली लग्न होऊन चांगल्या घरी पडतील, अशी ती स्वतःची समजूत घालू लागते. मुलगे आणि मुली यांच्याकडून ज्या अपेक्षा असतात त्यातही सर्वसामान्यतः तफावत दिसून येते. शिक्षणाच्या संदर्भात बघितले, तर असे दिसते की मध्यमवर्गीय कुटुंबात आर्थिक टंचाई असल्याने मुलींना कमी खर्चिक प्रांतीय शाळेत घातले जाते. उलट जास्त खर्चाच्या इंग्रजी माध्यमांच्या शाळेत मुलांना शिकविले जाते. लोकांची धारणा अशी असते, की मुलीचे शिक्षण तिच्या स्वतःच्या फायद्यासाठी असते. ती ज्या कुटुंबात जन्माला येते त्या कुटुंबाच्या दृष्टीने ती गुंतवणूक आहे, असे समजले जात नाही.

## माहेर

मुली माहेरी वाढतात त्या कुटुंबातल्या तात्पुरत्या सदस्य म्हणून. व्रतवैकल्ये पाळताना त्याचा एक महत्त्वाचा अर्थ त्यांच्या ध्यानात येतो, तो म्हणजे माहेर सोडून नवऱ्याच्या घरी आपल्याला जायचे आहे, ही गोष्ट अपरिहार्य आहे. हिंदू मध्यमवर्गीय बंगाली स्त्रियांच्या सामाजिकीकरणाविषयी सुचेता मुजुमदार म्हणतात – ''दुर्गापूजा लहान मुलींपर्यंत एक महत्त्वाचा संदेश पोहोचवते. ही पूजा म्हणजे देवीचे माहेरी येण्याचा समारंभ साजरा करणे असे समजतात. वस्तुतः हा समारंभ संपूर्ण वर्षभरात फक्त पाच दिवस चालतो. त्यातून मुलींच्या मनावर सक्तीने बिंबविले जाते, की एकदा लग्न झाले की तिने वरचेवर माहेरी येण्याची अपेक्षा धरू नये.'' (Mazumdar 1981: 34)

दुर्गापूजेसारखीच हुबेहूब कर्नाटकात एक पूजा असते, गौरी पूजा. दुर्गापूजेच्या साधारण एक महिनाभर आधी ही पूजा केली जाते. तीही गौरीच्या माहेरी येण्याच्या

स्मरणार्थ असते. या समारंभात स्त्रिया जी गाणी म्हणतात त्यात असे वर्णन असते, की गौरी शिवाला विनंती करते की मला माहेरी पाठव आणि शिव आदर्श पत्नी आणि माता कर्तव्यासंबंधी अखंड वाद घालीत राहतो. शिव एक गमतीदार वादाचा मुद्दा पुढे आणतो तो असा की गणेश अजून लहान आहे, त्याला या घरच्या सुखसोई आणि ऐषारामाची सवय आहे आणि गौरीचे आईवडील गरीब आहेत. गणेशाने काही गोष्टी मागितल्या आणि तिचे आईवडील त्या पुरवू शकले नाहीत तर गरीब बिचारं पोर दुःखी होईल. तिच्या आईवडिलांनाही ते अडचणीचे वाटेल, दडपण वाटेल. गौरी पुनःपुन्हा विनंती करते की तिला निदान तीन दिवस तरी माहेरी जाऊ दे आणि शिव सरतेशेवटी तिला परवानगी देतो. दुर्गा जशी आपल्या माहेरी चार मुलांना घेऊन येते तशी गौरी तिच्या धाकट्या मुलाला गणेशाला घेऊन येते. ही भेट तीन किंवा पाच दिवसांची होते आणि मोठ्या डामडौलाने साजरी केली जाते.

मग निरोप घेण्याची वेळ येऊन ठेपते. वातावरण भारावलेले असते. बऱ्याच वेळा तरुण मुलींचे डोळे भरून येतात. त्यांच्या घरातील नात्यातल्या किंवा मैत्रीतल्या मुलींच्या विवाहाच्या वेळी असेच होत असते आणि अशा वेळी नववधूचे माहेराहून पतीकडे आणि त्याच्या कुटुंबाकडे स्थलांतर होणे हे विविध विधी आणि समारंभांमधून एखाद्या नाटकासारखे उभे केले जाते. गौरीपूजेतून तरुण मुलींना सत्य म्हणून हे सांगितले जाते की, त्यांनाही कधी ना कधी आपल्या आईचे घर सोडून जावे लागणार आहे. इतकेच नाही, तर आपल्या माहेरी कधी यायचे, याविषयी स्त्रियांना स्वायतत्ता नसतेच, हेसुद्धा यामधून अधोरेखित केले जाते. खरे तर मुलींवर होणाऱ्या संस्कारांच्या प्रक्रियेमधून नवरा आणि त्यांचे कुटुंब यांच्या इच्छेसमोर मान तुकविण्याची जी गरज असते त्यावरच भर दिला जातो आणि यातून शरण जाणे आणि आज्ञा पाळणे हे गुण आदर्श स्त्रीत्वाचे असे सर्वसाधारणपणे ठरते.

गौरीपूजा तमिळनाडूच्या काही भागांत, आंध्र प्रदेशात आणि महाराष्ट्रातही साजरी केली जाते. आंध्र प्रदेशातल्या आणि महाराष्ट्रातल्या इतर काही उत्सवांतही एक किंवा अनेक देवता घरी येण्याची कल्पना आढळते. गौरीपूजेच्या सुमारासच बऱ्याच कुटुंबांत दोन देवता मोठी महालक्ष्मी आणि छोटी महालक्ष्मी (बहिणी बहिणी समजल्या जातात.) आपल्या मुलांसह घरी येतात म्हणून साजरा केला जातो. हा उत्सव तीन दिवस चालतो. पहिला दिवस 'स्थापना' म्हणजे गौरी बसविणे, दुसरा पूजेचा आणि गौरी जेवायचा आणि तिसरा निरोपाचा किंवा पाठवणीचा. महालक्ष्मीचा आदर करायचा म्हणून कुटुंबातल्या लग्न झालेल्या मुलींना आणि त्यांच्याबरोबरच्या इतर माहेरवाशिणींना जेवायला बोलावले जाते. महाराष्ट्रातल्या लग्न झालेल्या बायकांमध्ये चैत्र महिन्यात (मार्च-एप्रिल) गौरी आणणे हा फार लोकप्रिय सण आहे. गौरीच्या मूर्ती सजवल्या जातात, त्यांच्या भोवती वेगवेगळ्या नैवेद्यांच्या थाळा ठेवल्या जातात आणि स्त्रिया

एकमेकींना गौरी बघायला बोलावतात. लग्न झाल्याचे प्रतीक मानलेले सौभाग्यचिन्ह हळदीकुंकू स्त्रिया एकमेकींना वाटतात. ते अत्यंत पवित्र आणि सुचिन्ह मानले जाते. मुलींची ही माहेरची भेट हा या सर्व उत्सवातला आनंदाचा भाग असतो; पण हा उत्सव फारच थोड्या दिवसांचा असतो.

लग्नानंतर मुलींचे माहेराशी जे नाते बदलते त्याचा आशय इतर अनेक उत्सवांतून दिसून येतो. बंगाली लग्नपद्धतीत मुलगी माहेर सोडून नवऱ्याबरोबर सासरी जायला निघते तेव्हा ती माहेरच्या घराकडे पाठ फिरवून उभी राहते आणि खांद्यावरून मूठभर तांदूळ मागे फेकते. याचा अर्थ असा समजतात, ती आत्तापर्यंत तिने जेवढा भात खाल्लेला असतो तो ती परत करते आणि स्वत:ला माहेच्या ऋणातून मुक्त करते. बंगालमध्ये 'तांदूळ' परत करण्याची अशीच एक रीत आहे, पण त्याचा अर्थ वेगळा लावला जातो. तो म्हणजे मुलगी आपली असहायता, आपले जीणे कवडीमोलाचे आहे, अशी भावना व्यक्त करते.

लग्नानंतर सकाळी मुलगी माहेरचा निरोप घेते तेव्हा ती हातात मूठभर माती घेते आणि आपल्या आईवडिलांना त्रिवार सांगते, "मी तुमच्याकडून मूठभर सोने घेतले, आणि तुम्हाला मूठभर माती परत करते आहे." ओरिया लग्नामध्ये वधू आईच्या पदरात तांदूळ ओतते. यानंतर भोवताली हुंदके, मुळूमुळू रडणे, आक्रोश आणि एकूण रडारड सुरू होते आणि तिने खाल्लेला भात परत केला तेव्हा आता मुलीचे माहेरच्या घराशी असलेले नाते कायमचे तुटले, असे मानले जाते. करुणा चानणा सांगतात, की माहेराचे नाते तुटले असा आशय व्यक्त करणारी एक रीत पंजाबी लोकांतही आहे. तांदळाचे दाणे फेकण्याच्या क्रियेसारखीच जवळजवळ ही क्रिया आहे. मात्र, त्याचा अर्थ वेगळा आहे. तो म्हणजे मुलगी नवऱ्याच्या घरी जाण्यापूर्वी ती अशी इच्छा व्यक्त करते, की माझ्या माहेराला समृद्धी येवो.

आणखी एक कल्पना, की जन्म हा एक अपघात आहे आणि मुलगे आणि मुली यांचे भविष्य परस्परविरोधी असते. हाच एक सर्वसामान्यपणे आशय मुलीची सासरी पाठवणी करताना तसेच या लग्न झालेल्या मुलीच्या नंतरच्या माहेराच्या भेटी आणि परत पाठवणी या वेळच्या रडण्याभेकण्यातून निघू शकतो. एक उदाहरण द्यायचे तर मध्य भारतात मुलीची समारंभपूर्वक सासरी पाठवणी करण्याच्या आदल्या दिवशी आई रडत रडत म्हणते, "पोरी, तू जर मुलगा असतीस तर तू आमच्याजवळ राहिली असतीस, शेत नांगरलं असतंस आणि आमची काळजी घेतली असतीस. मी तुला गरम गरम भात वाढला असता. पण आता तुला एखाद्या प्रेतासारखी घराबाहेर काढली जात आहे."

हिंदी पट्ट्यात मुलीला सासरी पाठवताना जी गाणी म्हटली जातात त्यात वधू आपलं दु:ख आणि चीड प्रकट करते. "बाबा, तुम्ही माझ्या भावाला वाढवलंत, सुखी होण्यासाठी आणि मला वाढवलंत अश्रू ढाळण्यासाठी. बाबा तुम्ही तुमच्या मुलाला

वाढवलंत तुमचं घर देण्यासाठी आणि माझ्यासाठी ठेवलात एक पिंजरा.''

मुलीकडे ती कुटुंबातली हंगामी सभासद आहे आणि मुलगा मात्र कायम सभासद आहे, या धारणेचे परिणामही तसेच होतात. आपल्या वडिलांची उडी कितपत आहे याचा किंवा आपल्या लहान भावंडाच्या भविष्याचा फारसा विचार न करता मुलीदेखील आपला हुंडा जमवण्याच्या बाबतीत काटेकोर असतात. त्यांना माहेरी कुटुंबाचा घटक म्हणून हक्क नसेल तर त्यांच्या उदरनिर्वाहाला हातभार लावायला त्या बांधलेल्या नाहीत. नव्या कुटुंबात जम बसविणे आणि तिथे स्वत:ला एक दर्जा प्राप्त करून घेणे हे त्यांना जास्त महत्त्वाचे वाटते. या प्रक्रियेला हातभार लावण्यासाठी हुंडा आवश्यक आहे, या दृष्टीने त्या हुंड्याकडे बघतात. आई आणि मुलगी या दोघींच्या हेतूंमध्ये मुळीच एकवाक्यता नसल्याचे एका ओरिया म्हणीतून स्पष्ट दिसून येते. 'आई आणि मुलगी देवळात जातात आणि दोघीही फक्त स्वत:च्या सुखासाठी प्रार्थना करतात.' मुलीच भलं व्हावं हे काही आईच्या सुखासाठी आवश्यक नाही, तसेच मुलीने आईसाठी प्रार्थना करण्याची काहीच गरज नाही. कारण तिच्या माहेराच्या कुटुंबाच्या भल्याबुऱ्याशी तिचं सुख काही अवलंबून नाही. उलटपक्षी अगदी लहानपणापासून मुलगा म्हणजे भविष्याची तरतूद करणारा, वंशाचा दिवा आणि कुटुंबाचे नशीब घडवणारा असे चित्र रेखाटले जाते. त्याने आयुष्यात चांगले व्हावे हे त्याच्या स्वत:साठी तसेच कुटुंबाच्याही भल्यासाठी गरजेचे आहे असे त्याला सतत पढवले जाते. उत्तेजन दिले जाते. यामुळे त्यांच्या मनावरचा ताण वाढतो, त्यांना असुरक्षित वाटते आणि याच कारणासाठी आपली जीवनशैली एका झटक्यात सुधारण्याचा सोपा मार्ग म्हणून तरुण मुलांना हुंड्याला विरोध करणे कठीण जाते.

एका कुटुंबातून दुसऱ्या कुटुंबात वधूचे हस्तांतरण करणारे नाट्य घडवून आणणारी लग्नाविधींची गुंतागुंत हा एक मनाला चटका लावणारा दु:खकारक अनुभव असतो आणि त्याची अगदी लहानपणापासून मुलींना जाणीव करून दिली जाते. तो त्यांच्या मनावर ठसत जातो. कित्येक मुलींना आपल्या कुटुंबातल्या किंवा नात्याच्या गोतावळ्यातल्या एखाद्या मुलीच्या लग्नाच्या वेळचा पहिला अनुभव अगदी स्पष्टपणे आठवतो. आणि याचे आश्चर्य वाटण्याचे काहीच कारण नाही. लग्नामधून आपली सुटका नाही आणि आईवडिलांपासून दुरावणे हा लग्नाचा आवश्यक असा परिपाक आहे, हा संदेश अंगाईगीतांतून आणि बडबडगीतांतून त्यांच्यापर्यंत पोहोचवला जातो.

*डोल बाई डोल पोरी*
*फण्या तुझ्या केसात*
*नवरा येईल लौकरच*
*अन् घेऊन जाईल तुला.*

"ढोल वाजताहेत जोरात
सनई वाजते हळू
परक्याचा पोर आलाय
घेऊन जायला मला
या माझ्या सवंगड्यांनो
आपली खेळणी घेऊन या
आपण सगळे खेळूया
निघून गेल्यावर परक्याची घरी
मी काही पुन्हा कधी
खेळणार नाही.''

लग्नावाचून सुटका नाही तसेच एक प्रकारची अनिश्चितता आणि कठोर वातावरणात जाऊन पडण्याची शक्यता असे भाव सांगणारे, हे आवश्यक म्हणून सिद्ध करणारे गाणे. माहेर आणि सासर या दोन्ही घरांतला फरक करणारे हे गाणे –

"मी घरात गेले अन्
मोलकरीण मला रागवली
मोलकरणीला घाबरून मी
माझ्या खोलीत गेले अन्
नणंदेने मला शिव्या दिल्या
नणंदेला घाबरून मी
स्वयंपाकघरात गेले
सैपाक करायला अन्
सासूबाई माझ्यावर डाफरल्या
सासूबाई, सासूबाई,
दया करा, रागवू नका.
मी आहे तुमच्या मुलीसारखी
तुम्हीच मला जर हाकलून दिलंत
तर सांगा ना मग
मी जाऊ तरी कुठे?''

याचप्रमाणे देवीच्या पूजेसाठी आणि भक्तीसाठी बऱ्याच लहान मुली मिळून महाराष्ट्रात घटस्थापनेपासून दसऱ्यापर्यंत नवरात्रात नऊ दिवस भुलाबाई किंवा भोंडला खेळतात. त्यातली गाणी आणि गुजरातेत किंवा राजस्थानातली गणगौरीची गाणी सासर– माहेरच्या दोन्ही घरांतल्या परस्परविरोधी वातावरणाचे हमखास वर्णन करणारी असतात. भुलाबाईचा फेरा धरल्यावर मुली त्या गाण्यातले एक कडवे घोळून घोळून म्हणतात –

*अस्सं माहेर सुरेख बाई*

*खेळाया मिळतं...*

*अस्सं सासर बाई द्वाड बाई*

*कोंडूनी मारीत...*

हे सण आणि समारंभ नवऱ्याच्या घरी साजरे होतात. ते नवऱ्याच्या घरी नवरीचे स्वागत करणे आणि तिला कुटुंबात सामावून घेण्याच्या प्रक्रियेचे लक्षण समजले जाते. तरीही या सणासमारंभामुळे वधूच्या मनाला आपल्या भविष्याबद्दल खात्री किंवा सुरक्षितता वाटत नसल्याची भावना दूर होऊ शकत नाही.

आणखीसुद्धा काही अंगाईगीते आणि बडबडगीते मनोरंजक वाटतील अशी आहेत. भारताच्या इतर भागांप्रमाणेच बंगालमध्येदेखील अशी अंगाईगीते आणि बडबडगीते बहुतेक सगळीकडे सारख्याच प्रकारची आढळतात. ग्रामीण आणि शहरी अशा मर्यादा तर ही गाणी ओलांडतातच, पण सामान्यत: वर्ग आणि समाजगटांचेही भेद त्यात फारसे आढळत नाहीत. प्रत्येक गाण्याची वेगवेगळ्या बोलीभाषेप्रमाणे वेगवेगळी रूपांतरे असतात.

काही गाणी फक्त मुलांसाठी, काही मुले आणि मुली दोघांसाठी आणि काही फक्त मुलींसाठी आहेत.

*रडू नकोस माझ्या गोंडस बाळा*

*तुझ्यासाठी मी एक नवरी आणीन.*

*तिचं अंग असेल छान सोन्यासारखं*

*ओठ असतील लाल पाकळ्यांसारखे*

*मोठेमोठे रांजण मी तुपाने भरीन*

*खूप खूप चांगला भात शिजवीन*

*माझा मुलगा तुडुंब पोटभर खाईल*

*त्याची बायको, त्याची रिकामी ताटली*

*चाटत राहील.*

ज्या मुली ही गाणी ऐकतील त्यांना तोच संदेश या गाण्यांतून मिळेल – माहेर सोडून नवऱ्याच्या घरी जावे लागेल, तिथे प्रेमळ मैत्रीपूर्ण वातावरण नसेल आणि आपल्याला जन्मभर याला तोंड द्यावे लागेल.

रोजच्या वापरातली भाषा, या अशा कल्पना मुलीच्या मनात भरवून देण्याचे एक परिणामकारक साधन असते. उदाहरणार्थ, मोठ्या माणसांच्या आपसातल्या संवादातले हे काही प्रश्नच घ्या ना, "तुमची मुलगी तुम्ही कुठे दिली आहे?" किंवा ओरियामध्ये विचारतात तसे "तुमच्या मुलीला तुम्ही कुठे राबवायला पाठवली आहे?" किंवा "तुमच्या मुलीचे लग्न तुम्ही कुठल्या कुटुंबात करून दिले आहे?" या सगळ्यातून एक

सामाजिक सत्य ध्वनित होते, ते म्हणजे मुलीची माहेराहून बदली म्हणजे सासरी दुसऱ्या घरी 'देऊन टाकणे' असते.

## बाईपणाचे घडणे : वयात येण्यापूर्वीचा टप्पा

बाईपणाचे घडणे ही एक सतत चालणारी, गुंतागुंतीची आणि कधी कधी विसंगतींनी भरलेली प्रक्रिया आहे. मुले आणि मुली यांच्यामध्ये भेदभाव करणारी मूल्ये आणि लग्न आणि माहेर सोडून जाणे या कधीही न बदलणाऱ्या संस्थांना पूरक अशी गोष्ट म्हणजे कौमार्यावस्थेतील मुलींच्या पावित्र्याचे महत्त्व ही कल्पना. कित्येक विधींमध्ये या पावित्र्याच्या गुणाला विशेष मान्यता असलेली दिसते. ब्राह्मणांचे विशिष्ट गट आणि कर्नाटकातल्या काही जातींमध्ये लग्नसमारंभाच्या वेळी आंब्याच्या पानांनी सुशोभित केलेला एक कलश डोक्यावर धरून एक लहान मुलगी वधूच्या पुढ्यात चालत जाते. त्या कलशात पवित्र पाणी असते. ती मुलगी अशुभ दूर करते असे समजतात. दक्षिण भारतातल्या कित्येक जातींच्या समूहात आणि महाराष्ट्रात आंब्याच्या किंवा सुपारीच्या पानाने सजविलेल्या आणि मधोमध नारळ ठेवून सुशोभित केलेला कलश डोक्यावर धरून लहान मुलीने असे चालणे हा विवाह समारंभात आणि इतर लग्नविधींमध्ये आवश्यक भाग मानला जातो. आंध्र प्रदेशातल्या ब्राह्मणांमध्ये ही लहान मुलगी वरासोबत असते, असा नियम आहे. महाराष्ट्रात मराठा वर जेव्हा मिरवत मिरवत लग्नमंडपात जातो तेव्हा एक लहान मुलगी छोटासा कलश डोक्यावर धरून त्याच्यामागे घोड्यावर बसते. वयात न आलेल्या मुलीला देवीचा अवतार किंवा देवीमाता मानतात आणि ती अशुभ नजर आणि दुष्ट भुताखेतांचे निवारण करते, असा या लोकांचा विश्वास असतो.

कर्नाटकाच्या काही भागांत आंध्र प्रदेशात आणि महाराष्ट्रात तान्ह्या मुलाचे नाव ठेवण्याच्या म्हणजेच बारशाच्या समारंभात एका लहान मुलीला बाळाच्या आईची भूमिका करण्यासाठी निवडले जाते. हे बाळ म्हणजेच एक दगड, म्हणजे वाटणघाटण करण्याचा वरवंटा असतो. या नवीन जन्मलेल्या बाळाच्या आईजवळ ती सजवलेल्या पाटावर बसते. वरवंटा नव्या कापडात गुंडाळतात, एखाद्या माणसाच्या बाळाला गुंडाळावे तसे. त्या वरवंट्याला एखादा दागिनासुद्धा घालतात. ती छोटी मुलगी आणि ते वरवंट्याचे बाळ यांच्यावर खऱ्या आई आणि बाळाच्या आधी कितीतरी सोपस्कार केले जातात. जे नंतर खऱ्या बाळासाठी असतात. हेदेखील दुष्ट शक्तींच्या निवारणासाठी समजले जाते. काही समुदायांमध्ये पहिल्यांदा मुलीला पाळी येते तेव्हा तिला बाजूला बसवतात आणि एक लहान मुलगी त्या दिवसात तिची सोबत करते.

काश्मीर आणि उत्तर पश्चिम भागासकट भारतात काही खास प्रसंगी कुमारिकांना (कन्या) जेवायला बोलावून त्यांची पूजा करायची प्रथा सर्वदूर पसरलेली आहे. लहान मुलींची पूजा करून त्यांना जेवायला बोलावण्याचा असा खास प्रसंग म्हणजे

नवरात्रोत्सवातली अष्टमी–आठवा दिवस. या वेळी बंगालमध्ये एक मुलगी निवडून तिला देवीमातेची प्रतिनिधी समजतात. तिला नटवून सजवून तिची पूजा करतात. तिला दाखवलेला नैवेद्य इतर जण प्रसाद म्हणून ग्रहण करतात. यातून दोन मुद्दे ठळकपणे दिसून येतात. एक म्हणजे वर उल्लेखिलेल्या उदाहणांवरून असे दिसते, की या लहान मुलीला ज्या भूमिका किंवा रूपे दिली जातात ती मुख्यत्वे स्त्रियांची असतात. त्यांच्या स्त्रीत्वाची त्यांना तीव्रतेने जाणीव करून देण्याला मदत करतात. दुसरे असे, की पावित्र्य आणि त्या अनुषंगाने ऋतुप्राप्तीच्या आधीच्या अवस्थेत तिला जो विशिष्ट दर्जा दिला जातो त्यांत आणि पावित्र्य आणि ऋतुप्राप्तीनंतरच्या दर्जामधील तफावत तीव्र स्वरूपाची असते आणि नंतरच्या टप्प्याचे स्वरूप अगदी ठळकपणे स्पष्ट होण्यास मदत होते.

## बाईपणाचे घडणे आणि ऋतुप्राप्तीचा प्रारंभ

वयात येण्याची सुरुवात झाली, की मुलीच्या आयुष्यात नाट्यपूर्ण बदल घडून येतात. बऱ्याच भारतीय भाषांमध्ये पाळी येण्याचा संबंध फुलण्याशी किंवा फळण्याशी जोडलेला दिसतो. ही फळण्यापूर्वीची आवश्यक अवस्था समजतात. ''पोरगी अंगाने भरली'', ''आता वयात आली'', ''आता ती तयार आहे'' अशी भाषा वापरली जाते. शरीराची पूर्ण वाढ होण्याचा संदर्भ 'बाई होणे', 'मोठी होणे', 'शहाणी होते', 'समजदार होणे' असा लावला जातो या सगळ्याचा अर्थ तिचा दर्जा बदलला आहे हाच असतो.

दक्षिण भारतात हा दर्जामधला फरक दाखवण्यासाठी काही समारंभ आणि विधी करतात. महाराष्ट्रातील आणि ओरिसामधील काही जातींमध्ये अशाच तऱ्हेने ऋतुप्राप्तीचे विधी केले जातात; मात्र ते फारच सौम्य स्वरूपाचे असतात. वयात आलेल्या मुलीवर या विधींच्याद्वारे आहारविहाराचे जे नियम आणि बंधने घातली जातात त्याची ही माहिती माझे निरीक्षण आणि अनौपचारिक मुलाखतींवर आधारलेली आहे. मी असा जाणीवपूर्वक निर्णय घेतला होता की याआधी मानवशास्त्रज्ञ, प्रशासकीय अधिकारी यांनी वयात येण्यासंबंधीच्या विधींबद्दल तयार केलेले साहित्य आणि जाती आणि आदिवासी यांच्या संबंधीच्या नियतकालिकात किंवा या विषयावर इतरत्र प्रसिद्ध झालेल्या खंडातल्या साहित्यसामग्रीवर अवलंबून राहायचे नाही. सध्याची परिस्थिती काय आहे हे जाणून घेण्याची मला उत्सुकता होती. वेगवेगळ्या भौगोलिक क्षेत्रातल्या विविध जातींबद्दलची ताजी माहिती मी जमा केली. ऋतुप्राप्तीच्या प्रारंभी साजऱ्या केल्या जाणाऱ्या समारंभामध्ये सर्वसामान्यत: आढळणाऱ्या एका प्रथेत मला साम्य दिसले ते असे, की त्या मुलीला सर्वांपासून वेगळे ठेवले जाते. मुलीला ओवाळताना त्यामागे या घटनेचे पावित्र्य समजावे आणि अशुभाचा प्रतिकार व्हावा हा हेतू असतो, कारण पाळी चालू झालेली मुलगी या दुष्ट शक्तींच्या तावडीत सहजपणे सापडते, असा विश्वास

असतो. मग तिला खास अन्न दिले जाते, नातेवाइकांना आणि मित्रपरिवाराला ही बातमी पोहोचवली जाते. तिला विधिपूर्वक आंघोळ घातली जाते, नवा पोशाख चढवला जातो, सौंदर्यप्रसाधनांची साधने, दागिने आणि बांगड्या चढवल्या जातात, केसात फुले माळली जातात आणि ही घटना जाहीर करण्यासाठी मेजवानीदेखील दिली जाते.

कर्नाटकात पाळीच्या पहिल्या दिवशी मुलीला सुके खोबरे, दूध, तूप, काही विशिष्ट फळे आणि तीळगूळ दिला जातो. मांसाहारी मंडळी मटण आणि चिकन सूप देतात. अशा वेळी नातेवाइकांनी खास करून जवळच्या नातेवाइकांनी भेटवस्तू देण्याची प्रथा आहे. आंध्र प्रदेशात बायका गाणी म्हणत म्हणत तीळ आणि गूळ कुटतात. या मिश्रणाचे लहान लहान लाडू वळतात, पाळी आलेल्या मुलीला देतात आणि इतर बायका-मुलींमध्ये वाटतात. लग्न झालेल्या बायकांनी एकमेकींना हळदीकुंकू लावण्याचीही सर्वसामान्यत: रीत आढळते. शुभकार्याचे ते एक लक्षण मानतात. म्हैसूरच्या व्होक्कालिगामध्ये मुलींना सोळा दिवस बाजूला बसवले जाते आणि शेवटच्या दिवशी समारंभ केला जातो. त्या काळात मुलींना शाळेत जायला किंवा घराबाहेर जायला बंदी असते.

मुलगी वयात आली आहे आणि तिच्या शरीराची पूर्ण वाढ झाली आहे, हे काही प्रतीकात्मक भेटवस्तूंच्याद्वारे कळविले जाते. आंध्र प्रदेशात पाळी सुरू न झालेल्या मुली लांब स्कर्ट आणि  ब्लाऊझ वापरतात. ऋतुप्राप्तीच्या समारंभातला एक महत्त्वाचा घटक मानला जातो, तो म्हणजे मामाने दिलेली अर्धी साडी नेसवण्याचा विधी. अर्धी साडी ही पूर्ण मोठ्या साडीपेक्षा लहान असते. त्यामुळे  लहान मुली ती सहजपणे नेसू शकतात. त्याचबरोबर साडी नेसण्याचा मुख्य हेतू साध्य होतो – पृष्ठभाग आणि छाती बाहेरून झाकली जाते. अर्थातच पाळी आलेल्या मुलीचा अर्धी साडी नेसवण्याचा हा विधी, आपापल्या विशिष्ट जातीप्रमाणे ठराविक दिवस घरी राहावे लागणे शाळकरी मुलींना फार तापदायक वाटते. शाळेत आजारपणाच्या रजेचा अर्ज पाठवला जातो. अर्धी साडी नेसण्यासारख्या काही प्रथांमुळे  बदललेला दर्जा उघडकीस येतो आणि या मुली रजा संपवून पुन्हा शाळेत येतात त्या वेळी सहशिक्षणाच्या शाळांमध्ये मुलांनी केलेली चेष्टा त्यांना सहन करावी लागते. तरीदेखील ही प्रथा मोडणे पालकांना कठीण जाते. कारण मुलगी वयात आल्याचा समारंभ टाळणारे कंजूष म्हणून त्यांच्यावर टीका होण्याचा संभव असतो.

मराठीमध्ये वयात येणे याला सौम्य शब्दात 'तिला पदर आला' असे म्हटले जाते. पदर म्हणजे साडीची वरची बाजू. यामुळे छाती झाकली जाते. हा पदर खांद्यावर लपेटून घेतला जातो आणि दुसऱ्या बाजूला लोंबत ठेवतात. नहाती नाडर लोकांत मुलगी वयात आली की तिचा मामा भाचीसाठी साडी भेट म्हणून देतो. संपूर्ण शरीराच्या वाढीचे अर्थ लावले जातात. त्याची चर्चा पुढे येईल.

तिच्यातला लैंगिकतेचा उदय आणि भावी मातृत्व या गोष्टी लक्षात घेऊन वयात आलेल्या मुलीला खास आहार देण्याची गरज समजण्यासारखी आहे. पोषक आहाराव्यतिरिक्त तिला 'थंड' आणि 'उष्ण' पदार्थ खाणे टाळावे लागते. या नियंत्रणाचा कालावधी – काही दिवस, काही महिने किंवा पहिली पाळी सुरू झाल्यानंतर एक किंवा दोन वर्षे इतकासुद्धा लांबवला जातो. वेगवेगळ्या प्रकारच्या आहाराचे गुणधर्म त्या त्या ठिकाणच्या समजुतींवर अवलंबून असतात आणि त्यानुसार ही बंधने किंवा शिफारशी केल्या जातात. या सर्व गोष्टी वाहून गेलेल्या रक्ताची उणीव भरून काढणे, पाळीचे चक्र आणि स्राव नियमित करणे, प्रजोत्पादनांच्या इंद्रियांना शक्ती मिळवून देणे यासाठी तर असतातच, पण त्याचप्रमाणे भावी फलधारणेला मदत होईल, बाळंतपण त्रासदायक होणार नाही, मुलीची लैंगिकता आटोक्यात राहील ही उद्दिष्टेही यामागे असतात. पाळी आल्यावरचे समारंभ आणि विशिष्ट आहार यांच्याद्वारे संयमित लैंगिकता आणि मातृत्व यांची महती पटवून दिली जाते.

नागरी भागात आणि विशेषकरून शहरात सुशिक्षित समाजात हे चित्र बदलते. त्याचा एक भाग म्हणून पहिल्या पाळीची ही घटना कौटुंबिक मानली जाते. आणि समारंभ करून गाजावाजा केला जात नाही. फक्त काही मूलभत विधी केले जातात. मॅक गिल्व्हेरी (McGilveray, 1982, 34) म्हणतात त्यानुसार श्रीलंकेतल्या मूर लोकांत कर्नाटकातल्या काही लोकांमध्ये तरी ही प्रक्रिया असावी असे वाटते. ''दुसरीकडे मूर लोकांना हल्ली लग्नाला आलेली अविवाहित मुलगी घरात असणे ही जबाबदारी वाटते. त्यांच्या बाबतीत काही औचित्य पाळावेसे वाटते म्हणून मुलीच्या बदललेल्या दर्जाची वाच्यता टाळण्यासाठी ते जाहीरपणे काही विधीसमारंभ करण्याचे टाळतात. असेही दिसून येते की जर मोठी बहीण अजून अविवाहित असेल तर धाकटी बहीण वयात आली आहे, ही गोष्ट लपवून ठेवण्याकडे त्यांचा कल दिसतो. परंपरेवर निष्ठा असणारी कुटुंबे पाळीसंबंधातले विधी फक्त पहिल्या मुलीच्या बाबतीतच करतात. निमंत्रणे धाडली जातात. समारंभ केला जातो आणि तिच्यापाठोपाठ येणाऱ्या मुलींच्या बाबतीत पाळी येण्याची घटना ही नित्याची बाब समजली जाते. तरीही पाळी आलेल्या सर्वच मुलींना खास आहार दिला जातो आणि उच्चवर्णीयांमध्ये पाळीच्या संदर्भातले पावित्र्य आणि प्रदूषण अजूनही काही प्रमाणात मानले जाते. सुशिक्षित कुटुंबात शाळकरी मुली आपल्या इच्छेप्रमाणे वागू शकत असल्या आणि या घटनेचा समारंभ टाळण्यात त्यांच्या वडिलांची त्यांना मदत मिळत असली तरीही काही सर्वसामान्य महत्त्वाच्या कल्पना आणि श्रद्धा यांच्यात सहभागी होणे त्या टाळू शकत नाहीत.

समारंभ आणि खास आहारातले पदार्थ प्रांत आणि जातिसमूहानुसार वेगवेगळे असले तरीही त्यातून एक धडा सतत आणि स्पष्टपणे शिकवला जातो तो म्हणजे : या मुलीत आता आई होण्याची पूर्ण क्षमता आली आहे आणि ही अत्यंत आनंदाची गोष्ट

आहे. कारण प्रजोत्पादन हाच स्त्रीच्या शरीराचा मुख्य उद्देश आहे. महाराष्ट्रातल्या मराठा जातीत वयात आलेल्या मुलीला हिरवा चुडा भरण्यावरून हे स्पष्ट होते. कारण हिरवा हा सुफलतेचा रंग आहे आणि तो मांगल्याचे प्रतीक आहे. आता मुलगी लग्नाला योग्य वयाची झाली आहे आणि लग्न जमवण्यामध्ये रस असलेल्या मंडळींना (विशेषत: जवळच्या नातेवाइकांना) ही गोष्ट समजणे आवश्यक आहे.

वयात येणे आणि या पाळीच्या काळात मुलीकडे जे जास्त लक्ष दिले जाते त्यामुळे तिची आत्मप्रतिष्ठेची जाणीव वाढीस लागते का? की आपण एका सापळ्यात अडकलो आहोत आणि आपले स्वातंत्र्य गमावून बसलो आहोत असे तिला वाटते? याबद्दल आपल्याला खात्रीपूर्वक काही सांगता येणार नाही. एक गोष्ट मात्र स्पष्टपणे जाणवते ती अशी, की गर्भधारणा आणि लग्न यांना दिलेल्या या महत्त्वाला एक दुसरीही बाजू आहे, ती म्हणजे वांझपणाची शक्यता आणि लग्न न जमणे याबद्दलची धास्ती.

दक्षिणेच्या तुलनेत उत्तर भारतात पहिले रजोदर्शन जाहीर विधी अगर समारंभ करून ठळकपणे जाहीर केले जात नाही. या प्रसंगाची योग्य ती काळजी मुलीची आई आणि नातेवाईक स्त्रिया घरच्या घरीच घेतात. रक्तस्राव आणि प्रदूषणासंबंधी जे काही नियम किंवा संकेत पाळायचे ते मुकाट्यानेच पाळले जातात. त्यात पुष्कळदा मुलगे किंवा कुटुंबातल्या बाहेरच्याही पुरुषांच्या ते लक्षात येऊ नये हा हेतू असतो. पाळी चालू असताना त्या मुलीला मसालेदार पदार्थ, लोणची, दही खाऊ देत नाहीत. फार 'थंड' आणि फार 'उष्ण' अन्न खाणे टाळण्याचा त्या मुलीला सल्ला दिला जातो. तिने थंड पाण्यात उभे राहू नये किंवा ओल्या पायांनी चालू नये असेही बजावले जाते. पाळी चालू असताना उड्या मारणे, दांडगाईचे खेळ खेळणे, सायकल चालवणे हे धोक्याचे मानले जाते. दक्षिणेप्रमाणेच या सगळ्यांचा संबंध मुलीची प्रजोत्पादनाची इंद्रिये, पाळीचा आणि रक्तस्रावाचा नियमितपणा यासाठी आवश्यक ती काळजी घेण्याशी याचा संबंध जोडलेला आहे.

आणखी एक मजेशीर गोष्ट आढळली ती अशी, की उत्तर भारताच्या उत्तरेकडे नेपाळमध्ये ऋतुप्राप्तीचा प्रारंभ झाल्याचे एकांतवास आणि काही खास विधी करून ठळकपणे स्पष्ट दर्शविले जाते. लिन बेनेट (LYNN Bennett, 1983, 234 - 40) यांनी असे वर्णन केले आहे, की पर्वतीय लोकांच्या उच्च जातीत मुलीला ताबडतोब तिच्या माहेरच्या घरातून बाहेर काढतात आणि खिडक्या नसलेल्या अंधाऱ्या जागेत गुंफा किंवा गुहेमध्ये एकांतवासात ठेवतात. या काळात तिने सूर्य बघायचा नाही किंवा ती सूर्याच्या दृष्टीस पडता कामा नये, तसेच तिच्या माहेरच्या जवळच्या नात्याच्या कोणाही पुरुष माणसाच्या नजरेसमोर येता कामा नये. एकांतवास संपताना तिला नाहायला घालून शुद्ध करून घेतात. तिचे वडील आणि भाऊ तिला भेटीदाखल लाल साडी आणि ब्लाऊझ, आणि लग्न झालेल्या स्त्रीला काही अधिक लागणाऱ्या वस्तू, साधने

देतात. या सगळ्यातून असे सुचवले जाते की तिची अपत्यजन्माची लैंगिकता तिच्या माहेरच्या गटाकडून पूर्णपणे दुसऱ्या वंशावळीत सामावली गेली आहे. (ibid, 240) बेनेट यांनी एक महत्त्वाचा मुद्दा मांडला आहे. तो असा की, एकांतवासाच्या काळामध्ये आपल्या नातेवाईक पुरुषांना भेटण्याचे पूर्णत: टाळून एका प्रकारचे सांस्कृतिक आग्रह धरणारे विधान केलेले दिसते. ते विधान असे, की मुलीची लैंगिकता तिच्या पुरुष नातेवाइकांच्या संदर्भात प्रतीकात्मक असते आणि ही प्रतीकात्मता तिच्या दूर राहण्यातून सिद्ध होते.

उत्तर आणि दक्षिण भारतात दोन्ही ठिकाणी वयात येणे म्हणजे माहेराला पारखे होणे हा मुलीच्या आयुष्यातला महत्त्वाचा टप्पा असतो. तिने आता उंबरठा ओलांडला आहे आणि बाल्यावस्थेतून बाहेर पडून आयुष्यातल्या अशा एका चिकित्सक पायरीवर ती पोहोचली आहे की तिचे शरीर आता पुनर्निर्मितीसाठी सक्षम झाले आहे. तिला तसे करण्याचा अधिकार मात्र नाही. वयात येणे आणि लग्न या दरम्यानच्या काळात स्त्रीची फशी पडण्याची किंवा आहारी जाण्याची प्रवृत्ती कळसाला पोहोचलेली असते. त्यामुळेच वयात आल्यानंतरच्या अवस्थेत तिच्या हालचालींवर नियंत्रण, पुरुषांमध्ये न मिसळणे आणि खास सुरक्षिततेचे नियम तिच्यावर लादले जातात. याविषयी मी नंतर सांगेन. इथे मला एवढाच मुद्दा मांडायचा आहे, की मुलीच्या लैंगिकतेचे व्यवस्थापन भविष्यात ती पत्नी आणि माता होणार आहे, या गोष्टीशी बांधले जाते. बाईच्या जीवनामध्ये मातृत्व हीच सर्वोच्च मिळकत असे मानले जाते. लग्न हे मातृत्वाचे प्रवेशद्वार आहे. या दोन ध्येयांपुढे बाकी सर्व काही गौण आहे.

## सुदैवी आणि शुभशकुनी

लग्न हे किती गरजेचे आणि योग्य आहे, हे कितीतरी वेगवेगळ्या चालीरीतींमधून मुलींच्या मनावर ठसविले जाते. आशीर्वाद आणि व्रतवैकल्ये शिव किंवा विष्णू यांच्यासारखा नवरा मिळविण्यासाठी आचरली जातात. त्यातून हा संदेश प्रकर्षाने पोहोचवला जातो. महाराष्ट्राच्या काही भागांतला भुलाबाईचा आणि गुजरातमधल्या काही भागांतला गणगौरीचा उत्सव या दोन्ही खास लहान मुलींसाठी असलेल्या लोकप्रिय उत्सवांच्या सामुदायिक पूजा, गाणी या स्वरूपातून जो हेतू साधायचा प्रयत्न होतो तो चांगला नवरा मिळविणे एवढ्यासाठी. सामुदायिक आणि वैयक्तिक पूजा आणि उपवास हे इतर प्रांतांतले उत्सव याच प्रकारचे आहेत. (For Bengal see Mazumdar; 1981) पार्वतीने शंकर हा नवरा मिळावा म्हणून जी तपश्चर्या केली ती पूजा आणि उपवास करून मोठ्या प्रमाणात जाहीरपणे साजरी केली जाते. कर्नाटकात एखादी वधू जेव्हा गौरीची पूजा करून प्रसाद वाटते तो घेण्यासाठी तरुण अविवाहित मुलींना पुढे बोलावले जाते ते, त्याही वधूसारख्याच नशीबवान ठराव्यात आणि लवकरच त्यांचीही लग्ने

जमावी यासाठीच. आंध्र प्रदेशात अशी अंधश्रद्धा दिसून येते की विवाह समारंभाचे विधी चालू असताना वधूची जी सखी तिच्याबरोबर असते तिचे लवकर लग्न ठरते. वधूच्या ताटातले काही घास सखीने खाणे या प्रथेमागेही वधूच्या सुदैवातला काही भाग सखीने आत्मसात करावा, हीच कल्पना दिसून येते.

विवाहित अवस्थेचे मूल्य नाकारणे लहान मुलींना शक्यच होत नाही. लग्न म्हणजे चांगले नशीब आणि वरदान प्राप्त करून देणारी अवस्था. विवाहित स्त्रीचा नवरा जिवंत असेल तर तिला सौभाग्यवती किंवा सुहागन म्हटले जाते, त्याचा अर्थ सुदैवी आणि सुमंगली म्हणजे शुभलक्षणी. (लग्नपत्रिकेत वराच्या आणि वधूच्या नावामागे जो उपसर्ग लावतात यातूनही याच मूल्याचे महत्त्व वाढवले जाते. वर हा 'आयुष्यमान' किंवा 'चिरंजीव' म्हणजे दीर्घायुषी. या शब्दाचे स्त्रीलिंगी रूप वधूच्या नावामागे कधी लावले जाते, कधी नाही. हमखास वापरला जाणारा उपसर्ग म्हणजे 'सौभाग्यकांक्षिणी'. याचा अर्थ सौभाग्याचे वरदान लाभावे अशी महत्त्वाकांक्षा बाळगणारी) या सुदैवी किंवा शुभलक्षणी स्त्रियांना समारंभात आणि विधिसंस्करात भाग घेण्यासाठी बोलावतात. नवरा जिवंत असलेल्या स्त्रीलाच फक्त जमीन खणून ती माती लग्नमंडपात नेणे, वधूच्या किंवा वराच्या अंगाला हळद आणि तेलाची उटी लावणे आणि मंगलप्रसंगी ओवाळणे या सगळ्या गोष्टींची परवानगी असते. या विशेषाधिकारांची असंख्य उदाहरणे आढळतात.

सौभाग्य किंवा सुदैव आणि मांगल्य यांची काळजीपूर्वक राखण करावी लागते. व्रतांची एक मालिकाच लग्न झालेल्या स्त्रियांना नवऱ्याचे दीर्घायुष्य आणि वैभव यांच्यासाठी पाळावी लागते. त्या व्रतांबरोबरच जे काही निवेदन असते, त्यांतून स्त्रियांना हा स्पष्ट संदेश दिला जातो. सुदैवी (विवाहित) स्त्रीला विशेष प्रसंगी जेवायला बोलावणे यातून एखाद्याचे नशीब उदयास येते. तसेच परस्परांना हळदकुंकू लावणे, काचेच्या बांगड्या भरणे, फळेफुले देणे, कंगवा, फणी दान करणे या प्रतीकात्मक गोष्टींची प्रथा पाळण्यामागे भाग्य उदयास येणे, मांगल्याचा आशीर्वाद मिळविणे अशी समजूत दिसते. अर्थातच प्रांताप्रांताप्रमाणे यात बरेच फेरफार आढळतात तरीही या संदेशाचा मूळ गाभा सगळीकडे सारखाच असल्याचे दिसते.

गेल्या काही दशकांत मुलींच्या लग्नाचे वय विशेषत: मध्यम आणि उच्च मध्यमवर्गीयांत वाढले आहे. नोकरी पेशात किंवा व्यवसायात अविवाहित तरुण मुलींची संख्याही वाढलेली दिसते. त्याबरोबर विवाहसंस्थेची सांस्कृतिक आयात मात्र मुळापासून बदलली नाही. 'सुदैवी' स्त्रियांच्या मंगलप्रसंगातून लग्न न झालेल्या स्त्रियांना वगळण्यात येते आणि त्यांच्यात काहीतरी उणीव आहे, असे त्यांना जाणवू दिले जाते. स्वेच्छेने किंवा परिस्थितीने भाग पाडल्यामुळे ज्या स्त्रिया अविवाहित राहतात त्या मोठ्या शहरात राहणे पसंत करतात, कारण तिथे त्यांना ओळखणारे फारसे कोणी नसते आणि या चालीरीती फार कठोर नसतात.

विवाहित अवस्थेचे मूल्यमापन नकारात्मक पद्धतीने मांडले जाते. लग्न झालेली स्त्री मंगल म्हटली जाते आणि विधवेला अमंगल समजतात. वैधव्याची लक्षणे टाळावी असे समजतात. बांगड्या फुटल्या तर त्या फुटल्या म्हणत नाहीत, तर त्या 'वाढवल्या' किंवा 'वाढल्या' असे म्हणतात. तोच शब्द जर मंगळसूत्र (काळ्या मण्यांचे सोन्यातले गंठण) 'ताली' (दक्षिण भारतात) सोन्याचे विशिष्ट पेंडल असलेली काळ्या दोऱ्यातली किंवा सोन्याची साखळी यांच्याबद्दलही वापरला जातो. ही सर्व विवाहित अवस्थेतील प्रतीके आहेत आणि वैधव्यामध्ये ती पुसली जातात. त्याचप्रमाणे लग्न झालेल्या स्त्रीच्या कपाळावरचे कुंकू कधीच 'पुसले' जात नाही, तर कुंकू 'वाढले' (आकार मोठा झाला) असे म्हणतात. तसेच मध्य, उत्तर आणि पूर्व भारतात विवाहित स्त्रीचे लक्षण मानलेल्या तिच्या केसांच्या भांगात भरलेल्या लाल कुंकवाच्या रेघेबद्दलही फार काळजीपूर्वक भाषा वापरली जाते. मराठी, कन्नड, तेलुगू, गुजराती, बंगाली, हिंदी आणि ओरिया अशा विविध भारतीय भाषांमधला असा सौम्यपणा हा एक भाग बनलेला आहे. मूळ कल्पना सगळीकडे सारखीच आहे. या सगळ्या शब्दांच्या वापरामागे भावना एकच आहे, की बोलल्याप्रमाणे घडविण्याचे सामर्थ्य या शब्दात असते. त्यामुळे त्यांचा उच्चार टाळलाच पाहिजे. नवरा मेल्यावर बायकोच्या हातातल्या बांगड्या समारंभपूर्वक फोडल्या जातात. भांगातली कुंकवाची रेघ पुसली जाते आणि तिचे मंगळसूत्र/ताली आणि पायातल्या जोडव्या काढून टाकल्या जातात. परंपरेने विधवांच्या पुनर्विवाहाला संमती असलेल्या समाजातदेखील या प्रथा पाळल्या जातात. ही सन्मानचिन्हे पुनर्विवाहानंतर पुन्हा धारण करता येतात. प्रांताप्रांताप्रमाणे ज्या पद्धतीचा पोशाख विधवांनी वापरावा असे नियम आहेत ते भारतभर अस्तित्वात आहेत. दक्षिण भारतातल्या काही भागांत विवाहित स्त्रियांनी रिकाम्या पोटी झोपू नये; तिने विशेषत: काही मंगलप्रसंगी भाताचे दोन घास तरी खाल्लेच पाहिजेत असा नियम आहे. कारण स्वत:ला नाकारण्याच्या या प्रथेचा संबंध वैधव्याशी जोडलेला आहे. केशवपनाची प्रथा तर आता जवळजवळ नामशेष झाली असली तरी कात्र्या, वस्तरे यांचाही संबंध अजून वैधव्याशी लावला जातो. पुष्कळशा घरात मुलींना कात्र्या, वस्तऱ्याचे पाने किंवा कोणतेही तीक्ष्ण हत्यार केसांना लावून देत नाहीत. केसांना सारखा आकार यावा म्हणून केसांची टोके कापू न देणे अजूनही पुष्कळ ठिकाणी दिसते. दक्षिण भारतातल्या पुष्कळ 'सुमंगली' स्त्रिया केसात फुले माळण्याची दक्षता घेतात. फुले माळणे म्हणजे मंगल अवस्थेचे प्रतीक आणि सुंदरतेचा हक्क मानतात आणि तो विधवेला नाकारला जातो.

तमिळनाडूच्या अय्यर ब्राह्मणांमध्ये नवरा मेल्यानंतर विधवा दहा दिवसांपर्यंत सौभाग्यचिन्हे वापरते. नंतर दहाव्या दिवशी ती उतरवतात. हे काम इतर विधवांनीच करायचे असते. या प्रसंगी या दुर्दैवी आणि अमंगळ स्त्रीच्या आसपासही फिरकणे सुमंगली स्त्रियांनी टाळायचे असते. त्या वेळचे वातावरण दुर्दैवाने भारलेले असते आणि

त्या अमंगळापासून स्वत:ला वाचविण्यासाठी सुमंगली स्त्रीने हळदीचा तुकडा आपल्या मुठीमध्ये पकडून ठेवायचा असतो. (कमला गणेश, व्यक्तिगत संवाद) नुकत्याच विधवा झालेल्या स्त्रीच्या अंगावरची सौभाग्याचिन्हे इतर विधवा स्त्रियांनी उरतवण्याची प्रथा इतरही अनेक प्रांतांत प्रचलित आहे.

विशेषत: वयात आलेल्या अविवाहित मुलींना विवाहावस्थेचे मूल्य इतर काही निषेधात्मक रीतीने पटवले जाते. त्यातले एक म्हणजे वेश्यांची प्रतिमा. ''या बिघडलेल्या, स्वैर वर्तनाच्या, भुलवणाऱ्या, अनैतिक स्त्रियांचे मार्ग टाळलेच पाहिजेत. यातूनच आपण मुलीच्या लैंगिकतेच्या व्यवस्थापनाच्या प्रश्नापाशी येतो.

## स्त्रीत्व आणि लैंगिकता : शरीर, अवकाश, आणि काळ

वयात येणे आणि लग्न या दरम्यानच्या काळात मुलगी जास्तीत जास्त टीकेची शिकार बनते. आपल्या हद्दींचे पालन करण्यात दक्ष असेल अशाच जातिसमुदायामध्ये लग्नसंबंध ठरविला जाईल, याची काळजी घेतली जाते. मला आशा आहे, की तरुण अविवाहित मुलींच्या लैंगिकतेच्या व्यवस्थापनाच्या संदर्भात जातिव्यवस्थेवर मी जो भर दिला आहे, त्यातून कधीही न बदलणारा हिंदू समाज किंवा जातिव्यवस्थेच्या अभेद्य सीमारेषा असा अर्थ ध्वनित होत नाही. जातीचा हा घटक फारच गुंतागुंतीचा आहे आणि त्यांचे प्रकार इतके गोंधळून टाकणारे आहेत की साध्या, सरळ स्पष्टीकरणाला ते दाद देत नाहीत. तरीपण असे म्हणावेसे वाटते, की सामाजिक बदल घडविण्यास ही विविधताच मदत करीत असल्यामुळे जातीतच लग्न करण्याच्या कक्षा विस्तारल्या जात आहेत. पुष्कळजण आता उपजातींमधले भेदाभेद मानीत नाहीत. आंतरजातीय विवाहदेखील आता बऱ्याच प्रमाणात पचवला गेला आहे. मात्र, संबंधित जातिसमुदायात लग्नविधींमध्ये फारसा फरक असता कामा नये. आर्थिक आणि सामाजिक स्तरांमध्ये विषमतेची काही समस्या असू नये. हे बदल त्यांचे क्षेत्र आणि विस्तार या दृष्टीने मर्यादितच आहे आणि लोकांच्या जातीबद्दलच्या कल्पनांवर मूलत: त्यांचा काही परिणाम झालेला नाही. (प्रकरण ४ पाहा)

जातीच्या सीमारेषा सांभाळण्याची जी गोष्ट आहे ती कळीची आहे. तरुण मुलींच्या काचेच्या भांड्याप्रमाणे असणाऱ्या नाजूक अवस्थेबद्दल जी सांस्कृतिक धास्ती दिसते आणि त्यांच्या शुद्धतेवर आणि वागणुकीवर नियंत्रण ठेवण्यावर जो भर दिसतो, त्याचे नाते जातीच्या सीमारेषेशीच आहे. अधिकृत आणि 'योग्य' बोलण्याचा ढंग, चालण्याची ढब आणि वागणूक याच्या रचितामधून तरुण मुलींच्या दृष्टीने भाषा अभिव्यक्त केली जाते आणि त्यांचा वावरण्याचा अवकाश आणि काळ हेसुद्धा ठरविले जाते.

एखादी मुलगी कशी बसते, कशी उभी राहते, कशी बोलते, इतरांना कसा प्रतिसाद देते, एकंदरीतच कशी वागते याला फारच महत्त्व दिले जाते. मुलीने हलक्या पावली

चालावे. इतके, की इतरांना पायांचा आवाज येणार नाही असे चालावे. ढांगा टाकीत चालणे हे पुरुषीपणाचे लक्षण आहे. मुलींना उड्या मारणे, पळणे, एखाद्या ठिकाणी घाईघाईने, जलद गतीने जाणे, दुडक्या चालीने चालणे यासाठी दटावले जाते. अशा हालचालींतून पुरुषी वागणूक दिसून येते, ती स्त्रियांना शोभत नाही, असे मानले जाते. मुलींच्या लैंगिकतेच्या व्यवस्थापनातील तर्कशास्त्रानुसार या गोष्टी बाईपणाशी सुसंगत नाहीत, असे मानले जाते. या हालचालींतून शरीराचे अवयव ठळकपणे उठून दिसतात आणि लोकांचे लक्ष वेधून घेतात. मुलीने आपल्या शरीराची ठेवण कशी आहे, याकडे जास्त लक्ष पुरविले पाहिजे. तिने पायावर पाय चढवून किंवा पाय फाकवून बसू नये, उभे राहताना किंवा झोपताना गुडघे एकमेकांशी जुळवून घेणे सभ्यपणाचे आहे. त्यायोगे लज्जा आणि नम्रता यांचा भाव प्रकट होतो. आपल्या स्त्रीत्वाच्या मागण्यांबद्दल मुलीला जागरूक करण्यासाठी 'एखाद्या पुरुषासारखी उभी राहू नकोस,' असे बजावणे सर्वसामान्यत: सगळीकडेच दिसून येते.

मुलींनी मृदू आवाजात बोलावे आणि पुरुषी, झोंबणारी भाषा टाळावी यासाठी उत्तेजन दिले जाते. मुलगे अर्थातच कोणत्याही प्रकारची टिंगलटवाळी करायला शिकतात, पण बायकांनी अगदी क्षुल्लक चेष्टा केली तरी तरुण मुलींनी ते शब्द वापरल्यास त्याबद्दल नापसंती दर्शविली जाते. मुलींमध्ये आत्मसंयमनाची क्षमता दिसून आली पाहिजे. मोठ्याने बोलणे किंवा हसणे खपवून घेतले जात नाही. मुलींनी वाद घालता कामा नये. आंध्र प्रदेशामध्ये फटकळ मुलीला 'मरी' असे नामाभिधान मिळते आणि त्याचा अर्थ असतो तो म्हणजे मरीयाई नावाच्या रोगराई आणि नष्टचर्य आणणाऱ्या देवीशी जोडलेला असतो. सुचेता मजुमदार असे विधान करतात की, मृदूभाषी आणि नम्र अशा बंगाली मुलीला लक्ष्मी (धनदेवता) समान मानतात. तर मोठ्याने बोलणाऱ्या आणि बडबड करणाऱ्या मुलीला अलोखी (लक्ष्मीच्या विरुद्ध) म्हणून दटावले जाते. मुलीच्या बाबतीत हा सर्वसामान्य सगळीकडेच येणारा अनुभव आहे. प्रत्यक्षात या विशेषणात थोडाफार फरक असेल इतकेच.

कोणत्याही मुलीची जी स्त्रीत्वाची अस्मिता असते, त्या अस्मितेच्या संदर्भात अशी अपेक्षा केली जाते की, तिने पुरुषांपासून चार हात दूरच राहावे.

वयात आलेल्या मुलीने फक्त पुरुषांपासूनच नव्हे तर स्वत:पासून स्वत:ला जपले पाहिजे. स्त्रियांची लैंगिकता ताब्यात ठेवायची गरज कितीतरी रूपकांमधून व्यक्त केली जाते. तरुण स्त्री-पुरुषांनी परस्परांजवळ येण्याची परवानगी नसणे यावर भर दिला जातो. आणि म्हटले जाते, की गवत आणि विस्तव यांच्यात प्रत्यक्ष अंतर ठेवले नाही तर विस्तव गवताला जाळल्याशिवाय राहणार नाही. काही जातींपुरत्या मातृवंशीय नायरांमध्ये हीच गोष्ट मुलींच्या फशी पडण्याच्या बाबतीत अगदी जोरदारपणे मांडली जाते. ''काटा पाकळीवर पडला काय किंवा पाकळी काट्यावर पडली काय, दुखावले जाणे आणि

विद्रूप होणे हा धोका पाकळीलाच पत्करावा लागतो.'' मध्य भारतातही अशाच अर्थाने म्हटले जाते – ''दही कसे का झालेले असेना, नासते ते दूधच'' आणि ''एकदा काच तडकली की तिला कायमचाच तडा गेला.''

एवढेच नव्हे तर एखाद्या स्त्रीच्या चालूपणाची नुसती पुसटशी जाणीव झाली तरी अशा स्त्रीपासून, म्हणजेच रस्त्यावरची बाई, वेश्या किंवा आपल्या सौंदर्याने पुरुषांना भुलवणारी बाई यांच्यापासून मुलीला काळजीपूर्वक जपले पाहिजे, असा दंडक आहे. वयात आलेल्या मुलीने शीळ घालणे हा केवळ टगेपणाच नव्हे तर ते विलासीपणाचे लक्षण (कामेच्छासूचक) मानले जाते. बांगड्या वाढवण्याच्या बाबतीतही हे खरे मानले जाते. निरुद्देश हसणे, सूचक दृष्टिक्षेप टाकणे, डोळ्याच्या कोपऱ्यातून बघणे हे चांगल्या वळणाच्या मुलीचे लक्षण नाही असे समजतात. लाजरेपणा आणि नम्रता हे स्त्रियांचे नैसर्गिक गुण म्हणून मान्यता पावतात. स्त्रीत्वाचा विकास या विषयीच्या दृष्टीने मुलीच्या शारीरिक रूपाला दिलेले महत्त्व विचारात घेण्याजोगे आहे. शारीरिक बाह्य रूपाच्या विविध घटकांना जे महत्त्व किंवा मूल्य दिले जाते ते फक्त अंगाईगीते, गाणी किंवा म्हणींमधून वर्णन केले जाते असे नव्हे, तर व्यक्तिशः मुलींची केलेली स्तुती किंवा टीका यातूनही दिसून येते. मुलीचे भवितव्य (लग्न हा त्यातला आंतरिक घटक असल्यामुळे) तिला दिसण्याशी बांधलेले असते. स्त्रीचे सुंदर दिसणे हे तिच्या योग्यतेचे महत्त्वाचे 'प्रमाणपत्र' समजतात. अर्थातच आपल्या बाह्य सौंदर्याकडे जास्तीत जास्त लक्ष पुरविण्याकडे मुलींचा कल दिसून येतो – अगदी इतर सर्व गुणांना डावलून – तर त्यात आश्चर्य वाटण्याचे कारण नाही. यात कपडे, दागिने आणि प्रसाधने या सर्वांचा समावेश असतो. अशा गोष्टीत स्वारस्य असणे हा स्त्रीत्वाचा आविष्कार आहे म्हणून तो नैसर्गिक ठरतो.

उत्तर भारतात कंबर वळवून उभे राहणे याचा संबंध नाचणाऱ्या मुलींशी इतक्या प्रकर्षाने जोडला जातो, की एखादी मुलगी नकळत भिंतीला किंवा खांबाला अशा तऱ्हेने ओठंगून उभी राहिली तरी मोठी माणसे तिला रागावतात. विडा चघळल्याने ओठ लाल रंगतात. न बांधलेले मोकळे केस स्वैरतेशी जोडले जातात. हे सारे आकर्षणाचे स्रोत मानले जातात. भारताच्या कित्येक भागांत सूर्यास्तानंतर मुलींनी आरशात पाहून केस विंचरण्याला परंपरेनुसार हरकत घेतली जाते. कारण या कृतींचा संबंध वेश्या आपल्या गिऱ्हाईकांसाठी तयार होतात या गोष्टीशी लावला जातो. ही प्रथा अजूनही कित्येक कुटुंबांत पाळली जाते. अविवाहित मुलींवर भडक आणि चकचकीत रंगाचे कपडे घालण्यावर निर्बंध घातले जातात. त्याचे मूळ या अशा प्रकारच्या काही गोष्टींशी संबंध जोडण्यामध्ये सापडते. संध्याकाळच्या वेळी एखादी मुलगी घराच्या दारात उभी राहिली तर तिला अगदी भावाकडूनदेखील ''वेश्या आहेस का?'' असे म्हणून दटावले जाते. मुलींना योग्य वळण लावण्याच्या या शिक्षणप्रक्रियेत वाढत्या वयाच्या मुलींच्या

संवेदना फार खोलवर दुखावल्या जातात. उदाहरणार्थ भारतात सर्वसामान्यत: असे समजतात, की मुलीची वर्तणूक हीच मुळात मुलीची छेड काढायला जबाबदार असते. ही कल्पना स्पष्टपणे बोलून दाखविली नाही तरी काही तरुण पुरुष तरुण स्त्रियांकडे बघून ज्या पद्धतीने चाळे करताना दिसतात त्या विशिष्ट उदाहरणांचे विश्लेषण केले तर त्यातून हे विधान सूचित होते.

मुलीने ज्या पद्धतीने वागावे आणि काय करावे यासंबंधीचे नियमांबद्दल आपण चर्चा केली ते नियम स्थळकाळांच्या विशिष्ट कल्पनांच्या संदर्भात केलेले आहेत, हे स्पष्ट दिसून येते. शारीरिकदृष्ट्या अलग ठेवण्याबद्दलच्या आज्ञा आणि पुरुषांच्या संपर्कात न येण्याचा संयम राखणे. घराबाहेरच्या जगात वावरण्यासंबंधी मुलींकडून काही खास अपेक्षा ठेवल्या जातात - डोळे वर करून न बघणे, शांत आणि विनम्र हालचाली, शरीर जवळजवळ आक्रसून घेणे, अशा तऱ्हेने परक्या लोकांची गर्दी असेल तिथे मुलीने स्वत:साठी वेगळी जागा निर्माण करण्याची अपेक्षा केली जाते. म्हणूनच मुली पुष्कळदा इतर मुलींच्या समूहात, घोळक्यात वावरणे पसंत करतात. हे कृष्णकुमार (१९८६) यांनी चांगल्या प्रकारे निदर्शनास आणून दिले आहे.

"...आम्ही मुलगे रस्त्याचा वापर कितीतरी वेगळ्या प्रकारे करायचो - टेहळणी करीत उभे राहण्याची जागा, धावपळ करणे, खेळणे, आमच्या सायकलींच्या कसरती करून पाहणे वगैरे. पण मुलींचे असे नव्हते. आम्ही नेहमी बघायचो मुलींच्या दृष्टीने रस्ता म्हणजे घरून सरळ शाळेत जाण्याचे साधन आणि रस्त्याचा इतका मर्यादित वापर करीत असतानासुद्धा त्या नेहमी घोळक्या-घोळक्याने जात. या त्यांच्या हेतूपूर्वक वागण्यामागे कदाचित आपल्यावर हल्ला होण्याची प्रचंड भीती त्यांच्या मनात असावी.

कृष्णकुमार पुढे म्हणतात : "हे मूक घोळके वर्षानुवर्षे पाहिल्यानंतर प्रत्येक माणसाला उपजत व्यक्तिमत्त्व असते, ही माझी मूळ संवेदना जशी काही खाऊन टाकली गेली. मुली म्हणजे व्यक्ती नसतात, यावर विश्वास ठेवण्याची मला सवयच झाली." मध्य भारतातल्या मध्य प्रदेशातल्या एका छोट्या शहरातल्या बाळपणीच्या अनुभवांवरून कृष्णकुमार असे वर्णन करतात. त्याला ते सामाजिक संस्कारांचा शोकात्म आविष्कार असे मानतात. त्यांचा हा लेख मुलींचे सामाजिकीकरण समजून घेण्यासाठी मुलग्यांच्या सामाजिकीकरणाकडे बघितले पाहिजे, याला महत्त्व आहे याची आठवण करून देतो.

जोहाना लेसिंजर यांनी (लहान लहान वस्तूंच्या) विक्रेत्या मुलींच्या कामाचे वर्णन करताना सार्वजनिक पाठराखण असो जो शब्दप्रयोग केला आहे त्यामागील रणनीती समजून घ्यायची तर हे लक्षात ठेवले पाहिजे की, कोणीतरी नको त्या पद्धतीने धक्काबुक्की करेल, एवढीच भीती त्या मुलींच्या मनात नसते, तर वाईट चालीची म्हणून आपले नाव खराब होईल याचीही भीती मोठ्या प्रमाणात असते.

घराबाहेरील अवकाश आत्मविश्वासाने प्राप्त करायचा तर मुलींना त्या अवकाशाशी

एक प्रकारची वाटाघाट करावी लागते. याच प्रकारची प्रक्रिया घराच्या चौकटीतसुद्धा अवकाशाच्या विभागणीसंदर्भात मुलीला करावी लागते. वयात येण्यापूर्वी मुली सर्वसाधारणपणे मुलींबरोबर आणि इतर मुलांबरोबर रस्त्यावर, बागेमध्ये, अंगणामध्ये आणि इतर मोकळ्या अवकाशामध्ये खेळू शकतात. एकदा का पाळी आली की, आपली विनयशीलता संरक्षित करण्याची मुलीच्या मनावर अशी सक्ती असते की, ती स्वत:लाच घराच्या आत कोंडून घेते आणि हे जे घराच्या आतील विलग असे जग असते. तेच कुटुंबाचे 'खासगी' क्षेत्र असते. गरीब घरांमध्ये पाळी आल्यानंतर आणि लग्न होण्यापूर्वी तरुण मुलींना श्रमाच्या बाजारपेठेतून बाहेर काढले जाते. इतकेच नाही तर ज्या मुली खासगी घरांमध्ये घरकाम करत असतात त्यांच्याही वाट्याला हेच येते. हा प्रकार सर्वांनाच परिचयाचा आहे. ग्रामीण भागात आणि काही शहरी भागांतील वस्त्यांमध्ये वयात येण्याच्या टप्प्यावर मुलींचे शाळेतील गळतीचे प्रमाण मोठ्या प्रमाणात वाढलेले दिसते. करुणा चानणा यांनी या प्रकाराची साद्यंत चर्चा केली आहे. (१९९० : पृ. ८२)

काळाच्या परिमाणातूनही अशीच नियंत्रणे निश्चित केली जातात. 'अंधार पडण्यापूर्वी परत ये', आणि 'तुझ्याबरोबर कोण आहे?' अशा उक्तींमधून मुलींना अतिशय परिचित असे संदेश दिले जातात. अवकाश आणि काळासंदर्भातील ही नियंत्रणे मध्यमवर्गीय मुलींच्या दृष्टीने शाळा किंवा महाविद्यालयांची आणि अभ्यासक्रमाची निवड करण्यासंदर्भात समस्या निर्माण करतात. काही अभ्यासक्रम असे असतात, की ज्यामध्ये मिश्र शिक्षण आणि खूप तास घराबाहेर राहणे आवश्यक असते आणि अशा अभ्यासक्रमांकडे मुलींच्या दृष्टीने भयावह म्हणूनच पाहिले जाते आणि परिणामत: अशा करियर्सची निवडही भयावह ठरते.

कोणत्याही दृष्टीने पाहिले तरी आपल्या लक्षात येते, की घर आणि घराबाहेरील शाळा ही दोन्ही जगे मुलींवर सामाजिक संस्कार करण्याच्या प्रक्रियेमध्ये एकमेकांना पाठिंबा देतात. महाराष्ट्रातील कोल्हापूर जिल्ह्यामधील एका खेड्यामध्ये माझा स्वत:चा अनुभव असाच आहे. मी जेव्हा त्या शाळेमध्ये पदव्युत्तर विद्यार्थ्यांचा गट घेऊन भेट द्यायला गेले तेव्हा आम्हाला वेगवेगळ्या वर्गांमध्ये नेले होते आणि अशा शाळांमध्ये जे नेहमी घडते ते म्हणजे विद्यार्थ्यांनी आमच्या स्वागतासाठी गाणी म्हटली. अगदी लहान मुलांच्या वर्गामध्ये मुले आणि मुली एकत्र बसले होते आणि चंदामामाचे गाणे होते. चांदोबाची अशी बालगीते आणि बडबडगीते या वयातल्या मुलांना सर्व शाळांमध्ये शिकवली जातात. थोड्याशा मोठ्या वर्गामध्ये मात्र काही निश्चित बदल घडलेले दिसत होते. वर्गातल्या अर्ध्या भागामध्ये सर्व मुली बसल्या होत्या आणि मुले अर्ध्या भागात बसली होती या दोन गटांनी दोन स्वतंत्र गाणी म्हटली. मुलींनी जे गाणे म्हटले त्या गाण्याबरोबर नाच केला आणि त्यांचे गाणे पावासाळा आणि पावसाळ्यातील

फुलांविषयी होते. मुले आणि मुली दोघेही बऱ्यापैकी धीटपणे वावरत होते.

सातव्या इयत्तेच्या वर्गामध्ये मात्र साड्या नेसलेल्या मुली मुलांपासून स्वतंत्र बसल्या होत्या. इतकेच नाही तर या मुली जमिनीवर बसल्या होत्या आणि मुलांसाठी बाकडे होती. मुले उर्मटपणे वागत होते. लाकडाच्या बाकावर उभे राहून मोठ्या आवाजात आत्मविश्वासाने शिवाजीच्या शौर्याची गाणी वर्णन करून गात होती. मुलींनी गाणं म्हणावं म्हणून आम्ही खूप प्रयत्न केले; परंतु त्या बुजरेपणाने बसल्या होत्या आणि अजिबात तोंड उघडत नव्हत्या. त्यांचा शिक्षक स्वत: पुरुषच होता; परंतु तरीही मुलींना गाणं म्हणण्यासाठी सांगत होता, हे खरे आहे; पण प्रत्यक्षात त्यांचा लाजरेबुजरेपणा आणि त्यांचे स्वत:मध्ये आकुंचन पावणे त्याला अधिक आवडत होते. माझ्याबरोबर ज्या मुली होत्या त्यांनी मुलींना विचारले की, तुम्ही बाकावर का बसत नाही? तेव्हा मुलांनी उत्तर दिले की, ''त्यांना जमिनीवर बसायला आवडते. आम्ही काय करणार?''

येथे लक्षात घेतले पाहिजे की, कोल्हापूर जिल्ह्यातील प्रमुख जातगट हा मराठा आहे आणि त्यांना आपल्या योद्धेपणाच्या भूतकाळाविषयी अभिमान असतो. या जातीत उच्चकुलीन विवाहाची पद्धत आहे. बायकांनी पडदानशीन बसावे, अशी रीत आहे आणि लैंगिक भिन्नता ही नैसर्गिक व्यवस्थेचा भाग आहे, असेही या जातीत मानले जाते. यातून प्रश्न उभा राहतो तो असा की, शिक्षणव्यवस्था सुधारण्याचा विचार आपण करू शकतो का? दोन लिंगांमध्ये एक तऱ्हेचे प्रबुद्ध नाते निर्माण व्हायचे तर व्यापक संरचनांमधील संदर्भ, वर्चस्व आणि दुय्यमत्व या चौकटीत लिंगभाव पुनरुत्पादित करणारा असेल तर कसे साध्य होणार?

मुलींच्या लैंगिकतेच्या व्यवस्थापनामध्ये मुलींच्या वावरण्याचा अवकाश आणि काळ या दोहोंना कसे संघटित केले जाते याबाबत मी काही महत्त्वाच्या प्रश्नांना स्पर्श केला आहे. परंतु भिन्न जाती, वर्ग आणि भिन्न समुदाय यांच्यामधील विविधता ध्यानात ठेवून या प्रश्नांचा खोलवर वेध होणे महत्त्वाचे ठरेल.

## प्रशिक्षणाची प्रक्रिया : कामाचे स्वरूप आणि विचारप्रणाली

आता मी सामाजिक संस्कारांच्या प्रक्रियेतील आणखी एका घटकाची दखल घेणार आहे. बाईपणास योग्य अशा कामांचे प्रशिक्षण कसे केले जाते, ते आपण पाहूया. अर्थातच लिंगभावाधिष्ठित कामाच्या विभाजनाचा एकच एक साचा असतो, असे मानणे कठीण आहे. भिन्न प्रदेश आणि सामाजिक गटांतर्गत भरपूर वैविध्य दिसत असल्याने हे काम कठीण आहे. त्याच वेळी स्वयंपाकघराशी संलग्न कामे, शारीरिकदृष्ट्या कष्टप्रद आणि साफसफाईची घराशी संलग्न असणारी कामे बाईपणाच्या क्षेत्रात अंतर्भूत असतात. सर्वसाधारणत: मुलीला किंवा मुलाला जी कामे दिली जातात ती प्रौढ स्त्रिया आणि पुरुष यांच्या कामासंदर्भात जे उचित आणि अनुचित मानले जाते, त्याच्याशी सुसंगत

असते. अगदी लहानपणीच सुरुवातीच्या टप्प्यावर हे बाईचे काम, हे पुरुषाचे काम याविषयी जाणीव निर्माण होते आणि मुले जेव्हा वाढीला लागतात तेव्हा प्रत्येक टप्प्यावर ही जाणीव अधिक धारदार होते.

सरदार पटेल विद्यालय या नव्या दिल्लीतील एका उच्चस्तरीय शाळेतील विद्यार्थ्यांच्या पालकांची अंदाजपंचे (Random) निवड करून, शंभर जणांचे मिळवलेले प्रतिसाद या संदर्भात बोलके वाटतात. प्रश्न साधा विचारला होता की, तुम्ही मुलींना आणि मुलांना विशिष्ट घरगुती कामे कशी देता? फक्त पंचवीस पालकांनी सांगितले की, यादीत उल्लेख केलेल्या दहा घरगुती कामांचे मुलगा आणि मुलगी यांच्यामध्ये वाटप करताना कोणताही भेदभाव केला जात नाही. उरलेल्या सगळ्यांनीच मात्र स्पष्टपणे आपला पूर्वग्रह बाळगून मुलींना स्वयंपाकघरातील कामे, झाडलोट, कपबशा धुणे, कपडे धुणे आणि धूळ पुसणे ही कामे देतो असे सांगितले आणि मुलांना बाजारातून अंडी आणि पाव आणणे, गाडी किंवा स्कूटरचा टायर बदलणे इत्यादी कामे सांगतो असे सांगितले. ही उत्तरे पाहिली म्हणजे असे लक्षात येते की, समाजामध्ये लिंगभावाधिष्ठित कामाची विभागणी कितीतरी खोलवर रुजली आहे. (पाहा : व्ही. पार्थसारथी, १९८८; २०८-२१०)

लहान मुलींना फार प्रभावी पद्धतीने अशा कामाच्या विभागणीमधील नैसर्गिकता सांगितली जाते. त्यांच्या मनात भेदभावाची भावना निर्माण होऊ नये म्हणून त्यांना बाहुल्या, घर, स्वयंपाकपाणी, लग्न सोहळे, आई आणि बाळ, शेजारीपाजारी जाणे असे खेळ दिले जातात. स्वयंपाकपाण्यात आणि इतर स्वयंपाकगृहाशी निगडित कामांमध्ये मुलीला सुरुवातीस मदतनीस म्हणून घेऊन अन्न वाढणे, तान्ह्या बाळांचे संगोपन, कौटुंबिक देवदेवतांची पूजाअर्चा, वडील माणसांची सेवा असे सारे शिकवले जाते आणि मुली स्वतःच घरकामातील जबाबदाऱ्या घेऊ लागतात. कपडे धुणे हे बाईचे काम मानले जाते आणि घरातील मुलींनी त्याचा वाटा उचलला पाहिजे असे मानले जाते. ज्या गटांमध्ये पुरुष स्वतःचे कपडे स्वतः धुतात तिथेही मुलांचे कपडे स्त्रिया आणि मुलींनीच धुवावे अशी अपेक्षा असते. झाडलोट आणि फरशी पुसणे ही तर स्त्रियांचीच कामे. कर्नाटक आणि आंध्र प्रदेशामधील मला माहिती देणाऱ्यांनी मला असे सांगितले की, एखाद्या कुटुंबातील कोणत्याही पुरुषाने जर झाडूला नुसता हात लावला तर ते कृत्य अनुचितपणाचा कळस असे मानले जाते.

येथे अधोरेखित करण्याचा मुद्दा असा आहे की, लिंगभावाधिष्ठित कामाची जी विभागणी केली जाते त्यामध्ये नैसर्गिकता आहे, असे सूचित केले जाते. हे अनेक मार्गांनी अभिव्यक्त होते. ज्या मुलीला बाईपणाची कामे आवडत नाहीत तिला असे सांगितले जाते की, ती पुरुषीपणा करते आहे आणि असे करणे चूक आहे. बाईच्या जातीला येऊन बाईपणाची कामे चुकविणे शक्य नसते म्हणून तिने अशी कामे करण्यास

शिकले पाहिजे. एखादा मुलगा जर स्वयंपाकघराभोवतीची कामे आवडीने करत असेल आणि भरतकाम, रांगोळ्या अशा कामात रस घेत असेल तर तोसुद्धा कुत्सितता आणि थट्टेचा विषय होतो. अशा मुलाचे वर्णन बायकी पुरुष असे केले जाते आणि त्याला बायल्या, छक्का, नपुंसक असे संबोधिले जाते.

या 'नैसर्गिक' पायावर केल्या गेलेल्या कामाच्या विभागणीचा एक महत्त्वाचा भाग म्हणजे मुलीच्या दृष्टीने आवश्यक असणारा गुण म्हणून सेवाभाव ही संकल्पना. ही कल्पना मुलीच्या प्रशिक्षणाचा एक भाग म्हणून मी तपासणार आहे. मुलीला दिल्या जाणाऱ्या कल्पना, मूल्य आणि व्यवहार जेव्हा अन्नपदार्थांशी जोडले जातात तेव्हा काय होते ते आपण पाहू.

घरादारांमध्ये जेव्हा शिजवलेले अन्न उरते तेव्हा अन्न वाढणे, अन्न वाटप करणे याप्रमाणेच शिळेपाके अन्न हे स्त्रियांनी खाल्ले पाहिजे. कुटुंबातील पुरुषांनी खाता कामा नये, असा अलिखित नियम दिसतो. लहान मुलींना हे सारे शिकावे लागते. शिळे खायला लहाणपणी मुलींनी नकार दिला तर काही वेळा यातून सुटका मिळते; परंतु मुलींच्या दृष्टीने तडजोड करता येणे यालाच प्राधान्य येते. एखादी मुलगी भूक लागली म्हणून रडू–ओरडू लागली तर तिला आक्रस्ताळी मानली जाते. तिच्यापाशी संयम नाही म्हणून तिची हेटाळणी होते. कित्येक मध्यमवर्गीय घरात भांड्याला चिकटलेला भात खरडवून खाण्याची काळजी मुलींनी घेतली पाहिजे असे मानले जाते. अशावेळी हा भात करपलेला तरी असतो किंवा त्यात खडेही असतात. भांड्याची ही खरवड कुटुंबातील पुरुषाला कधीच दिली जात नाही. दक्षिणेकडे पहिला डोसा खायला घरातील बाईलाच दिला जातो तेव्हा हाच तर्क केला जातो.

मुलींना वेदना आणि वंचितता सहन करायला शिकले पाहिजे, जे काही मिळेल ते खायला शिकले पाहिजे आणि याच प्रक्रियेतून स्वतःला नाकारण्याचा गुण प्राप्त केला पाहिजे, असे वळण तिला लावले जाते. कारण सासूच्या घरात याच वास्तवाशी तिला झगडायचे असते.

संस्कृती आणि सांस्कृतिक विचारप्रणाली यांनी मान्यता दिलेले आणि यांच्या चौकडीत जखडलेल्या बाईपणाच्या भूमिकेला अत्यंत जाणीवपूर्वक खतपाणी घालताना सहनशक्ती आणि आत्मसंयमन या कल्पना खोल रुजलेल्या दिसतात. हिंदू स्त्रियांना जेवणाखाण्याचे, स्वयंपाकपाण्याचे काम तसेच वाढणे, अन्नाचे वाटप करणे हे काम प्रतिष्ठित आणि मोलाचे म्हणून स्वीकारावे लागते. ही भूमिका स्त्रियांच्या आत्मप्रतिष्ठेमध्ये भर घालते आणि त्यांना बऱ्या अर्थाने सार्थकतेची जाणीव होते आणि यातूनच कितीतरी स्त्रियांच्या गोतावळ्यातील भूमिकांची व्याख्या ठरते. अन्नपूर्णा नावाचा आदर्श म्हणजे कोणत्याही प्रकारे कमी पडू न देता अन्नाचा पुरवठा करणारी स्त्री. हा अर्थ भारतातील भिन्न प्रदेशांमध्ये सर्वदूर स्वीकारला गेला आहे. हा आदर्श एका अर्थी सौंदर्यशास्त्रीयदृष्ट्या

आकर्षक वाटतो आणि स्त्रीच्या नैतिक चारित्र्याच्या दृष्टीने खासगीपणा आणि त्याग या चौकटींमधून तिची व्याख्याही करतो. या सर्व घटीतामधून कोणत्याही स्त्रीने स्वत:चा विचार करण्यापूर्वी इतरांचा करावा आणि शेवटी तिला काय मिळते, तिच्यासाठी काय उरते, या विचाराची पर्वाही करू नये, असे सुचविले जाते. शेवटी एक लक्षात घेतले पाहिजे की, अन्नाशी संबंधित हे जे व्यवहार आहेत त्याचे नाते पुरुष आणि बाई यांच्या शरीरांशी जोडलेले आहे. उंच, सुदृढ मुलगा म्हणजे कुटुंबाच्या दृष्टीने एक अभिमानाची गोष्ट असते. मुलाने चांगले बलवान व्हावे म्हणून त्याला तसे सकस अन्न दिले जाते. याउलट मुलीची वाढ मात्र एखाद्या निर्वासिताप्रमाणे व्हावी अशी अपेक्षा असते. तिची भूक नियंत्रित करता येत असेल तर उत्तमच. विशेषत: पाळी येण्यापूर्वी आणि पाळीनंतर. आपल्या वयापेक्षा मुलीने लहान दिसले पाहिजे. अंगापिंडाने उफाड्याच्या असलेल्या मुलीच्या लैंगिकतेविषयी अनेक प्रश्न उपस्थित केले जातात आणि तिला पाहताच तिचे लग्न करून दिले पाहिजे, अशी जाणीव लोकांच्यात निर्माण करून दिली जाते. अशी मुलगी लैंगिक अत्याचाराची बळी ठरणार असे मानले जाते. प्रौढ स्त्रिया मुलींच्या बाबतीत योग्य वळण लागावे, योग्य वागणूक मिळावी म्हणून फार तत्पर असतात. पुरुष आणि स्त्री यांच्या शरीरामध्ये लक्षणीय अशी भिन्नता यावी म्हणून पुरुषाला आणि बाईला वेगळ्या प्रकारचे अन्न द्यावे असेही प्रयत्न करतात.

हे प्रकरण निष्कर्षाप्रत नेण्यापूर्वी मला आणखी एक मुद्दा मांडायचा आहे. मुलीच्या प्रशिक्षणासंदर्भात मला असे वाटते की, यामध्ये एक प्रकारची धूसरता असते. वर्तमान आणि भविष्य अशा दोन्ही काळातील भूमिका निभावण्यासाठी त्यांचे जरी प्रशिक्षण होत असेल तरीसुद्धा शेवटी त्या दुसऱ्याच्या कुटुंबात जाणार आहे, हे कधीच विसरले जात नाही. कुटुंबा-कुटुंबामध्ये भिन्नता असते. मुलीला आपले वडिलांचे घर सोडून जावे लागणार हे निश्चित असते. ती कोणत्या प्रकारच्या घरात जाईल, हे मात्र निश्चित नसते. नव्या घरात कोणत्याही प्रकारची स्वायतत्ता किंवा निर्णय करण्याची सत्ता मिळण्यासाठी अनेक वर्षे जावी लागणार. या प्रक्रियेमध्ये अनेक प्रकारचे जर-तर असतात. अशा अपरिचित चौकटीत जाण्याचे आणि अनिश्चित भविष्याविषयीचे सामाजिक संस्कार करायचे तर काही प्रमाणात अंदाज बांधणारे तात्पुरते असेच संस्करण असणार. यामुळे मला असे वाटते की, मुलींचा आत्मविश्वास आणि कर्तेपणा या संदर्भातील विकास खुंटतो. अशा धूसरतेमध्ये आपल्याला दिसते की, अंतर्विरोधी मूल्ये आणि अपेक्षा खूपच असतात. पितृवंशीय पुरुषकेंद्री गोतावळ्याच्या व्यवस्थेमध्ये मूलत: असणाऱ्या अंतर्विरोधाचे प्रतिबिंब यात असते. एक उदाहरण द्यायचे तर भाऊ-बहिणीचे नाते जन्मभराचे असते असे मानले जाते. आपल्या संपूर्ण आयुष्यात बहिणींनी भावांच्या मांगल्यासाठी, दीर्घायुष्यासाठी, आनंदासाठी काही विशेष दिवस पाळावे अशी अपेक्षा असते. याच मुद्द्यांसंदर्भात लक्षात घ्यावे लागते की, बाई म्हणजे पाण्यासारखी असते.

जिला स्वतंत्र असा आकार नसतो, ज्या भांड्यात पाणी ओतले जाते त्या भांड्याचा आकार पाण्याला मिळतो. तरीही भांड्याची खूण पाण्यावर राहत नाही असे मानले जाते. याहीपेक्षा वेगळे म्हणजे बाई कशी हवी तर ओल्या मातीसारखी. आपण घडवू त्यानुसार तिने आकार घेतला पाहिजे. म्हणजेच कोणतीही स्त्री आपल्या लग्नापूर्वीच्या निष्ठा, सवयी पूर्णत: टाकू शकली पाहिजे आणि नवऱ्याच्या कुटुंबात सामावली गेली पाहिजे असेही मानले जाते. येथेच गोष्टी थांबत नाहीत. नवऱ्याच्या घरात तिची अस्मिता उपरेपणातूनच घडते आणि हे उपरेपण सहजपणे विसरले जात नाही.

## निष्कर्ष

हिंदू विधी आणि व्यवहाराच्या माध्यमातून स्त्रिया नावाची लिंगभावयुक्त व्यक्ती रचली जाते, तेव्हा दोन लिंगांमध्ये विषमता आणि स्त्रियांचे सर्वसाधारण दुय्यमत्व यातून सामाजिक व्यवस्थेची घडण आणि पुनर्निर्मिती होत असते. काही वेळा व्यक्तिगत मुद्द्यांशिवाय आयुष्याच्या एका विशिष्ट टप्प्यावर आणि गोतावळ्याच्या संदर्भातील विशिष्ट दर्जा मिळाल्यावर स्त्रियांना सत्ता मिळते हे खरे आहे. असे मांडणे म्हणजे स्त्रिया या उदासीन, कोणताही प्रश्न न विचारणाऱ्या, बळी जाणाऱ्या असतात असे सुचवायचे नाही. पुरुषसत्ताक व्यवहार आणि त्या व्यवहारांचे प्रतीकात्मक रूप यामधून स्त्रियांच्या घडणीमध्ये काही निश्चित मर्यादा निर्माण केल्या जातात. तसेच कुटुंबांतर्गत भिन्न नात्यागोत्यासंदर्भातील भूमिका स्त्रियांना विविध दर्जाही देत असतात. असे सर्व विधी, व्यवहार आणि सामाजिक व्यवस्था विशिष्ट पद्धतीने जणू काही चिरकाल चालत आलेल्या अपरिवर्तनीय मानल्या जातात आणि नैसर्गिक व्यवस्थेचा भाग ठरतात. या मर्यादेच्या चौकटीतच स्त्रिया आपल्या परिस्थितीबद्दल प्रश्न उपस्थित करतात, नाराजी दाखवितात किंवा गनिमी काव्याने काही मिळवू पाहतात. आपली कौशल्ये वापरून आपली वंचितता आणि 'स्व'ला नाकारणे हे सारे ऊर्जा करणारे स्रोत म्हणून वापरण्याचा प्रयत्न करतात आणि यातूनच स्त्रिया स्वत:साठी जगूनतगून राहण्याचा अवकाश निर्माण करतात. (पाहा : लीला दुबे आणि श्यामचरण दुबे, १९८६)

# ३

## बीज आणि क्षेत्र :
## जैविक पुनरुत्पादन आणि उत्पादनाचे
## लैंगिक संबंध या संदर्भातील प्रतीकात्मता

जैविक पुनरुत्पादनाची प्रक्रिया दोन शब्दांमध्ये प्रतीकात्मक पद्धतीने वापरली जाते. 'बीज' आणि 'भूमी' असा वापर जवळजवळ संपूर्ण उत्तर आणि मध्य भारतात तर होतोच; पण पूर्व भारतातील काही भागांतही होतो. 'क्षेत्र' ही शब्दसंहिता भूमी अथवा 'धरणी' यांच्या समानार्थीच वापरली जाते. नीट दस्तऐवज नोंदून ठेवलेले नसले तरीही दक्षिण आणि पश्चिम भारतामध्येही पुष्कळशा भागांत हे वास्तव आहे. बीज हे बापाच्या योगदानाचे प्रतीक, तर क्षेत्र आईच्या योगदानाचे प्रतिनिधित्व करते. प्रजोत्पादनाच्या या कामात पुरुष, बीज म्हणजे मुख्य गाभा पुरवतो. मुलगा की मुलगी होणे हे बीजावरून निश्चित ठरते. अपत्याचे व्यक्तित्व असे बापाकडून ठरते. त्याला कोणत्या गटात घालायचे याच्याशी त्याचा संबंध असतो.

बीज हे वीर्यामध्ये असते आणि त्याचे नाते रक्ताशी जोडले जाते. पौष्टिक आहारापासून रक्त तयार होते आणि असे समजतात की वीर्य हे रक्तापासून तयार होते. परंपरागत समजूत अशी, की पुरुषाच्या शरीरात जेवढा रक्ताचा संपूर्ण साठा असतो त्या प्रमाणात वीर्य तयार होते. अर्थातच मुलाच्या अंगात बापाचे रक्त खेळते. पुढच्या पिढीच्या शरीरात हे रक्त मुलगाच खेळवू शकतो. दुसऱ्या शब्दात, रक्ताचे नाते तो पुढे चालवतो. पितृकुलातले नातेवाईक 'भागधारक'(शेअर्स) मानले जातात. त्यांचे सर्वांचे रक्त सारखेच असते आणि ते मालमत्तेत किंवा जीवनावश्यक सामग्रीच्या स्रोतात सहभागी असतात. याउलट मुलीचे रक्त असे दुसऱ्या जिवाकडे संक्रमित करता येत नाही. स्त्रीला वेगळ्या रक्ताच्या माणसाशी संबंध जोडावा लागतो. तो जिथे आपले बीज पेरू शकतो, असे क्षेत्र त्याला ती पुरविते आणि त्याच्यासाठी मुले जन्माला घालते.

गर्भाशयाने जे काही स्वीकारलेले असते ते वाढविणे ही आईची भूमिका. ते ती आपल्या रक्तातून वाढवते. त्याच्या वाढीला मदत करणारी ऊब आणि पोषकद्रव्ये आईच्या रक्तात असतात. हे दीर्घकाळ आणि सातत्याने करण्याचे काम अपत्याच्या

जन्माबरोबरच संपत नाही. त्यानंतर आई बाळाला आपल्या दुधावर पोसते. मुलाला पोसणारी हीच तिची भूमिका.

आईचे आणि बाळाचे हे जोडलेपण इतर मंडळी समजून घेतात, मान्यही करतात. ते कितीतरी बारीकसारीक बाबतीतून समजून घेतले जाते. कधी सूचकपणे, तर कधी उघडपणे. या समजण्यातूनच आईच्या वागणुकीचे आदर्श कोणते हे स्पष्टपणे कळून येते.

भारतात प्राचीन काळापासून माणसाच्या पुनरुत्पादनाची प्रक्रिया, (माणसाचे मूल जन्माला येणे ही) स्त्रीच्या क्षेत्रात पुरुषाचे बीज अंकुरते, अशा शब्दांत मानली गेली आहे. विवाहविधी आणि आयुष्यातल्या इतर कठीण प्रसंगी हे याविषयी लिहून ठेवलेले आढळते. या कित्येक लिखितांचे मूळ वेदांत आणि महाभारतासारख्या महाकाव्यात सापडते. मनुस्मृती हा ग्रंथ कायद्याच्या ग्रंथात सर्वात महत्त्वाचा मानला गेलेला आहे. या ग्रंथात मिश्र विवाहातून जन्मलेल्या अपत्याचा दर्जा आणि अशा मिश्र विवाहांच्या प्रकारांचे औचित्य ठरविलेले दिसून येते. गर्भधारणेच्या या कल्पनेतून ठरवले गेलेले नियम शतकानुशतके फारसे बदल न होता पाळले गेलेले आहेत. खेड्यातले रूढींचे कायदे आणि परंपरेने घेतलेले निर्णय यातून पुरावा मिळतो.

मानवी गर्भधारणेच्या प्रक्रियेची ही कल्पना वर्षानुवर्षे साहित्यिक परंपरा आणि समाजाच्या जाणिवा यांचा भाग असल्याचे दिसून येते. देशाच्या विविध प्रांतांत त्या काळात क्षेत्रीय संशोधन झाले. त्यावर आधारलेल्या कित्येक मानवशास्त्रीय लिखाणात याचा उल्लेख आढळतो. हे रूपकात्मक वर्णन फक्त हिंदू समाजातच सर्वसाधारणपणे आढळते असे नव्हे, तर पितृवंशीय कुळात जन्म घेणे हे स्वीकारणाऱ्या आणि शेती करणाऱ्या आदिवासी जमातीतही आहे. ग्रामीण भागातील मुसलमान असेच मानतात. हे प्रतीक पूर्णत: कोठून येते आणि त्यातून काय सुचविले जाते, या मुद्द्यापासून हे लेखन सुरू होते. विशिष्ट समाजात भौतिक संदर्भात याचा वापर केला जातो. त्याची पूर्ण तपासणी केल्याशिवाय स्त्रियांच्या परिस्थितीचे योग्य आकलन होणार नाही. जैविक पुनरुत्पादनाच्या प्रक्रियेसंदर्भात विशिष्ट सांस्कृतिक आकलन जेव्हा अभिव्यक्त होते, तेव्हा ही प्रतीकात्मता एका विचारप्रणालीच्या पायाभरणीचे काम करते. संपत्ती आणि उत्पादन यासंदर्भात गोतावळ्याची जी कळीची तत्त्वे असतात आणि त्याची कार्यपद्धती असते या दोहोंनाही अधिकृतता देण्याचे काम अशी प्रतीकात्मता करते. जैविक पुनरुत्पादनामधील लैंगिक भिन्नता ही संस्कृतीच्या चौकटीत कशी स्वीकारली जाते आणि दोन भिन्न शब्दसंहितांद्वारे कशी अभिव्यक्त होते, हे लक्षात घेतले पाहिजे. तसेच समाजाच्या संरचनेच्या नियमांमध्ये उत्पादन संबंधांमधील जी लैंगिक विषमता असते त्यातून मालकी हक्क नियंत्रण; तसेच उत्पादक संसाधने आणि घरगुती संघटनेची संरचना आणि कार्यपद्धती हेसुद्धा आपण लक्षात घेतले पाहिजे. या दोहोंमध्ये एक तऱ्हेची

एकजीव सहमती कशी निर्माण होते, हे पाहणे गरजेचे वाटते. माझ्या आताच्या लेखनातून मी या संदर्भात असणारे एकमेकांना जोडणारे दुवे शोधण्याच्या प्रयत्न करणार आहे. या शोधातून कदाचित काही स्पष्टीकरण मिळण्याची शक्यता वाटते.

अगदी प्राचीन तसेच त्यानंतरच्या काळातील संस्कृत संहिता पाहिल्या तर कायदा, समाज आणि वंश सातत्याचे हक्क यासंदर्भातील गर्भधारणाविषयक जी मांडणी दिसते, त्यामध्ये अक्षरश: पुरुषाचे 'बीज' स्त्रीच्या 'क्षेत्रा'मध्ये पडते असाच प्रकार दिसतो. अथर्व वेदातल्या एका ऋचेत म्हटले आहे –

'खरे तर बीज पुरुषामध्येच वाढते आणि ते स्त्रियांमध्ये ओतले जाते ते वास्तविक मुलगा मिळावा म्हणून !' (Pandey; 1976, 49) लग्नाचा मुख्य उद्देश मुले जन्माला घालणे हाच दिसून येतो. त्यातही पुरुषाचा वंश यावर जास्त भर दिलेला आहे. या उद्दिष्टासाठी पुरुषामध्ये आवश्यक असलेल्या गुणाचे वर्णन 'नारद स्मृती'मध्ये असे दिले आहे – अपत्यनिर्मितीसाठी (मुले होण्यासाठी) स्त्री हे क्षेत्र आहे आणि पुरुष त्याचा मालक. ज्याच्याजवळ बीज असेल त्याला हे क्षेत्र दिले पाहिजे. बीज नसलेला पुरुष मुलगी मिळविण्यास अपात्र आहे. (Pandey; 1976, 197) वंश चालावा म्हणून नवऱ्याऐवजी बीज देण्यासाठी बदली पुरुष आणणे असा संदर्भ महाभारतात सापडतो. नवऱ्याला बदली पुरुष आणण्याची व्यवस्था करण्याबद्दल स्मृतींमध्येही सूचना दिलेल्या सापडतात. (नवरा मेलेला असेल, नपुसंक असेल किंवा अपंग असेल अशा परिस्थितीत) हा बदली पुरुष नवऱ्याच्या भावांपैकी कोणी एक, वंशावळीतला किंवा गोत्राचा असावा. त्याचे बीज त्या काळात स्वीकारले जायचे. (Pandey; 1976, 55) इरावती कर्वे म्हणतात – महाकाव्यांत वारंवार बीज आणि क्षेत्र या प्रतीकाचे उदाहरण आढळते. (बीजक्षेत्रन्याय) या दृष्टांतात पुरुषाची आपल्या बायकोवर मालकी असते असा आशय दिसून येतो आणि म्हणूनच बायकोला दुसऱ्यापासून झालेला मुलगा अशा व्यवहाराचे समर्थन केलेले दिसते. स्त्री हे क्षेत्र आहे. येथे बायको क्षेत्र ठरते. 'क्षेत्र' किंवा 'भूमी' मानली जाते. एखाद्या माणसाच्या मालकीची थोडीशी जमीन असली आणि दुसऱ्या कोणाजवळ असलेले बीज त्यात पडले तर त्याचे फळ जमिनीच्या मालकाचे समजले जाते. बीजाच्या मालकाचे नाही. (१९६८, ३५८)

स्त्री ही पुरुषाच्या अपत्यांची फक्त वाहक आहे हे स्पष्टपणे म्हटलेले आहे. पुन्हा एकदा महाभारतातला हा संदर्भ पाहा. दुष्यंत राजाने शकुंतलेशी नुकतेच लग्न केले होते; पण त्याने तिला नाकारले आणि आपला मुलगा घेऊन जा म्हणून सांगितले. तेव्हा असा मुद्दा मांडला, ''नवरा बायकोच्या गर्भाशयात शिरतो. तो नंतर स्वत:च तिचा मुलगा होऊन बाहेर पडतो.'' त्या वेळी अशी आकाशवाणी ऐकू आली, ''आई ही फक्त मांसाचा कोष असते आणि बापामधून बाहेर पडलेला मुलगा हा स्वत: बापच असतो.''

माणसांच्या प्रजोत्पत्तीचे बीज आणि जमीन किंवा शेत हे प्रतीक कायद्याच्या पुस्तकातदेखील सापडते. विशेषत: मिश्र विवाहातले कायदेकानून (वर्ण आणि जातींमधले विवाह) आणि अशा मिश्र जोडीतून जन्माला आलेल्या मुलाला दर्जा ठरविण्याच्या संदर्भात या प्रतीकाचा वापर केला जातो. या मुद्द्याची गुंतागुंत सोडवीत बसण्यापेक्षा मनुस्मृतीने अधिकारवाणीने सांगितले आहे (X, 69, 71, 72) त्याविषयी तंबीया (Tanbiah : 1973) काय म्हणतात ते पाहूया.

मिश्रविवाहाच्या तत्त्वाचे स्पष्टीकरण करताना असे दिसते की, गर्भधारणेच्या सिद्धांतातच पुरुषाचे बीज आणि स्त्री हे क्षेत्र किंवा जमीन यातला फरक गृहीत धरलेला आहे. दोघांमध्ये पुरुषाचे बीज हे जास्त महत्त्वाचे मानले जात असले तरी तेवढ्यानेच भागत नाही. कारण नापीक जमिनीत बी पेरले तर ते जागच्या जागीच जिरून जाते; पण सुपीक जमिनीत पेरलेले उत्तम बी उत्कृष्ट निपजते. (१९७३, १९८)

तंबीया पुढे म्हणतात - (१९७३, १९८-९९) : पुरुषाचे बीज आणि ते ज्यात पेरले जाते ते स्त्री क्षेत्र यांच्या सापेक्ष दर्जाच्या सूचित अर्थांचे जातीच्या सिद्धांताच्या दृष्टीने महत्त्व कळीचे आहे. हे सूचित अर्थ कळीचे पण समस्यात्मक आहेत. कारण पुरुषाचे श्रेष्ठत्व त्याच्या वंशजाला कनिष्ठ दर्जाच्या आईच्या संस्कारातून आपोआप वर खेचून घेऊ शकत नाही. अर्थातच द्विज पुरुष आपल्यापेक्षा कनिष्ठ जातीतल्या बायकांपासून जन्माला घातलेल्या मुलग्यांना आपल्यासारखेच मानत असले, तरी त्यांच्या आयांकडून दोघांचा वारसा मिळाल्यामुळे त्यांनाही दोषी समजले जाते. नवऱ्यांपेक्षा एका पटीने कमी दर्जाच्या बायकांपासून जन्मलेल्या मुलांच्या बाबतीत असा आहे हे नेहमीच लागू केला जाणारा कायदा !...' (मनु X, 6)

बीज आणि क्षेत्र यांच्या मूल्यमापनाच्या गुंतागुंतीची ते चर्चा करतात. वेगवेगळ्या प्रकारच्या प्रतिलोम आणि अनुलोम मिश्र विवाहांमधून जन्माला आलेल्या मुलांचा दर्जा ठरवणे हा या चर्चेचा हेतू आहे. या विवाहांमधून जन्मलेल्या मुलांच्या दर्जाचे मूल्यमापन करणाऱ्यांमध्ये मतभेद आढळतात. पुरुषापेक्षा एकाच पायरीने कमी असलेली स्त्री अशा विवाहातून जन्मलेल्या मुलांना बापाचाच दर्जा द्यायला काही जण तयार असतात. ढोबळपणे असे म्हणता येईल, की अनुलोम विवाहाला मान्यता असे; पण प्रतिलोम विवाहाला नाही. कारण श्रेष्ठ बीज कनिष्ठ क्षेत्रात पडू शकते परंतु कनिष्ठ बीज श्रेष्ठ क्षेत्रात पडू शकत नाही. (Tanbiah; 1973, 191-229)

हिंदू विवाहविधीमध्ये ही बीज आणि क्षेत्राची प्रतीके पुन:पुन्हा किंवा सतत येत असलेली दिसतात. क्षेत्रसंस्कार किंवा क्षेत्राभिषेकाच्या विधीचा उद्देश बीज स्वीकारण्यासाठी वधूचे गर्भाशय शुद्ध करून घेणे हा असतो. मुलांसाठी बायकोची नवऱ्यावर (बीज देणारा) पूर्ण निष्ठा असली पाहिजे. तसेच स्थिरता, निष्ठा आणि खंबीरपणा या गोष्टी आवश्यक आहेत. विवाहविधींच्या गुंतागुंतीमध्ये या मूल्यांचे कितीतरी

विधींमध्ये नाट्यीकरण केलेले आढळते. जसे विवाहातली निष्ठा आणि स्थिरता दाखविण्यासाठी वधूने दगडावर पायाचा ठसा उमटविणे यावर फार भर दिला जातो, खंबीरपणाचे हे प्रतीक. वर तिला एका पवित्र आणि स्थिर दगडावर उभे राहायला सांगतो - संततीसाठी. हाच संदेश दुसऱ्या एका विधीतूनही पोहोचवला जातो. संध्याकाळी वर वधूला ध्रुवतारा बघायला सांगतो. ध्रुवतारा आकाशात अढळपद मिळालेला मानतात त्यामुळे ते स्थिरतेचे प्रतीक मानले जाते - अस्थिरतेच्या पूर्ण विरोधी. खरंच!

पुरुषाकडून संतती प्राप्त करून घ्यायची असेल ती स्त्रीचा लग्नातला विश्वास ही पूर्वअट असते. स्त्रीने तृप्त राहिलेच पाहिजे. स्त्रीला स्वत:मध्ये सामावून घेण्याची पुरुषाची इच्छा आणि त्याला वाटणारी कळकळ ही खाली दिलेल्या काही काव्यपंक्तींमध्ये दिसून येते. वराने वधूच्या उजव्या खांद्यावरून तिच्या हृदयाला स्पर्श करण्याचा एक विधी आहे. - तुझे हृदय माझ्या हृदयात सामावू दे, तुझे मन माझ्या मनात सामावू दे. माझे शब्द तू एकाग्रतेने ऐक, घेतलेल्या वचनाला जाग. फक्त माझ्याच मागोमाग राहा. माझी सहचरी हो. (Baudhayana Grihyasutra, 1.4.1 in Saraswati 1977, 183) या काव्यपंक्तींचा दुसरा परिपाठ असा - तुझे हृदय मी माझ्या इच्छेमध्ये सामावून घेईन. तुझे मन माझ्या मनात वस्ती करून राहील. माझ्या बोलण्याने तुला मनापासून अत्यानंद होईल. प्रजापती (निर्माणकर्ता) तुझी माझी जोडी जमवू दे. (Parasara Grihysurna : 1.8.8 in Pandey 1976, 227)

मुलगे जन्माला येणे म्हणजे एखादे बक्षीस मिळाल्यासारखे आहे, हे आशीर्वादांमधून, इच्छांमधून आणि अपेक्षांमधून स्पष्टपणे प्रकट केलेले कितीतरी काव्यपंक्तींमधून दिसून येते. या काव्यपंक्ती विवाहविधींच्या गुंतावळ्यात म्हणण्यासाठीच असतात. अशाच प्रकारच्या वराने म्हणावयाच्या दोन काव्यपंक्तींचे उदाहरण देता येईल. (Saraswati; 1977, 181-82)

दहा पुत्र व्हावेत म्हणून सौंदर्य, वैभव प्राप्त व्हावे म्हणून आणि तेजस्वी दीर्घायुषी, कोठेही प्रतिबंध न होता लाभू दे यासाठी ती आसुसलेली आहे. हे इंद्रा, हे सवितृ, निपुत्रिकत्व नाहीसे करणारे असे वैभव तिला तातडीने मिळेल असे कर. (Vaikhanasa Griyasutra : 3.4) भात्यात बाण ठेवावा तसा पुत्राचा गर्भ तुझ्या गर्भाशयात प्रवेश करू दे. दहा महिन्यांनी एक मुलगा असे कितीतरी पुरुष इथे जन्मू देत. (Sankhyayana Griyasutra, 1.19.6)

मुलगा व्हावा अशी इच्छा ज्यांना असते त्यांच्यासाठी काही खास विधी सांगितले आहेत. कुटुंबप्रमुख असणे आणि मुलाकडून कुटुंब किंवा वंश चालू ठेवणे हे पुरुषाचे आद्य कर्तव्य समजले जाते. मुलगा नसेल तर तो ते कर्तव्य पार पाडू शकत नाही.

लोकाचार (लोकांच्या प्रथा) आणि स्त्रीआचार (स्त्रियांच्या प्रथा) म्हणून ओळखल्या जाणाऱ्या या प्रथांमध्ये प्रांताप्रांतानुसार काही बदल होत असले, तरी या

प्रथा आज हिंदूमध्ये विवाहविधींचा महत्त्वाचा भाग समजल्या जातात. सरस्वती यांच्या ब्राह्मणी परंपरागत विधींच्या तपशीलवार अभ्यासानुसार (१९७७) स्वत:च्या जातीतच लग्न करणाऱ्या भारतभरच्या दहा ब्राह्मण गटांमध्ये ब्राह्मणी परंपरागत विधी (विशेषत: लग्नाशी संबंधित) बघितले तर अगदी स्पष्टपणे असे दिसून येते, की काही फेरफार सोडल्यास समकालीन ब्राह्मणांमध्ये मूळ ग्रंथाच्या परंपरेवर लग्नविधी आधारलेले असतात. ते आचरणात आणताना मूळ संहितेला धक्का पोहोचत नाही. हिंदूंच्या बऱ्याच मोठ्या विभागांत खास करून शुद्ध मानल्या गेलेल्या जातींमध्ये लग्नविधींचा गाभा बहुतांशी सारखाच आढळतो. (Inden and Nicholas : 1977 for Marriage Rituals amang Bengali Hindus) वेदांतील ऋचांची जागा पौराणिक काव्याने घेतलेली असते. जे काव्य नंतरच्या काळातले असते, त्यातूनही तोच अर्थ आणि सारखीच सांस्कृतिक विचारप्रणाली मांडलेली दिसते. मानवजातीशास्त्रानुसार या लग्नविधींबद्दल भरपूर पुरावा सापडतो. हे विधी जसे – कन्यादान, जोडप्याने लग्नाचा खांब किंवा अग्नी यांना प्रदक्षिणा घालणे, माहेराहून वधूची सासरी पाठवणी, तिचा सासरी प्रवेश आणि नवऱ्याच्या घरात सामील होणे या सर्व गोष्टी पितृवंशीय हिंदूंमधल्या सर्व थरांत विवाहविधीच्या गुंतागुंतीचा एक भाग असतो. हीच पद्धत कित्येक पितृवंशीय आदिवासींमध्येही असते. 'मुलगी म्हणजे प्रवासी पाखरू' 'मुलगी ही लग्न होईपर्यंत सुरक्षित देखरेखीखाली ठेवायची वस्तू ' आणि 'मुलगी हे परक्याचे धन' अशी विधानेही हिंदू जमातीत आणि आदिवासींच्या समुदायात सर्रास सापडतात.

आधी म्हटल्याप्रमाणे शरीरशास्त्रानुसार जे पुनरुत्पादन होते त्यात अनुक्रमे पुरुष आणि स्त्री यांचा कोणता सहभाग असतो, हे दाखवताना बीज आणि क्षेत्र हे रूपक वापरले जाते. आदिवासी आणि ग्रामीण जातींबद्दलच्या मानवजातीशास्त्राच्या अहवालात ही माहिती मिळते. मध्य प्रदेश आणि ओरिसालगतच्या कमार हे शिकारी आदिवासी, अन्न गोळा करणारे आणि हस्तांतरित शेती करणारे शेतकरी यांचा एस. सी. दुबे यांनी अभ्यास केला. तेव्हा त्यांनी सहजगत्या जुळलेल्या शरीरसंबंध आणि गर्भधारणा यासंबंधीत असे म्हटले आहे की – "बी पेरले नाही तर शेत उगवणारच कसे?" फक्त शारीरिक संभोग झाला म्हणून गर्भधारणा होत नाही. एखाद्या पूर्वजाच्या आत्म्याची या कुटुंबात पुनर्जन्म घेण्याची अनिवार इच्छा असल्याशिवाय देवाजवळ एखादा जीव (आत्मा) मोकळा असल्याशिवाय बाईला गर्भधारणा होणारच नाही. गोंड स्त्रियांना केंद्रस्थानी मानून मी मानवजातीशास्त्राचा जो सखोल अभ्यास केला तेव्हा याच मध्य प्रदेशातल्या दक्षिण-पूर्व भागात मला हा बीज-क्षेत्र न्यायच समाजात लोकप्रिय मानला जातो, असे दिसून आले. पुनरुत्पत्तीच्या या प्रक्रियेविषयी जेव्हा अगदी काटेकोर चर्चा चालत तेव्हाच फक्त नव्हे तर मुलीची किंमत ठरवणे, वारसाहक्क आणि मालमत्तेची वाटणी ठरविण्यासंबंधी चर्चा करताना, तसेच विवाहबाह्य संबंध आणि मिश्र विवाह

याविषयी बोलताना अपत्याची 'जागा' ठरविताना हा बीजक्षेत्र न्याय दिसून येई. वेगवेगळ्या जाती-जमातींनी संमिश्र बनलेल्या खेड्यात आणि कधी कधी इतर आदिवासी समुदायांबरोबर गोंड वस्ती करून राहत तेव्हा तर त्या भागात हा न्याय सर्वदूर पसरलेला आहे, हे समजून येई.

गोंड स्त्रियांमध्ये आपली शरीररचना आणि तिचे कार्य काय हे स्पष्ट करायला निसर्गानेच त्यांना भाषा पुरविली आहे. एखाद्या मुलीला उशिरा पाळी आली तर शेरा मारला जायचा, ''जी फुलत नाही ती फळेल कशी?'' मुलं होणाऱ्या बाईची तुलना अंडी घालणारी कोंबडी किंवा भोपळे लगडणाऱ्या वेलीशी केली जाते.

गोंडांच्या समजुतीप्रमाणे पुरुषाचे बीज स्त्रीच्या गर्भाशयात जाते तेव्हा गर्भधारणा होते. हे प्रत्येक शरीरसंबंधाच्या वेळी घडत नाही. पाळी संपल्यामुळे जे रक्त साठते ते गोठते.

त्या रक्तापासून बाळाचे शरीर आणि अवयव निर्माण होतात. या गोठलेल्या रक्तामधून भगवान (देव) हात, पाय, डोके इत्यादींना आकार देतो; पण मुलाच्या धमन्यांतून जे रक्त वाहते ते पुरुषाच्या बीजातून आणि ते मूल (खास करून मुलगा) बापाच्या वंशाचा आणि कुळाचा म्हणून ओळखले जाते. मुलाला आकार देणारे ते आईचे रक्त आणि त्याला नाव, वंश, आणि कूळ देणारे ते बापाचे रक्त हा फरक लक्षात घ्यायला हवा.

वंध्यत्व म्हणजे काय, ते समजावून सांगताना म्हणतात की 'जसे एखाद्या शेतात बी उगवतच नाही तसेच हे आहे. काही स्त्रियांच्या गर्भात पुरुषाचे बीज मुलाचा आकारच घेत नाही. त्याचप्रमाणे काही पुरुष स्त्रियांबरोबर संभोग करत असले तरी त्यांच्या पोटात बीज नसते.'

Caste and kinship in Central India, Mayer (1960) यात नोंदवले गेले आहे, की देवास जिल्ह्यातल्या ग्रामीण समाजात हेच बीजक्षेत्र हे रूपक वापरलेले आढळते. त्याचप्रमाणे मध्य प्रदेशातील रायसन जिल्ह्याच्या एका खेड्याचा १९६० मध्ये जेकोबासन (Jacobson) यांनी अभ्यास केला त्यांनीही असेच म्हटले आहे. त्यांच्या माहीतगाराच्या शब्दात, ''आई... त्याला वाढवण्यासाठी फक्त जागा देते. आपण जसे शेतात बी पेरतो त्याचप्रमाणे बाप बी पेरतो आणि त्यातून मूल तयार होते.'' (जेकोबसन, १९७७, २६८-६९) लैंगिक संबंध आणि पालकांची त्यातून ओळख पटवणे या संदर्भात निरनिराळी परिस्थिती उद्‌भवते. त्या वेळी आंध्र प्रदेशच्या ग्रामीण भागात हा बीजक्षेत्र न्याय कसा लावतात, त्याचे हे उदाहरण पाहा. तेलुगू भाषेत बीज याला 'Vittanam' हा शब्द आहे. मूल जन्माला येण्यात बापाचा सहभाग कोणता, हे ठरविताना हा शब्द बहुतेक सर्वसामान्यत: वापरला जातो. एखाद्या मुलाचे शारीरिक रूप, कनिष्ठ जातीसारखे असेल आणि त्याची बुद्धिमत्ता, क्षमता आणि नेतृत्वाचे गुण

इत्यादी लक्ष वेधून घेणारे असले, तर ते जातीच्या दर्जाला विसंगत ठरते आणि मग जे स्पष्टीकरण दिले जाते ते म्हणजे त्याच्या आईचा अवैध शरीरसंबंध एखाद्या समर्थ उच्च जातीच्या रेड्डी किंवा कम्मा जमीनदाराशी आला असला पाहिजे. 'तुम्ही जर मसुराचे बी पेरलेत तर, तुम्हाला हरभऱ्याचे पीक मिळणारच नाही.' हाच तर्क लागू केला जातो. एखाद्या माणसाचे विवाहबाह्य संबंध असले आणि त्याच्या बायकोला गर्भधारणा झाली नाही तर तिचे नातेवाईक तिची बाजू घेऊन म्हणतात की, "तुम्ही रस्त्यात बी पेरलेत तर तुमच्या स्वत:च्या शेतात ते उगवेल अशी अपेक्षाच करू नका." एखाद्या तरुण मुलीला लग्नानंतर लगेच गर्भ राहिला तर ते कळल्याबरोबर म्हणतात की, "जमीन फारच सुपीक आहे. बीज धारण करण्यापूर्वी जमीन त्यासाठी तयार असावी लागते, हेदेखील स्पष्टपणे बोलले जाते. अशा तऱ्हने जर एखादी तरुण मुलगी काही वर्षे गरोदर राहिली नाही तर असा शेरा मारला जातो, "मशागत न झालेल्या जमिनीच्या तुकड्यात ताबडतोब चांगले पीक कसे उगवणार? जमीन सुपीक व्हायला काही काळ जायलाच हवा." एखाद्या मुलाचे त्याच्या आईच्या दिराशी साम्य आढळले तर लोक चेष्टा करतात, "एका माणसाने जमीन नांगरली आणि दुसऱ्याने बी पेरले. आता हे मूल कोणाचे ठरवायचे?" कनिष्ठ जातीच्या स्त्रिया आणि उच्च जातीच्या पुरुषांमधल्या विवाहबाह्य संबंधाबाबत अशा प्रकारचे शेरे मारले जातात. अशा प्रकरणातून जन्मलेली मुले ती आई आणि तिचा नवरा यांच्या जातीची मानली जातात. ग्रामीण सत्ता संरचनेमध्ये आर्थिक बळ असणाऱ्या उच्च जातीकडून आपल्या स्त्रियांची लैंगिक हिंसाचारासंदर्भात बदनामी झाली, तरी कनिष्ठ जाती त्याबाबतीत काहीही करू शकत नाहीत. तरी उच्च जातीच्या बीजाला अशी मूक संमती असते आणि त्यामुळे असे संबंध सुरळीतपणे होऊ शकतात; पण अविवाहित, घटस्फोटित किंवा विधवा स्त्रीचा असा कोणताही संबंध जोडला गेला असेल तर तिच्या मुलांना स्थान मिळणे तसे सोपे नसते, हे वेगळे सांगायला नको.

पितृवंशीय भारताच्या इतर भागांप्रमाणेच आंध्र प्रदेशातही मुलांवर बापाचाच हक्क आहे, असे धरले जाते. काही वाद निघालाच तर बापाचा हक्क शाबीत करण्यासाठी बीजक्षेत्र न्यायाच्या भाषेचा आधार घेतला जातो. घरगुती भांडण झाले आणि बायकोने नवऱ्याला सोडून जाण्याची धमकी दिली तर नवरा लगेच म्हणतो, "तुला सोडून जायचं असेल तर जा पण माझी मुले माझ्याकडे ठेव." त्याचप्रमाणे घटस्फोटाचा प्रसंग उद्भवल्यास, "ही मुलं म्हणजे माझ्या शरीराच्या अवयवांतून उगवलेली रोपं आहेत" असे म्हणून तो मुलांवर हक्क सांगतो. नंतर तो अशीही शेखी मिरवतो की, "या मुलाच्या धमन्यांतून माझेचं रक्त वाहते आहे आणि म्हणूनच तो आपल्या आईबरोबर न जाता माझ्याबरोबर राहिला." पितृवंश आणि रक्तप्रवाह या दोन्ही गोष्टी समान असतात, अशी लोकांची कल्पना दिसते.

भारताच्या वेगवेगळ्या भागांत पितृवंशीय हिंदू नातेसंबंधाचा नुकताच जो अभ्यास केला गेला त्यात मानवशास्त्रज्ञांनी बीज आणि क्षेत्र या लाक्षणिक न्यायाचाच संदर्भ दिला आहे. पुनरुत्पादनात स्त्रिया आणि पुरुष यांच्या भिन्न भूमिकांचे प्रतीक म्हणून याचा वापर होतो. पंजाबी, बंगाली आणि काश्मिरी यांच्या नातेसंबंधांच्या अभ्यासातून असे आढळून आले की, तपशिलात थोडाफार फरक असला तरी मूळ कल्पना सर्वसामान्यत: तीच असते.

पंजाबी नातेसंबंधांच्या आपल्या वर्णनात वीणा दास म्हणतात, ''पुनरुत्पादनाच्या बाबतीत पंजाबी सिद्धांत असा आहे, की स्त्री क्षेत्र पुरविते आणि पुरुष बीज पुरवितो. अभिजात हिंदू सिद्धांत असा आहे, की मुलाचे गुण बीजाच्या गुणवत्तेप्रमाणे निश्चित केले जातात. तथापि, बीज धारण करण्याची क्षमता क्षेत्रात असायला हवी. बीज जर फारच सामर्थ्यवान असेल तर ते क्षेत्राला जाळून टाकील...''

आईच्या गर्भात बीज मुलाच्या रूपाने वाढते. मुलाची हाडे वीर्यामधून तयार होतात आणि रक्त आईच्या रक्तातून तयार होते. त्यामुळेच गरोदर स्त्रीची पाळी थांबते. (१९७६, ३)

मुलाचा जन्म आणि त्याची वाढ यात आईच्या रक्ताची भूमिका बापाच्या रक्ताच्या विरोधी असते, या लोकांच्या समजुतीकडे वीणा दास यांनी बारकाईने लक्ष दिलेले दिसत नाही. नंतर याच निबंधात त्या पुढे म्हणतात, 'जरी रक्ताची ओढ मुलाला बापाकडे आकर्षित करीत असली तरी वास्तव असे आहे, की मुलाने पहिले नऊ महिने आईच्या गर्भात काढलेले असतात आणि ते आईचेच दूध ते पित असल्यामुळे आई-मुलाचे संबंध बापापेक्षा जास्त दृढ होतात.' (ibid, 4) आणखी एका ठिकाणी वीर्य हे 'साठलेले रक्त' समजले जाते असा उल्लेख त्या करतात. (ibid, 7) यावरून असे दिसते, की पंजाबी गोतावळ्यात पितृवंशीय उतरंडीचे तत्त्व आणि मुलाला आपल्या गटाची ओळख किंवा व्यक्तिमत्त्व बापाकडूनच मिळते या दोन्ही गोष्टींवर भर देण्यासाठी बीजक्षेत्र या रूपकाची मदत होते. फ्रुझेटी आणि ऑस्टर यांनी एका बंगाली शहराच्या गोतावळा सांस्कृतिक विश्लेषणाला वाहिलेल्या आपल्या निबंधाच्या शीर्षकातच बीज आणि क्षेत्र याचा खास उल्लेख केला आहे. या विचारप्रणालीचा विस्तार करताना ते लिहितात –

'सर्वसामान्यत: लग्नाचा संदर्भ बीज आणि क्षेत्र या वाक्प्रचारानेच दिला जातो. स्त्री हे क्षेत्र (खेत्रो) आहे. शेतकरी बी पुरवितो आणि शेताची निगा राखतो. नवरा क्षेत्राची मशागत करतो. आणि क्षेत्र म्हणजे स्त्री...' चास कोरा (Chas Kora)

शरीरसंबंधाच्या वेळी (Sangam) नवऱ्याचे बीज (शुक्र) बायको आपल्या गर्भाशयात घेते आणि स्वीकारते. ती म्हणजे बी ज्यात वाढते ते भांडे किंवा जमीन. शुक्र हा शब्द वीर्यासाठी खास करून वापरतात. बीज म्हणजे धान्याच्या दाणा असेही समजतात – दोन्हीचा अर्थ एकच 'बीज'. बीज हे पुरुषाच्या अंशाचे लक्षण मानतात. बीज हे

पुरुषाच्या मज्जेतून निर्माण होते आणि इतर गोष्टींबरोबरच मुलाच्या अस्थींची संरचना घडते. गर्भाशयात बीजाचे रक्त बनते आणि आईच्या पौष्टिक आहारातून आणि रक्तातून त्याची वाढ होते. रक्तातून वीर्य तयार होते, आधीच्या कितीतरी थेंबांतून नंतरचा एखादा थेंब मूल वंश पुढे चालवते... अशा तऱ्हेने बाप आणि आई या दोघांच्याही सहभागाने मूल जन्माला येते. आई बापाचे बीज स्वीकारते आणि आपल्या गर्भात वाढणाऱ्या मुलाचे 'रक्त' वाढविते. तिच्या स्वत:च्या रक्तात तिच्या बापाचा अंश असतो; पण तिच्या मुलांचे रक्त तिच्या नवऱ्याचे असते. आपल्या पौष्टिक आहारातून मुलाच्या रक्ताची आणि मुलाचीही वाढ होण्यात आईचा वाटा असतो. इतकेच नव्हे तर मूल जन्मल्यानंतर आई आपल्या दुधावर त्या मुलाच्या रक्ताची वाढ करते आणि त्याच्या हाडांना बळकटी आणते. (१९७६, १२०-३१) Inden and Nicholas (1977) यांनी बंगाली गोतावळ्याच्या व्यवस्थेचा अभ्यास केला. तो पुष्कळच मान्यता पावला. त्यातही त्यांनी बीजक्षेत्र (वीर्य आणि गर्भाशय) न्यायाचा संदर्भ दिला आहे. बंगाली लोकांमध्ये माणसाचे शरीर आणि त्याचे नैसर्गिक कार्य यांच्या काही विशिष्ट व्याख्या आधाराला घेऊन अपत्यनिर्मितीसंबंधी विधाने केली जातात. पुरुष आणि स्त्री यांच्यात फरक आहे तो म्हणजे पुरुष शुक्रजंतू रूपकात्मक ज्याला 'बीज' म्हणतात ते निर्माण करू शकतो. माणूस म्हणून स्त्री पुरुषापेक्षा वेगळी अशामुळे, की आपल्या गर्भाशयात रक्ताची निर्मिती करण्याची क्षमता तिच्यात असते. बहुधा गर्भाशयाला क्षेत्र असे रूपकाच्या आधारे म्हटले जाते. (१९७७, ५२)

आणखी असे की - यात पुन्सवन (pumsavana) या पुढच्या संस्काराचा हेतू हा, की बायकोच्या गर्भाशयातील रक्तात मिसळले जाणाऱ्या किंवा रुजवले जाणाऱ्या बीजाला मुलगाच जन्माला यावा म्हणून मजबूत करणे. काश्मिरी पंडितांचा संदर्भ देऊन मदन म्हणतात -

सर्वसामान्य समजूत अशी आहे की, नवरा आणि बायको यांना संभोगाची तीव्र इच्छा एकाच वेळी होते तेव्हा गर्भधारणा संभवते. स्त्रीच्या इच्छेचा परिणाम असा, की तिच्या गर्भाशयात अत्यंत आवश्यक आणि महत्त्वाचे द्राव निर्माण होतात आणि ज्यात पुरुषाचे बीज घातले जाते. मला माहिती देणाऱ्यांना स्त्रियांमधल्या या द्रावाचे स्वरूप काय असावे, याविषयी खात्रीपूर्वक काही सांगता येत नव्हते. इतकेच नव्हे, तर काहींना त्याचा संबंध नसावा असेही वाटते. पुरुषाच्या बीजामध्ये पूर्णाकृती माणूस निर्माण होण्यासाठी लागणारी सर्व द्रव्ये असतात... म्हणजे - हाडे, मांस, रक्त, आतली आणि बाहेरची सर्व इंद्रिये, केस, नखे, बुद्धी, ज्ञान, अज्ञान, स्वास्थ्य, रोग इत्यादी... असे समजतात. गर्भाच्या आणि त्याचबरोबर नव्या जन्मलेल्या मुलाच्या पालनपोषणासाठी आवश्यक ती क्षमता त्यात असते. आईचे मासिक पाळीचे रक्त बीजाची वाढ होण्यासाठी 'जमीन' किंवा 'बिछाना' पुरवते. कारण जेव्हा पाळीच्या वेळी ते बाहेर वाहायचे थांबते

तेव्हा ते गोठते आणि त्याची एक मांसल पिशवी तयार होते. तिच्यात तो गर्भ सामावतो आणि तिथे त्याचे पोषण होते. आई गर्भाला पोसते आणि सांभाळते, रक्षण करते. हे सर्व गृहीत धरून काही माहिती देणारी मंडळी म्हणाली की, हिंदू काळा दगड, शाळीग्राम याची पूजा करतात. कारण त्याचा आकार गर्भाशयासारखा असतो. शाळिग्राम हे विष्णूचे म्हणजे रक्षणकर्त्याचे प्रतीक मानतात. मुलाच्या शरीराची वाढ, जी खरे तर बीजातच असते तरी ती आईच्या शारीरिक आणि नैतिक अवस्थेवर अवलंबून असते. गर्भाशयात पेरलेले मूळ बीज हळूहळू रुजते आणि आई मुलाला जन्म दिल्यानंतर आपले दूध पाजते. त्या दुधाच्या क्षमतेप्रमाणे ते बीज स्थिर होण्याची क्रिया घडते. थोडक्यात, एका माहिती देणाऱ्या व्यक्तीचे म्हणणे असे, की स्वत:मध्ये पूर्ण वाढलेला वृक्ष सामावून घेणाऱ्या अक्रोडाप्रमाणेच माणसाचे बीज असते. अक्रोडाचे झाड हे काश्मिरातले मोठ्यात मोठे फळझाड आहे. (१९८१, २३०-३१)

जीवशास्त्राच्या भाषेत बोलायचे तर एकवंशीय गटात सदस्यत्व मिळायचे असेल तर मुळात रक्त समान असावे लागते आणि (patrikin) बापाच्या नात्यात समान रक्ताचा हिस्सा याबद्दलची धारणा अशी, की पुरुष बीज रक्तातून तयार होते. म्हणूनच मुलाला जीवन देणाऱ्या रक्ताची ही देणगी फार महत्त्वाची भूमिका बजावते. मातृवंशीय समाजात काय रूढ आहे आणि पितृवंशीय समाजात काय परिस्थिती आहे, यातला विरोध काही उदाहरणांवरून लक्षात येईल. उत्तर-पूर्व भारतातील मातृवंशीय खासी जमात झाडे तोडून आणि जमीन भाजून शेती करण्याच्या पारंपरिक पद्धतीने जगतात. त्यांच्यात असा समज आहे, की मुलाला जीवन आणि रक्त आईकडून मिळते आणि त्याच्या शरीराची रचना आणि आकार बापाकडून मिळतो. त्याच्या बहिणीचा मुलगा आणि आईचा भाऊ हे त्याच्या रक्तामांसाच्याच गटाचे समजले जातात. मुलांचे रक्तमांस सारखेच आहे, असा बापाला हक्क सांगता येत नाही. अपत्यनिर्मितीसाठी तो आवश्यक असला तरी त्याची भूमिका एकंदरीत अत्यंत नगण्य किंवा मर्यादित मानली जाते. त्याच्या या मर्यादित भूमिकेला त्यांच्यामध्ये 'रूस्टर' घरकोंबडा असे म्हणतात. मामा हा स्वत:च्या रक्तामासाचा असतो, पण बाप म्हणजे नुसता 'पू'. आई रक्ताचा पुरवठा करते आणि बाप फक्त 'पू' देतो. रक्त हा शरीरात कायम टिकणारा पदार्थ आहे तसा पू राहत नाही. तो शरीरातून बाहेर पडलाच पाहिजे. बापाने आपल्या मुलाची पर्वा केली नाही तर ते फारसे मनावर घेतले जात नाही. नाही तरी तो काय फक्त 'पू' देत असतो. बापाने मुलाला मारले, असा प्रसंग उद्‌भवला तर संतापलेली आई त्याला विचारू शकते, ''माझ्या मुलाला मारणारा तू कोण? तो तुझ्या स्वत:च्या रक्तामांसाचा आहे असं तू समजतोस की काय? तुला जर मुलाचं वागणं सहन होत नसेल तर तू खुशाल या घरातून चालतो हो. इथे तुला नखभरदेखील अधिकार नाही.'' मातृवंशीय रक्ताचा वंश स्त्रीच्या संबंधातूनच चालू राहतो. दक्षिण-पश्चिम भारतात मातृवंशीय अरण्यवासी

कनिक्कर लोक आहेत. आईच्या रक्ताचा हिस्सा मुलात असतो ही कल्पना स्पष्ट करताना हे लोक म्हणतात, ''आईचे गर्भाशय मुलाला वर्ण देते.'' मातृवंशीय नात्यामध्ये समान रक्त वाहते ही कल्पना मातृवंशीय समाजात रूढ झालेली दिसते. पितृवंशीय समाजाप्रमाणेच वंशसातत्य, मालमत्तेला वारसा, जीवनावश्यक सामग्रीतला हिस्सा, नात्यांचे गट स्थापन करणे या सर्वांच्या मुळाशी आईच्या रक्ताची खासी कल्पनाच आहे. समाजात उथळ मातृवंशावळीला पो (kpon) म्हणजे गर्भाशय म्हणतात. खाली दिलेल्या वाक्प्रचारात स्त्रियांचे हक्क आणि त्याचबरोबर पुरुषाचे हक्क स्पष्टपणे ध्वनित होतात – युद्ध आणि राजकारण हे पुरुषांसाठी असते व संपत्ती आणि मुले ही बायकांसाठी असतात.''

या आधीच्या भागात मानवी पुनरुत्पादन प्रक्रिया कशी चालते, या प्रतीकात्मक प्रतिनिधित्व करणारे निवडक संदर्भ वेगवेगळ्या बहुविध स्रोतांमधून काढलेले आहेत. ते एका पक्क्या मुळाशी जाऊन पोहोचतात. ही विशिष्ट सांस्कृतिक धारणा बऱ्याच विस्तृत भौगोलिक प्रांतांनी स्वीकारलेली दिसते. सर्वसाधारणपणे अशी समजूत आहे, की वीर्य म्हणजे साठलेले रक्त (अर्थात माणसाच्या शरीरात असणारे संपूर्ण रक्त आणि त्यातले वीर्याचे प्रमाण याबाबत मात्र एकमत दिसत नाही.) समान रक्तसंबंधाची एक कल्पना मात्र स्पष्ट आहे ती अशी, की आपल्या वीर्यातून समान रक्त वाहत ठेवणारे पुरुष पुढच्या पिढीपर्यंत समान रक्ताचे पितृकुळाचे नाते सातत्याने चालू ठेवणारा दुवा म्हणून कामगिरी बजावतात. याउलट काही विशिष्ट अंश आणि मूलद्रव्ये यात आईचा सहभाग किंवा हिस्सा किती या बाबतीतल्या कल्पना मात्र फारशा स्पष्ट नाहीत. पद्धतशीरपणे केलेल्या विश्लेषणात त्या टिकू शकतील असे वाटत नाही. पाळीच्या वेळी होणारा रक्तस्राव गर्भधारणा होताना थांबतो कसा या चमत्काराविषयी अपरिहार्यपणे बरेच प्रश्न निर्माण होतात. या रक्ताचा कशा प्रकारे उपयोग होतो? ते गर्भाची संरक्षक पिशवी म्हणून काम करते, त्याची वाढ होण्यासाठी जमीन पुरविते, पोषण करते की गर्भाचे अवयव, इंद्रिये यांना आकार देणारा पदार्थ म्हणून त्याचा उपयोग होतो? इत्यादी. परंतु गर्भाचे भरणपोषण आईकडून होते ही गोष्ट निर्विवाद आहे. तसेच नंतरही आई-मुलाची शारीरिक जवळीक आणि आईवर मूल अवलंबून असणे हे केवळ सर्वसामान्य नव्हे तर त्याचा फार मोठा गवगवाही केला गेला आहे. ''माझ्या गर्भातून तयार झालेला गोळा'', ''माझ्या रक्तामांसाचा गोळा'', ''माझ्या शरीराचा एक तुकडा'', ''आतून , बाहेरून माझ्या आतड्याशी जोडलेला'' आणि ''माझ्या रक्तावर पोसलेला,'' असे आई म्हणते तेव्हा ती आपल्या आणि मुलाच्या शारीरिक जवळिकीचे नाते सांगते, त्यातून आपल्या भावना प्रकट करते. स्तनांमधले अंगावरचे दूध हे रक्तामधून तयार होते हे मानले जातेच; पण ज्या वेळी रक्तातून होणारी मुलाच्या व्यक्तिमत्त्वाची ओळख आणि त्याचे समूहातले स्थान यांचा विचार करण्याची वेळ येते तेव्हा मुलाला आपल्या

बापाकडून रक्त मिळते आणि पितृवंशीय नात्याचा तो एक घटक असतो, यावर मात्र लोकांचा ठाम विश्वास असतो.

इथे दोन महत्त्वाच्या संदर्भांची नोंद करणे मला आवश्यक वाटते. त्यात अपत्यनिर्मितीमध्ये आईचा सहभाग कटाक्षाने मान्य केला आहे. एक – स्वत:च्या जातीतच लग्न करण्याच्या प्रथेचे तत्त्व ज्यावर आधारलेले आहे, त्यात हे गृहीतच धरलेले आहे, की मूल आपला दर्जा आई–बाप या दोघांमधूनच मिळवते. रक्ताच्या शुद्धतेचे महत्त्व जातीच्या सीमा राखणे आणि जातीचे पावित्र्य टिकविणे यांच्या समर्थनासाठी सांगितले जाते. मिश्र विवाहामधून जन्मलेल्या मुलाचे स्थान ठरविताना पुरुषाचे 'बीज' याला फार महत्त्व असले, तरीही आईचा जातीमधला दर्जा हाही एक महत्त्वाचा मुद्दा आहे. जिथे प्रतिलोम विवाहाला मान्यता असते किंवा तिकडे जरासे दुर्लक्ष केले जाते. तिथेही क्षम्य मानलेल्या पायरीपर्यंत आईच्या जातीचा दर्जा पोहोचत असेल तरच मुलाला बापाच्या गटात स्थान मिळते. अपत्यनिर्मितीमध्ये आईचा हिस्सा कोणता, याविषयी स्पष्ट चित्र जरी रेखाटलेले नसले तरी विशिष्ट संदर्भात मुलाचा दर्जा निश्चित ठरविण्यामध्ये तिचा सहभाग आवश्यक आणि सुसंगत धरला जातो. दुसरे असे की मुलाचे बाह्य रूप आणि शारीरिक आणि मानसिक स्वभावधर्माचे विश्लेषण करताना बापाइतकीच आईच्या सहभागाचीही सुसंगती लावावी लागते.

माणसाच्या पुनरुत्पत्तीच्या प्रक्रियेमध्ये बी आणि जमीन या भाषेत मांडले जाणारे सांस्कृतिक रूपक जातिशास्त्राचा एक भाग म्हणून कोठवर मानता येईल? की जीवशास्त्रानुसार काही विशिष्ट, निवडक नाते जोडण्याच्या हेतूने हे रूपक वापरले जाते? आमच्या हाती आलेल्या मानवजातीशास्त्राच्या माहितीच्या आधारे आधी जी चर्चा केली, त्यानुसार आपल्याला असे म्हणता येईल की, माणसाच्या पुनरुत्पत्तीच्या प्रक्रियेबद्दल जी रूढ कल्पना आहे त्या कल्पनेत शरीरशास्त्र आणि इंद्रियविज्ञानशास्त्र, तसेच त्याला धरून असलेल्या प्रक्रियांविषयीच्या ज्ञानाची सयुक्तिक पद्धत आढळत नाही. अपत्यनिर्मितीमध्ये दोन्ही पालकांचा कोणता सहभाग असतो, त्याविषयी जे आयुर्वेद मानवी जीवनाचे विज्ञान यामध्ये काही वेगळेच चित्र रेखाटलेले दिसते. या पद्धतीत इंद्रियविज्ञानशास्त्र आणि औषधे यामध्ये भारतात खूप प्रगती झाली आहे. या पद्धतीला फार मोठा इतिहास आहे. या आयुर्वेदातील कल्पनांवर सर्वसामान्य जनतेचा अढळ विश्वास असल्याचे मुबलक पुरावे सापडतात. बहुसंख्य घरगुती औषधोपचार आयुर्वेदात आढळतील. विविध प्रकारच्या आहाराच्या त्यांच्या गुणधर्मानुसार केलेल्या वर्गीकरणालाही या उपचार पद्धतीत आधार सापडतो. विशेषत: शरीरातील तीन धातूंचा किंवा रसांचा समतोल राखण्याच्या बाबतीत. (पाहा : Ray et al : 1980, Dube : 1957, Joshi : 1979) आणि म्हणूनच पुनरुत्पादन प्रक्रीयेसंबंधी आयुर्वेद काय सांगतो त्याला विशिष्ट अर्थ आहे, हे गृहीत धरावे लागते.

आयुर्वेदानुसार रक्ताचे वीर्यात रूपांतर होण्याचा क्रम असा आहे. अन्नाचे रूपांतर रसामध्ये होते. संवर्धक रसाचे परिवर्तन रक्तात होते, रक्ताचे मांस बनते, मांस बदलून त्याचा मेद बनतो, मेदातून मज्जा तयार होते आणि मज्जेचे वीर्यात रूपांतर होते. परिवर्तन प्रक्रियेचा हा तपशील सर्वसामान्यांना कितपत माहीत आहे, याचा अंदाज करणे कठीण आहे. काहीही असो लोकांना इतपत मोघम माहिती असते, की अन्न आणि पोषणद्रव्ये यांच्यामधून रक्त तयार होते, रक्तातून वीर्य उत्पन्न होते आणि शरीरातील एकंदर रक्ताच्या साठ्याच्या प्रमाणात वीर्य असते; परंतु तरीही बी आणि जमीन या रूपकाचा संदर्भ ज्या काही थोड्या ठिकाणी लावला जातो तिथेदेखील अपत्यनिर्मितीमध्ये स्त्री आणि पुरुष दोघांच्या भूमिका असमान असतात, असा अर्थ काढलेला दिसत नाही. आयुर्वेदिक संहितांमध्ये 'शुक्र' हा शब्द 'बीज' म्हणून वापरला जातो; परंतु काही मोजक्या ठिकाणी जिथे बीज आणि क्षेत्र हे रूपक वापरले जाते, तेथेसुद्धा अपत्यजन्माच्या संदर्भामध्ये दोन लिंगांच्या भूमिका विषम आहेत, असे काही सुचविले जाते असे दिसत नाही. सुश्रुतसंहिता आणि चरकसंहिता यातले 'शरीरस्थानम्' या तिसऱ्या प्रकरणात चरकसंहितेत असा तपशील आहे की माता, पिता, आत्मे किंवा संयोग अथवा पोषण यातून गर्भ जन्म घेत नाहीत किंवा मन नावाची त्यांना जोडणारी अशीही एखादी शक्ती नसते. कारण या सर्व गोष्टींच्या एकत्रित कार्यातूनच गर्भ जन्म घेतो.

असेही एक म्हणता येईल, की गर्भ आईमधूनच जन्माला येतो. आता आपण आईपासून उत्पन्न होणारे म्हणजेच गर्भ आकार घेत असताना आईकडून त्याला कोणकोणते भाग मिळतात ते मोजूनच बघूया. ते असे – रक्त, मांस, नाभी किंवा नाळ, हृदय, आतडे, यकृत, प्लीहा, मूत्रपिंड, मूत्राशय, ओटीपोट, मोठ्या आतड्याचा मोठा भाग, पोट, मलमार्ग, मूत्राशय, गुदद्वार, छोटी आतडी, मोठी आतडी, नाळ इत्यादी. एक समज असा आहे, की गर्भ हा बापापासून जन्म घेतो. म्हणजे गर्भ आकार घेत असताना बापाकडून कोणकोणते भाग उत्पन्न होऊन त्याला मिळतात ते पाहूया. ते म्हणजे डोक्यावरचे केस, दाढी, नखे, अंगावरचे केस, दात, हाडे, नसा, स्नायू, धमन्या आणि वीर्य. (Charak Sanhita : 1949, vol. III, 1026-28)

सुश्रुतसंहितेच्या (शरीरस्थानम् यातल्या तिसऱ्या प्रकरणातील ३१ व्या सूत्रात) वर उल्लेखिलेल्या सहा स्रोतांमधून गर्भाला काय मिळते याची नोंद आहे. त्यात असे म्हटले आहे की बापाकडून कठीण भाग गर्भाला मिळतात ते असे – डोक्यावरचे केस (जावळ) मिशा, दाढी, शरीरावरचे केस, हाडे ,नखे, शिरा, अस्थिबंध, तंतुमय धागे, रक्तवाहिन्या आणि वीर्य आणि आईकडून मृदु (मऊ) भाग मिळतात. जसे – मांस (यातून स्नायू तयार होतात), रक्त, मेद अथवा चरबी, हृदय, बेंबी, यकृत, प्लीहा, आतडी आणि मलमार्ग.

यावरून असे दिसते, की बापाबरोबरच आईचाही सहभाग दर्शविणारे हे तपशील

आयुर्वेदाची तत्त्वे मानणारे आणि ती उपचारपद्धती अमलात आणणारे यांच्यापुरतेच मर्यादित स्वरूपाचे आहेत. मात्र, माणसाची वाढ आणि विकास, शरीर सुदृढ ठेवणे, त्यांचे निदान आणि उपचार मग ते निरोगी किंवा रोगट शरीराबद्दल असोत, वंशपरंपरेने चालत आलेले आहेत आणि दोन्ही पालकांपैकी कोणा एकालाही दुर्लक्षित मानलेले नाही, याबद्दल शंका घेता येणार नाही. सर्वसामान्य माणसांना हा परंपरागत आधार माहीत आहे. इतकेच नव्हे तर आधी म्हटल्याप्रमाणे लोक शारीरिक बाह्यरूप आणि इंद्रियविज्ञानानुसार आढळणाऱ्या लक्षणांमधून आईचा मुलाशी संबंध किंवा नाते असते असा उल्लेख करतात. अपत्यजननात उतरंड आणि नातेसंबंध यात मानलेली बापाची प्रमुख, तसेच निर्णायक भूमिका आणि या कल्पना यातल्या विसंगतीची लोक दखल घेत नाहीत.

अर्थातच इंद्रियविज्ञानशास्त्र आणि औषधे यांचे व्यासंगपूर्ण ज्ञान पुस्तकात किंवा प्रबंधात आहे. हे वास्तव असले तरी ते लोकप्रिय संस्कृतीचा भाग होईल, अशी अपेक्षा करता येणार नाही. जीवशास्त्रानुसार पुनरुत्पत्तीच्या प्रक्रियेमध्ये आयुर्वेदाने कितीतरी कल्पना विकसित केलेल्या आहेत, याचे पुरावे मिळतात. त्यामध्ये दोन्ही पालकांच्या भूमिकांचा संस्कृतीच्या चौकटीत निवडक उपयोग केला जातो. हक्कांच्या संदर्भात कोण्या एकाच पालकाला प्रमुख समजतात ते आड येत नाहीत. उलट यापेक्षाही असे म्हणता येईल की, आईने आपल्या मुलावर संस्कार केलेच पाहिजेत या संबंधीच्या कल्पनांवर भर देण्यामध्ये आयुर्वेदाने फार मोठा वाटा उचललेला आहे.

लोकप्रिय संकल्पना आणि आयुर्वेदाच्या संहितेतली तत्त्वे आणि उपचारयोजना माणसाच्या पुनरुत्पादनाच्या एका दृष्टिकोनाच्या बाबतीत बऱ्याचशा मिळत्याजुळत्या आहेत. जसे बाळाच्या जन्मपूर्व आणि जन्मानंतरच्या काळात आई-मुलामधले निकट बंधन आणि त्यातून उद्भवणारी योग्य आणि रूढ असलेली आईची वर्तणूक यातली गुंतागुंत (पूर्वग्रह) आईच्या वागण्याचा जन्माला येण्यापूर्वीच मुलावर प्रभाव पडतो, हे स्वयंसिद्धच आहे. मुलाची वाढ गर्भाशयात व्यवस्थितपणे आणि सुरळीतपणे व्हावी आणि बाळंतपण सुरक्षित पार पडावे यासाठी गर्भाचे दुष्टात्म्यांपासून संरक्षण केले पाहिजे. सुश्रुतसंहितेमध्ये (१९६६) गर्भाची वाढ होतानाचे विविध टप्पे तपशीलवार सांगितलेले आहेत. (शरीरस्थानम्, प्रकरण ३, सूत्र १५ ते ३०) त्यात असा सल्ला दिलेला आहे की गरोदरपणात गर्भवती आईने अतिश्रम करू नयेत, दुपारच्या वेळी झोपू नये, रात्री जागरण करू नये, गाडीत चढू नये, भीती बाळगू नये, कोंबड्यासारखे बसू नये, रेचके घेऊ नयेत, मलमूत्राचा नैसर्गिक प्रवाह दीर्घकाळ लांबवू नये.

गरोदरपणात स्त्रियांना लागणाऱ्या डोहाळ्यांकडे, तिच्या इच्छांकडे विशेष लक्ष पुरविले जाते. उदाहरणार्थ ऐकणे, पाहणे, स्पर्श करणे, चव घेणे किंवा वास घेणे या पंचेंद्रियांच्या बाबतीत गर्भवती स्त्रीची इच्छा पुरविण्यावर भर दिला आहे. या सगळ्याचे मूळ एका विवेकीविचार समजुतीत आहे. ती म्हणजे या पंचेंद्रियातील एखाद्या इंद्रियाच्या

गर्भवतीची इच्छा अपुरी राहिली तर त्या इंद्रियात काही तरी पीडा सोसावी लागते किंवा त्यात व्यंग निर्माण होते. (शरीरस्थानम् , प्रकरण ३, सूत्र १६, १७)

आईची मानसिक अवस्था, तिचे विचार, भावना यांचाही गर्भावर परिणाम होतो, अशी धारणा आहे. म्हणूनच निरोगी मूल जन्माला यायचे असेल तर गर्भवती आईने प्रसन्न आणि आनंदी राहायला हवे. त्याचप्रमाणे तिने नियमित आहार घ्यायला हवा. (कारण गर्भाचे पोषण आईकडूनच होत असते.) तसेच आपल्या हालचाली, झोप आणि इतर व्यवहारांवर काही निर्बंध घातले पाहिजेत. 'शरीरस्थानम्'च्या १०व्या प्रकरणात (गर्भशास्त्र आणि शरीरशास्त्र) मुलाची निरोगी वाढ होण्यासाठी आईने गरोदरपणी आणि बाळंतपणानंतर काय काळजी घ्यावी याविषयीं सांगितले आहे.

विविध प्रांतांतल्या मानवजातीशास्त्राविषयीच्या साहित्यात गर्भवती आईने काय करावे आणि काय करू नये, याची साद्यंत माहिती दिलेली आहे. लोकगीते आणि इतर लोकप्रिय साहित्यातही याबाबतीतले असंख्य संदर्भ आढळतात. वेगवेगळ्या प्रांतांमध्ये आणि जमातींमध्ये या 'करणे' आणि 'न करणे' यांच्या तपशिलात फरक आढळला तरी गर्भ संपूर्णतया आईवर अवलंबून असतो आणि त्या दोघांमध्ये एक जवळीकीचे बंधन असते. डोहाळे पुरविण्याचा विधी, विशेषत: पहिल्या गरोदरपणात, विशिष्ट समारंभाने साजरा केला जातो. आईचे डोहाळे पुरविले गेले नाहीत तर पोटातल्या बाळाच्या निरोगी आणि नैसर्गिक वाढीवर त्याचा परिणाम होतो. एवढेच नव्हे, तर नैसर्गिक बाळंतपणात अडथळा येतो. असा दृढ विश्वास दिसून येतो. खाण्याच्या काही खास पदार्थांच्या डोहाळ्यांची संख्या मोठ्या प्रमाणात असते. सूनेचे हे डोहाळे पुरविण्यामागचा हेतू सासू स्पष्टपणे सांगते, की पुढे जन्माला येणाऱ्या तिच्या नातवाला काही दुखणे भोगायला लागू नये किंवा त्याच्यात काही शारीरिक व्यंग निर्माण होऊ नये.

आई मुलाला अंगावर पाजते तोवर मूल तिच्यावर विसंबून असत. अर्थात मूल गर्भात असते त्यापेक्षा याचे प्रमाण कमी असते आणि साहजिकच आईच्या हालचाली ती कोणत्या हवेत हिंडते फिरते, त्याचबरोबर जास्त महत्त्वाचे म्हणचे तिचा आहार. (रूढ कल्पनांना धरून वेगवेगळ्या अन्नाच्या गुणधर्मानुसार आहार ठरवलेला असतो.) स्तनपान देणाऱ्या आईचा आहार आणि वर्तणूक यासंबंधी आयुर्वेदातही निश्चित कल्पना आहेत. तान्ह्या मुलाला कोणतेही दुखणे झाले तरी त्याचे मूळ आईने काय खाल्ले, ती काय प्यायली, ती स्वत: कोणत्या वातावरणात वावरली किंवा तिने कोणते श्रम केले यात शोधले जाते. आधी सांगितल्याप्रमाणे स्तनामध्ये दूध रक्तातून तयार होते आणि म्हणूनच आई आपल्या रक्तातून मुलाचे पोषण करते असा सर्वसाधारणपणे, सगळीकडे समज आहे. आईच्या दुधात तिच्या आहार, विहार, पोषण, तसेच तिची मनोवृत्ती आणि वर्तणूक यातून निर्माण होणाऱ्या विशिष्ट शारीरिक गुणधर्माव्यतिरिक्त आणखी काही गुणधर्म असतात. त्यामुळे भित्रेपणा, धैर्य, प्रामाणिकपणा, विश्वासघात, निष्ठा इत्यादी त्या दुधातून

मुलात उतरतात आणि त्याचे व्यक्तिमत्त्व घडायला कारणीभूत ठरू शकतात.

इथे हे लक्षात घेतले पाहिजे, की आई आणि मुलाचे शारीरिक नाते आणि मुलाचे आईवर अवलंबून असणे याची परिणिती स्त्रीच्या प्रखर नैतिक कर्तव्यात होते. लहान मुलाला सोडून गेली किंवा त्याच्याकडे दुर्लक्ष केले, तर त्याचा अर्थ ती आई म्हणून असणारे आवश्यक आणि नैसर्गिक गुण नाकारते असा होतो. आईची भूमिका अत्यंत मोलाची आहे, हे ठरवताना या आई–मुलाच्या बंधाचा आधार घेऊन त्याचा उपयोग केला जातो. आई आपल्या लहान मुलासाठी जे काही करते त्याला त्याग असे नाव दिले जाते. आईच्या उपकारांची फेड कधीही करता येत नाही, असे म्हणतात, (पाहा Madan : 1981, 231). आईबद्दलचा आदर पुन:पुन्हा सांगितला जातो. सामाजिक ओळख आणि हक्क याबाबतीत मात्र बापाचा संबंध मुलाशी जोडला जातो. शेवटी असे म्हणावेसे वाटते, की आईचा मुलावर फक्त नैतिक अधिकार असतो म्हणजे आई मुलाचे नैसर्गिक बंधन हे तिचे कर्तव्य आहे, यावरच सगळा भर दिला जातो. आणि त्यामुळे आई मुलावरचा आपला हक्क सिद्ध करू शकत नाही. सरतेशेवटी जीवशास्त्रानुसार वंशाच्या उतरंडीचा संकेत, स्त्री–पुरुष दोघांमधल्या नात्याचे स्वरूप, त्यांचे त्यानुसार हक्क आणि स्थान, यांच्यासाठी वापरल्या जाणाऱ्या जमिनीत बी पेरण्याच्या या रूपकाचे प्रत्यक्षात काय परिणाम होतात याचा शोध घ्यायला हवा. यांतून दोन परस्परसंबंधी मुद्दे स्पष्टपणे पुढे येतात. एक म्हणजे हे रूपक वापरण्यामुळे मुळातच असमान नाते ठासून सांगितले जाते, दुसरे असे की जैविक पुनरुत्पादनामध्ये स्त्रीच्या योगदानाला कमी लेखण्यासाठीच या रूपकाचा उपयोग केला जातो. मातृत्व याच आद्य कर्तव्याला तिला बांधून घालून तिला स्वत:च्या मुलांवरचे नैसर्गिक हक्क नाकारण्यासाठी एक विचारप्रणाली निर्माण करून आणि ती पुढे चालवण्यासाठी हे रूपक साधन ठरते. या सिद्धांतामध्ये भौतिक आणि मानवी असे दोन्ही प्रकार महत्त्वाचे हक्क पुरुषांच्या हाती राखून ठेवले जातात.

हे रूपक आणि त्याचे परिणाम यामुळे स्त्रियांचे स्थान आणि त्यांचे महत्त्वाच्या उदरनिर्वाहाच्या साधनांमधले हक्क समजवण्यासाठी पितृवंशीय गोतावळ्याची संरचना आणि (शेतीसंबंधी) अर्थकारण या संदर्भात बघितले पाहिजे. कारण यात जमीन हा मिळकतीचा प्रमुख स्रोत आहे आणि श्रम हा मात्र इतर स्रोत होय. अशा प्रकारच्या पद्धतीमध्ये मालकी हक्क, नियंत्रण आणि जमिनीचा वापर यांचे पितृवंशीय तत्त्वांवर नियमन केले जाते. त्याचप्रमाणे सासरघर, ते चालवण्याच्या कल्पना, घर ही एक भौतिक रचना म्हणून आणि कुटुंब हा एकत्र राहणारा गट आहे आणि ते चालवण्याच्या पद्धतीचा हक्क हाही पितृवंशीय हक्काच्या तत्त्वावरच धरला जातो. या हक्कात समाविष्ट केलेल्या गोष्टी अशा – घरात ठराविक जागी राहण्याचा हक्क, मग ते घर तात्पुरते का असेना – त्यावरची मालकी, स्वामित्व, उत्पादक सामग्री आणि खाद्यपदार्थांवरचे नियंत्रण, इतरांच्या

श्रमांवर तसेच इतरांच्या बाबतीत निर्णय घेण्याचे अधिकार, घरातल्या मिळवत्या सदस्यांच्या उत्पादनाची फळे चाखायचा हक्क आणि काही कौटुंबिक परंपरांवर ताबा असणे. लग्न करून घरात आणलेल्या बायका आणि लग्न करून घराबाहेर गेलेल्या मुली या दोघींच्या आपापल्या जोडीदारांबाबत या पद्धतीमध्ये परस्परविरोध आढळतो. म्हणजे असे की – कुटुंबातल्या सर्व प्रकारच्या सामग्रीवर संपूर्ण हक्क असलेले, कुटुंबातलेच मानले जाणारे आणि आपल्या बायकांना आपल्याबरोबर राहण्यासाठी घेऊन येणारे नवरे आणि कुटुंबाचे जन्मापासून सदस्य असलेले भाऊ – त्यांच्या बहिणींप्रमाणे घर सोडून जाणारे नसल्याने त्यांचे हक्क शाबूत राहतात. ते वंशावळीचे कायम सदस्य मानले जातात. त्याचप्रमाणे त्यांनी आपल्या मिळकतीतून आपले आईवडील आणि कुटुंबातल्या इतर सदस्यांना मदत करायची असते.

भारतात काही हिस्से वगळता गटात स्थान मिळवण्यासाठी पितृवंशीय उतरंडीचे तत्त्व पायाभूत मानले जाते. वारसा आणि वारसदार होण्याच्या हक्काची परंपरा, तसेच लग्नाच्या वेळी राहण्याच्या जागेचा एकसारखाच नमुना या गोष्टी पितृकेंद्री असतात. स्त्रियांना फक्त घर सांभाळण्याचे अधिकार असतात. भारताच्या बऱ्याच भागांत हिंदूमध्ये प्रचलित असलेल्या मिताक्षरा कायदापद्धतीत मुलाला जन्मत:च वडिलोपार्जित संपत्तीत अदेय हक्क प्राप्त होतो. हा कायदा पाळताना सहभागीदारीची कल्पना राबवली जाते. बंगाल आणि बिहार व ओरिसाच्या काही भागात प्रचलित असलेल्या दायभाग पद्धतीमध्येदेखील पितृकुळाच्या गटातल्या संपत्तीमध्ये वारसाहक्क मुलाला मिळतो. मात्र, बापाचा आयुष्यभर त्यावर या पद्धतीमध्ये फार प्रभावशाली ताबा असतो. (पाहा – आळतेकर : १९६२, Karve) १९५६ मध्ये नव्यानेच अस्तित्वात आलेल्या कायदेशीर तरतुदींनुसार मुलींनाही वडिलोपार्जित तसेच पालकांच्या स्वकष्टार्जित संपत्तीत हिस्सा मिळतो, पण याची उचितता आणि त्यातला न्याय यासंबंधी लोकांमध्ये मोठ्या प्रमाणावर गैरसमज असल्याचे पुरावे सापडतात. त्याचप्रमाणे पित्याच्या विशेषत: स्थावर संपत्तीत मुलीचा हक्क सहजपणे मान्य केला जात नाही.

उर्सुला शर्मा (१९८० : ५९) म्हणतात, ‘‘जमीन ही प्रामुख्याने पुरुषांची मालमत्ता असते, असे स्पष्ट सांगणारा सिद्धांत आहे.’’ त्यांच्या या म्हणण्याला मानवजातीशास्त्र आणि साहित्य यामधून देशाच्या विविध भागांतून पुष्टी मिळते. मुलीला लग्नाच्या वेळी एखाद्या जमिनीचा तुकडा देण्याची प्रथा आहे पण तेसुद्धा तिचा हक्क म्हणून नव्हे तर देणगी म्हणून दिला जातो यावरून हे स्पष्टच होते. उदाहरणार्थ, आंध्र प्रदेशातल्या काही जमीनदार जातीत मुलीला दिलेल्या जमिनीच्या तुकड्याला ‘बहुमान’ म्हणतात. म्हणजे तो तिचा सन्मान आहे; पण तिचा संपत्तीतला हिस्सा नव्हे. यावरून असे दिसते, की पितृकुळातले पुरुषच फक्त जीवनावश्यक सामग्रीतले हिस्सेदार किंवा वारस म्हणून ओळखले जातात. पितृकुळातल्या स्त्रीला या वर्गवारीतून वगळले जाते. कोणतीही

स्थावर अथवा जंगम संपत्ती किंवा अगदी क्षुल्लक प्रमाणात मुलीला किंवा बहिणीला दिली गेली तरी त्याला भेट म्हटले जाते. तो तिला आधार म्हणून, तिचा मान राखण्यासाठी किंवा तिने हळद, कुंकू, बांगड्या अशा पवित्र वस्तू खरेदी कराव्या म्हणून. कारण सुवासिनी या तिच्या दर्जाच्या दृष्टीने याला फार मोठे सांस्कृतिक महत्त्व असते. वेगवेगळ्या प्रांतांत लोकसाहित्यात या विषयांचा सतत अंतर्भाव केला जातो.

उर्सुला शर्मा (१९८०, ५६–५७) यांनी दाखवून दिल्याप्रमाणे भारतात स्त्रियांना संपत्तीत वाटा नसतो आणि नवीन कायद्याप्रमाणे त्यांना तशी परवानगी मिळालेली असतानाही बऱ्याच स्त्रियांना तो असूनही मिळत नाही. आपल्या वडिलांच्या संपत्तीत आपल्याला हक्क आहे, ही मागणी भावाकडे नेट लावून धरीत नाही किंवा तिला तसे न करणेच योग्य वाटते. कारण पालकांच्या मृत्यूनंतर भावाशी सलोख्याचे संबंध राखणे तिला जास्त महत्त्वाचे वाटते. आणि आपल्याला जेव्हा केव्हा मदत लागेल तेव्हा भावाला मदतीची हाक देण्याची मुभा राहावी याला कोणतीही स्त्री प्राधान्य देते. देशाच्या विविध भागांतून याचे पुराव्यानिशी समर्थन सापडते. (पाहा : Towards Equality : 1974) बायको म्हणून नवऱ्याच्या जमिनीवर तिचा काहीही हक्क नसतो. विधवा म्हणून तिला काही प्रमाणावर वारसा हक्क असतो, पण तो कधीच प्रत्यक्ष अमलात आणला जात नाही.

पितृवंशीय जमात किंवा वंशावळ मानली जाते अशा आदिवासी समूहात जमिनीच्या विशिष्ट क्षेत्रात सामूहिक ताबा असतो, तिथेही पितृवंशीय सदस्य या गुणामुळे पुरुषांना शेती करण्याचे अधिकार प्राप्त होतात. नवऱ्याच्या वंशावळीतल्या जमिनीचा वापर करण्याचा हक्क त्यांच्या बायकांना मिळतो. वैधव्य आल्यास किंवा घटस्फोट झाल्यास त्यांना जन्मकुळाच्या वंशावळीत निर्वाहाचे साधन म्हणून हक्क मिळू शकतो. मुली म्हणून त्यांना जे मिळते ते हक्काचे नसून ती जास्त करून सवलत असते. त्यापेक्षाही असे दिसते, की त्यांच्या मुलांना सामान्यत: आईच्या वंशावळीचे सदस्य होण्याचा किंवा तिच्या जमिनीवर हक्क नसतो. अशा समूहातही–जातीतही स्त्री आपली जन्मकुळी बदलून नवऱ्याच्या जातीत सामील होणारी समजली जाते.

गोंड, ओरायन (Oraon), मुंडा अशा शेतकरी जमातीत जमिनीच्या बाबतीत पितृवंशीय तत्त्व हे फार जोरकस असल्याचे दिसते. मग त्या जमिनीवर जमातीचा ताबा असो, पितृवंशीय उतरंडीच्या गटाच्या मालकीची ती जमीन असो अगर पित्याच्या नात्यानुसार दोन किंवा तीन पिढ्यांपासून काही कुटुंबांत जमिनीची मालकी चालत आलेली असो. मुलगी किंवा बायको म्हणून त्या जमिनीत त्यांना स्वतंत्रपणे शिरकाव करता येत नाही. लहान मुले असलेल्या विधवेला नवऱ्याच्या जमिनीवर थोडा फार हक्क सांगता येतो, पण तोही अत्यंत मर्यादित स्वरूपाचा. एखाद्या विशिष्ट प्रदेशात किंवा खेड्यात मूळ वस्ती करून राहिलेल्या लोकांचीही कल्पना पितृजात किंवा पितृवंशावळ या पायावरच आधारलेली असते. तशीच कार्यान्वित होते. त्यामुळे तिथेही

स्त्रियांना कोणत्याच संसाधनावर अधिकार सांगता येत नाही.

आता आपण पुन्हा आपल्या विषयाकडे वळूया. स्त्रीला जमिनीशी जोडून टाकलेले आहे आणि ही आदर्श भूमिका म्हटली जाते. जमिनीप्रमाणेच स्त्रीलाही दु:ख सोसावे लागते. जमीन नांगरली जाते, कुदळली जाते, खणली जाते. स्त्रीदेखील खोदली, नांगरली जाते. स्त्री-पुरुष संभोगाला लाक्षणिक अर्थाने नांगरणे असा शब्द वापरला जातो. आपली लैंगिक इच्छा अप्रत्यक्षपणे सुचविण्यासाठी आणि एका स्त्रीवर किंवा तिच्यापोटी जन्माला येणाऱ्या मुलांवर आपला हक्क बजावण्यासाठीही एखादा पुरुष ही भाषा वापरीत असेल. संभोगाला 'मशागत करणे' असा संदर्भ लावण्यामागे पुष्कळदा स्त्रीची उदासीनता, पड खाण्याची भूमिका आणि बाईचा एकूण मंदपणा असे सुचविले जाते. त्याचबरोबर पुरुषाची आक्रमकता, वर्चस्व आणि स्वामित्वाची भूमिका असते असे सुचविले जाते.

नेहमीच्या वापरातल्या भाषेत वांझ स्त्री आणि नापीक जमीन यांच्याबद्दल असेच बोलले जाते. पुरुषातल्या वांझपणाला नपुंसकत्व किंवा त्याच्या बीजाचे व्यंध्यत्व म्हणतात. बीजाला अंकुर फुटण्याच्या क्रियेमध्ये 'जमिनीचे पोट फाडून बीज बाहेर फुटते.' या क्रियेमध्ये जमिनीला यातना होतात, अशी समजूत आहे. मूल जन्माला येणे हीदेखील अशीच यातनामय प्रक्रिया आहे. जमिनीप्रमाणे स्त्री निर्मिती करते आणि पोसते. दोघीही शांतपणे दु:ख भोगतात आणि आपल्या शरीरातून उदारपणे देतात. यातले आईचे योगदान हे सोसण्याचे आणि दीर्घकाळ चालणारे असते, ज्यात तिला फार मोठ्या प्रमाणात स्वत:ला नाकारावे लागते, त्याग करावा लागतो. आधी सांगितल्याप्रमाणे धान्याचा प्रकार किंवा विविधता ही बीजावरून निश्‍चित केली जाते. जमिनीवरून नव्हे. ज्या प्रकारचे बी पेरले असेल त्यावर कसले धान्य उगवेल हे अवलंबून असते. जमिनीच्या गुणधर्माचा परिणाम धान्याच्या दर्जावर होऊ शकतो; पण त्याची जात किंवा प्रकार जमीन ठरवू शकत नाही.

पुनरुत्पादनाच्या या प्रक्रियेत दोन्ही जोडीदारांचे स्थान कोणते, हा या रूपकाचा महत्त्वाचा आणि अर्थपूर्ण दृष्टिकोन आहे. पुरुषाच्या शरीरात बीज असते तर स्त्री ही स्वत:च क्षेत्र असते. गर्भाशयाव्यतिरिक्त तिच्या शरीराचे इतर भागही या निर्मितीत गुंतलेले असतात. तिचे संपूर्ण शरीरच गर्भधारणा आणि गर्भाचे पोषण यात सहभागी असते. तसेच मूल गर्भशयातून बाहेर पडल्यावर तिचे स्तन त्याचे पोषण करण्याची तयारी करीत असतात. पुनरुत्पादनाचा विचार करताना दोन्ही जोडीदार बरोबरीचे मानले जात नाहीत. ज्याचे बीज त्याचेच मूल. एवढेच नव्हे तर क्षेत्रही त्याच्याच मालकीचे. बीज आणि क्षेत्र दोन्ही त्या पुरुषाच्याच मालकीचे ठरतात.

स्त्रीचे शरीर शेत किंवा जमीन यांच्या बरोबरीचे मानले आणि बीजाचा वीर्याशी संबंध लावला, की अपत्यनिर्मितीची प्रक्रिया उत्पादनाच्या प्रक्रियेबरोबरीची आणि मग मुलांवरचा हक्क पिकाच्या हक्कासारखाच मानला जातो. हक्कांसंदर्भात अशा

तऱ्हेने संकलन केले जाते आणि त्याचे प्रतिबिंब माणसांच्या दैनंदिन वागण्याच्या पद्धतींमध्ये प्रतिबिंबित होते. इतकेच नाही तर श्रद्धा, सवयी यांचे समर्थन त्यातून दिले जाते आणि माणसा–माणसांच्या नात्यांचे संस्थीकरण करण्यास यामुळे हातभार लागतो. उदाहरणार्थ : बीज आणि क्षेत्र ही भाषा स्त्रीच्या लैंगिकतेवर पुरुषाचा हक्क असल्याचे, तसेच नवऱ्यापासून फारकत घेतली किंवा घटस्फोट झाला तरीही स्त्रीचा आपल्या मुलांवर हक्क नसतो, हे ठासून सांगते. याआधी सांगितल्याप्रमाणे आंध्र प्रदेशातल्या खेड्यांमध्ये घरगुती भांडण झाले, (किंवा घटस्फोटासारख्या घटनेनंतर) की बाप आपल्या मुलांवर हक्क सांगतो. तो म्हणतो की ही त्याच्या बीजाची उत्पत्ती किंवा त्याच्या शरीराच्या कणांमधून उगवलेली रोपटी आहेत. गोंड किंवा दक्षिण–पूर्व मध्यप्रदेशातल्या हिंदू स्त्रिया आपली असहायता सांगताना म्हणतात, ''ती आमच्या गर्भाशयातून जन्माला आली आहेत, आम्ही त्यांना नऊ महिने पोटात वागवतो. आमच्या रक्ताने त्यांना पोसतो तरी पुरुष त्यांच्यावर हक्क सांगताना म्हणतो, की काही असले तरी त्यांचा जन्म माझ्या बीजातून झालेला आहे.'' फारकत, घटस्फोट आणि पुनर्विवाह यांना फारशी हरकत घेतली जात नाही. काही थोड्या उच्चभ्रू जातींचा अपवाद वगळता ते रूढ प्रथा म्हणून मान्य केले जातात. सर्वसामान्य परिस्थिती मात्र एखाद्या स्त्रीने पुरुषाला सोडले तर तिला आपल्या मुलांनाही सोडून जावे लागते, अशी प्रथा आढळते. आईने दुसऱ्या पुरुषाकडे जाण्यासाठी आपल्या लहान मुलांना टाकून जाणे हे पाप मानतात आणि अशा स्त्रीची समाजाकडून निंदा केली जाते. तिच्या मुलांच्या मनात तिच्याविरुद्ध विष पेरण्यासाठीही याचा उपयोग केला जात असे. गोंडामध्ये लहानपणीच आपल्याला सोडून गेलेल्या आईशी बोलायला मुलगा नकार देतो अशीही उदाहरणे दिसतात. तो म्हणतो, की तिला माझ्याशी काही देणेघेणे नाही. ती आपल्या स्वतःच्या सुखासाठी मला टाकून निघून गेली आहे. एखाद्या स्त्रीने आपल्या लहान मुलांना सोडून पुनर्विवाह केला आणि नंतर तिला मूल झाले नाही तर त्याचा संबंध असा लावला जातो, की तिने आईचे कर्तव्य बजावले नाही. त्यामुळे तिच्या हातून जे पाप घडले त्याचा हा परिणाम आहे.

एखाद्या विधवेने पुनर्विवाह केला आणि तिचा नवरा तिच्या पहिल्या नवऱ्याच्या नात्यातला नसेल किंवा त्याला ही मुले आपल्या घरात आलेली चालत नसतील तर तिला मुलांना मागे ठेवावे लागते. एखादी विधवा आपले घर किंवा आपली मुले या दोहोंनाही न सोडता दुसरे लग्न करून आपल्या नव्या पतीसह त्याच घरात राहते, अशी काही उदाहरणे जरी आढळली तरी ती अपवादात्मकच ठरतात.

गरीब आणि भूमिहीन वर्ग आणि खेड्यातून स्थलांतरित झालेले लोक यांच्यामध्ये प्रामुख्याने स्त्रीच खऱ्या अर्थाने कुटुंबाला आधार देणारी, कुटुंब चालवणारी असते असे दिसते. पुरुष आपल्या बायकोला आणि मुलांना टाकूनही देऊ शकतो किंवा त्यांची

जबाबदारी नाकारू शकतो. मग त्या स्त्रीलाच आपले आणि मुलांचे भरणपोषण करावे लागते. तरीही अशा केसेसमध्येदेखील मुलांचे सामाजिक व्यक्तित्व किंवा ओळख त्यांना बापाकडूनच मिळते आणि ती त्याचीच असतात ही संकल्पना मात्र टिकून असते.

समूहात स्थान मिळण्यासाठी आणि उदरनिर्वाहाच्या साधनांवर हक्क सांगण्यासाठी पित्याकडून मिळणारी ओळख अत्यावश्यक ठरते. 'बीज वाहते आणि संपत्तीच्या प्रवाहाला वाट करून देते,' अशा शब्दांत एका माहीतगाराने जीवशास्त्र आणि सामाजिक महत्त्व या बाप-मुलगा यांच्या बंधनाचा निष्कर्ष काढला. (Madan : 1981, 231). याच तर्कशास्त्राची दुसरी बाजू वा दुसरा घटक म्हणजे वडिलांचा आपल्या मुलांवर असलेला हक्क होय. यातूनच अत्यंत महत्त्वाच्या मानवी संसाधनावर त्यांचा हक्क प्रतीकात्मक रितीने सिद्ध केला जातो.

एखाद्या एकट्या राहणाऱ्या स्त्रीला जर दिवस गेले तर त्या समस्येविषयी सर्वसाधारणत: हे बीज कोणाचे, अशा पद्धतीने बाप शोधण्याच्या प्रक्रियेचा बोलबाला केला जातो. स्त्री पुरुषापेक्षा फारच खालच्या जातीची आहे, अशी उदाहरणे वगळता मिश्र युतीमध्ये मुलांना त्यांच्या बापाच्या जातीत प्रवेश मिळतो. याचे समर्थन केले जाते ते नेहमीप्रमाणेच असे, की मूल ज्या बीजातून जन्माला येते त्याच बीजाचा दर्जा त्याला मिळतो आणि स्त्री आपली स्वत:ची जात हरवून बसते.

बीज आणि जमीन ही संकल्पना स्त्रियांच्या लैंगिकतेवर बंधने घालणे आणि ती पाळण्याचे त्यांच्यावर सतत दडपण असणे याच तर्काला पुष्टी देते. मातृत्व नाकारणे जेव्हा शक्य नसते तेव्हा बापाची ओळख दिल्याशिवाय ती स्त्री आपल्या मुलांना समाजात स्थानही देऊ शकत नाही आणि त्यांचा स्वीकार करा, असेही सांगू शकत नाही. अर्थातच यानंतर असे येतेच की तिला संरक्षण लागते आणि तिच्यावर कोणाचा तरी ताबा असण्याची गरज असते.

ज्याचे बीज त्याचेच मूल हे याआधीच सांगितले आहे, पण हे होण्यासाठी ज्या जमिनीत बी पेरायचे ती जमीन त्याच्या मालकीची असायला हवी, असा सर्वसामान्य नियम आहे आणि ते तसेच असते. नवऱ्याला धनी किंवा मालक अशी भाषा वापरली जाते, त्यातच या नियमाचा गर्भितार्थ लपलेला आहे. तो संरक्षक किंवा तिला पोसणारा असेही म्हटले जाते. बायकोचा (आणि मुलगीदेखील) एखादी वस्तू किंवा मालमत्ता असाही उल्लेख करतात. ज्या गटात ती जन्मते तो गट तिला साधन मानतो आणि आपल्या गटाचे वाहक किंवा माध्यम मानून एखाद्या भांड्याप्रमाणे वंशसातत्यासाठी तिने फक्त बीज स्वीकारण्याचे काम करावे असे मानतो. या दोन्हीही उदाहरणांमध्ये स्त्रीला स्वत:ची हक्काची भौतिक संसाधने उपलब्ध नसतात. या समाजव्यवस्थेत भाऊ आणि बहीण, नवरा आणि बायको या नात्यात स्त्रिया आणि पुरुष यांच्यात त्यांचे हक्क स्थान आणि भूमिका या गोष्टीत असमानता असल्याचे स्पष्ट दिसून येते. पुनरुत्पादनात

या दोन्ही भिन्नलिंगी व्यक्तींना निसर्गाने जी असमान भूमिका नेमून दिलेली असते, त्या व्यवस्थेला धरूनच ही समाजव्यवस्था असते, अशा दृष्टीने याकडे बघितले जाते.

पुरुषाचे स्त्रीवर जे अधिकार असतात त्याचा संबंध फक्त तिची लैंगिकता आणि प्रजोत्पादनाची क्षमता एवढ्यापुरतेच मर्यादित नसतात, तर तिची उत्पादनक्षमता आणि श्रमशक्ती या गोष्टीही त्यात धरल्या जातात. जसा तिच्या लैंगिकतेवर आणि त्यातून निर्माण होणाऱ्या पैदाशीवर ताबा ठेवण्याचा अधिकार असतो तसाच तिचे श्रम आणि त्या श्रमातून होणारे उत्पादन यावरही त्याचा ताबा असतो. उत्पादनाच्या प्रक्रियेत तिचा सहभाग, प्रत्यक्ष वाटा किती प्रमाणात असतो यावर तिच्या वाट्याचे मूल्य ठरत नाही. कारण उत्पादित सामग्रीचा विचार करता (उत्पादक संसाधनांचा विचार) ती त्यावर अवलंबित किंवा आश्रित ठरते आणि कुटुंबामध्ये श्रमिक किंवा मोलकरीण म्हणून काम करते. निवाऱ्याच्या दृष्टीनेही ती आश्रितच ठरते. कारण कायदा आणि रूढी या दोन्हींनुसार वैवाहिक घर प्रस्थापित करण्याचा हक्क नवऱ्यालाच असतो. पुरुष निवारा आणि पोटापुरते अन्न पुरवणारा असतो, ही संकल्पना लोकांच्या मनात खोलवर रुजलेली आहे. अर्थातच शेती किंवा धान्योत्पादन आणि इतर उत्पादनकार्यात स्त्रीची भूमिका फक्त पूरक मानली जावी यात आश्चर्य नाही. अशी म्हणच आहे ना, 'पुरुष गाडाभर मिळवतो आणि स्त्री मिळवते ओंजळभर.' तत्त्वत: स्त्रीचा आपल्या मिळकतीवर कोणताही हक्क नसतो. कारण ती तिच्या पुरुषाच्या घरात राहते आणि त्याच्या उत्पादनावर पोट भरते. मग भले ती स्वत:देखील मिळवीत असेना का! हाच तर्क जेथे ती पगारी कामावर, मजुरी कामावर असते तिथेही लागू केला जातो. आपण आता जी विचारप्रणाली लक्षात घेतली, त्या विचारप्रणालीशी जोडूनच अर्थव्यवस्थेमध्ये स्त्रियांचे योगदान ओळखले न जाणे किंवा फार ढोबळपणाने, ठळक स्वरूपात त्याला कमी लेखणे अशी प्रक्रिया होते. येथे निष्कर्ष मांडायचा झाल्यास असे म्हणता येईल की, मानवी पुनरुत्पादनामध्ये दोन लिंग जे तथाकथित विषम योगदान करतात आणि ज्याची अभिव्यक्ती 'बीज' आणि 'क्षेत्र' या प्रतीकात्मतेतून होते, त्यातून एका व्यवस्थेचे विवेकाधिष्ठित समर्थन केले जाते. अशा समर्थनामुळे उत्पादक संसाधनांपासून स्त्रीपरात्म होते तसेच तिला तिच्या स्वत:च्या श्रमशक्तीवर नियंत्रण नसते. तिच्या तिने स्वत: जन्म दिलेल्या तिच्या अपत्यावरही तिचा हक्क नाकारला जातो. शेवटी निष्कर्ष काढायचा झाला तर असे म्हणता येईल, की प्रजोत्पादनात दोघांच्या स्त्री-पुरुषांच्या सहभागाची 'बीज आणि जमीन' या रूपकाप्रमाणे असमानता दर्शवली गेली आहे.

■

४

# जात आणि स्त्रिया

या निबंधात 'जात' आणि 'लिंगभाव' यातील परस्परसंबंधांचा शोध घेतला आहे. जात स्त्रीजीवनावर कशा प्रकारे परिणाम करते त्याचे परीक्षण केले आहे. त्याचबरोबर जात सांभाळणे आणि कमी-अधिक प्रमाणात तिच्यात बदल घडवून आणणे या बाबतीतली स्त्रियांची भूमिका काय आहे, हेही शोधले आहे. अशा तऱ्हेचा अभ्यास करताना सामाजिक नातेसंबंधात स्त्रियांना सजग, कृतिशील घटक म्हणून स्थान देण्याची गरज आहे. तसेच जातिसंस्थेच्या गुणदोषांनी मुक्त अशी समाजपद्धती निर्माण करणे, तिची पुनर्रचना करणे, आणि बदल घडवून आणणे या प्रक्रियेचा शोध घेण्याचीही गरज आहे. जातीच्या पुनर्निर्माणात तिची संरचना आणि प्रक्रिया घडताना स्त्रियांना वस्तू मानून त्यांना साधन बनविण्याच्या ठरीव ठशाच्या मार्गांचा (त्यात लवचिकता दिसत असली तरीही) विचार करणेही आवश्यक ठरते. या प्रकरणातील चर्चा तीन परस्परसंबद्ध परंतु खरेतर एकमेकांवर छाया धरणाऱ्या विषयांवर लक्ष केंद्रित करते. व्यावसायिक सातत्य आणि जातीची पुनर्निर्मिती, अन्न आणि धार्मिक विधी तसेच सरतेशेवटी विवाह आणि लैंगिकता.

जातिव्यवस्थेचे तीन पायाभूत घटक जे जात नावाची चौकट घडवितात ते म्हणजे ज्या गटात अर्भक जन्मते त्या गटाचा दर्जा, त्या गटात केले जाणारे वगळणे किंवा विलगीकरण (जातीची भिन्नता टिकविण्याचे काम विवाह आणि सहवास याविषयीच्या असणाऱ्या नियमांमधून केले जाते), उतरंड (दर्जानुसार व्यवस्था आणि श्रेणी ठरविणारे तत्त्व) आणि परस्परावलंबित्व (उतरंड आणि विलगता यांच्याशी अगदी जवळून संबद्ध असलेले तत्त्व म्हणजे श्रमाची विभागणी). विश्लेषणाच्या आधारे जातिव्यवस्थेची सुटी केली गेलेली तीन तत्त्वे लक्षात घेता, ती व्यक्तींच्या मार्फत होत नसून गोतावळ्यावर आधारित एककाच्याद्वारे होते. स्वत:च्या जातीप्रमाणे वागणूक आणि प्रत्यक्ष कृती या कायद्यांचे पालन करणारे आणि इतर जन्मजात दर्जा मिळवणारे गट यांच्या परस्परसंबंधांची

गुंतागुंत या गोष्टी नात्याच्या गोतावळ्याच्या गटावर खास करून कुटुंब आणि घरदार यांवर केंद्रित झालेल्या दिसतात. घरादाराने पोरका केलेला किंवा केलेली गुन्हेगार व्यक्ती ज्या स्थानिक गटाशी संलग्न असते त्या गटाला वाळीत टाकण्याचा अनुभव जातीच्या नियमांचे आणि नीतिमत्तेचे उल्लंघन केल्यामुळे शिक्षा म्हणून अनुभवावे लागते, असे आमच्या लक्षात आले. कौटुंबिक मोजमापाच्या चौकटीतच स्त्रियांची आयुष्ये बहुतांश स्वरूपात व्यथित होतात. म्हणूनच त्यांच्या जीवनात कुटुंबाचे आणि घरादाराचे मध्यवर्ती स्थान असणे यावर आपल्याला अतिरिक्त भर देता येणार नाही.

त्याचप्रमाणे आपण जातीच्या भौतिक पायाच्या विचाराकडे वळतो तेव्हा जातिव्यवस्थेतील विषमतेचे अत्यंत महत्त्वाचे स्वरूप दिसते. ते म्हणजे – उदरनिर्वाहाच्या साधनसामग्रीची विषम वाटणी आणि उत्पादनाची मिळवणूक करणारी नाती. हे नीट समजून घ्यायचे असेल तर साधनसामग्रीचे वाटप करण्याचे, मालमत्ता हस्तांतरित करण्याचे हक्क, सेवेचे आणि इतर हक्क या सगळ्यावर अधिकार असणाऱ्या नात्याच्या गोतावळ्याच्या नियमांची नीट चौकशी केली पाहिजे. जात किंवा जातीचा गट आपले व्यवहार करताना कुटुंबातल्या घटकांची संख्या किती आहे, याची मोजदाद करतो. नातेगोतावळ्याच्या घटकांचे प्रमाण किती मोठे आहे, याचा विचार होतो. भौतिक सामग्री एका संपूर्ण जातीच्या ताब्यात नसते तर वंशावळीच्या किंवा कुटुंबातील घटकांच्या ताब्यात असते. याचे लिंगभेदानुसार कळीचे परिणाम होतात. कारण या घटकांमध्ये स्त्रिया आणि पुरुष यांचे मूलभूत हक्क आणि हिस्सा मिळवण्याचे अधिकार या बाबतीत स्पष्ट भेदाभेद केलेला दिसतो. अशा तऱ्हेने जाती अंतर्विवाह या प्रथेमध्ये आपला कौटुंबिक दर्जा उंचावण्याची सुप्त शक्यता असते. कारण अशा व्यवस्थेमध्ये योग्य वैवाहिक साखळी बेमालूमपणे निर्माण करून त्यातून वैवाहिक निवडीचा अवकाश अत्यंत कठोरपणे तटबंदीच्या रूपात संकुचित केला जातो आणि त्यायोगे मुलीच्या लग्नात भौतिक संसाधने दिलीच पाहिजेत असे दडपणही आणले जाते.

## व्यवसायाचे सातत्य

एखाद्या जातीच्या समूहाचा जो धंदा किंवा व्यवसाय सातत्याने चालत आलेला असेल त्यात स्त्रियांचे फार मोठे योगदान असते. अर्थातच हे खरे आहे, की भारतीय समाजात जे सामाजिक बदल झाले त्यामध्ये नव्या धंद्याची वाढ आणि व्यवसायासाठी खुली भरती या दोन महत्त्वाच्या बाजू आहेत. पारंपरिक व्यवसाय आणि जात यांमधले दुवे टाकून न देण्याजोगे, न बदलणारे आहेत. याचे चित्र मोठ्या प्रमाणात अतिशयोक्तीने रेखाटलेले दिसते. त्याच वेळी जात आणि व्यवसाय यांना जोडणाऱ्या दुव्यांमधले सातत्य महत्त्वाचे आहे. शेती व्यवसाय – हा आता सर्व जातींसाठी खुला आहे – तरीही परंपरागत शेतकऱ्यांच्या जाती फार मोठ्या प्रमाणात वेगळ्या म्हणून ओळखल्या जातात.

त्याचबरोबर काही इतर व्यवसाय काही विशिष्ट जातींच्या हक्काचे मानले जातात. उदाहणार्थ, उच्च आणि मध्यम दर्जाच्या जातींमध्ये ब्राह्मण अजूनही पौरोहित्य करतात. सोनार, लोहार, कुंभार, विणकर अशा कारागिरांच्या जातींमध्ये बहुधा काही व्यक्तींना त्यांचे परंपरागत व्यवसायाचे, धंद्याचे आवश्यक ते कसब शिकविले जाते. ते त्यावर आपली उपजीविका करतात. काही अस्वच्छ, गलिच्छ मानलेले व्यवसाय कातडे स्वच्छ करणे, कमावणे, मेलेली जनावरे उचलणे, झाडूकाम किंवा भंगीकाम करणे तसेच न्हावी, धोबी आणि सुईणी यांची कामेही त्या त्या विशिष्ट जातींशी संबंधित अशीच राखून ठेवली जातात.

जातीशी जोडल्या गेलेल्या व्यवसायात घरातलेच एक सदस्य म्हणून स्त्रिया जे काम करतात ते आवश्यक मानले जाते. या जातीनिहाय व्यवसायामध्ये घरादाराच्या सदस्य या नात्याने स्त्रियांनी केलेले काम अनिवार्य ठरते. कारण घरादाराच्या रचनेमध्ये उत्पादन आणि सेवा यांची पायाभूत एकक म्हणून गणना असते. विणकर आणि कुंभार यांच्या कारागिरीची प्रक्रिया फार गुंतागुंतीची असते. त्यामुळे घरातल्या स्त्रियांनी आणि मुलांनी त्यांना सतत मदत केली नाही तर त्यांना काम करणे अशक्यच होऊन बसते. स्त्रिया आणि मुले यांची कामे काटेकोरपणे निश्चित केलेली असतात. स्त्रियादेखील पुरुषांच्या कामाच्या काही बाजू सांभाळू शकतात. कुंभाराच्या कुटुंबातल्या स्त्रिया गिऱ्हाइकांशी संपर्क साधतात आणि बाजारात जाऊन माल विकण्यामध्ये मदत करतात. हे सर्रास दिसून येते. त्याचप्रमाणे टोपल्या विणणे हेदेखील जोडीने मिळून करण्याचे काम आहे. फळबाग कामात तर स्त्रिया कामांचा फार मोठा बोजा उचलतात. विणकर आणि कुंभार यांच्या कारागिरीची प्रक्रिया फार गुंतागुंतीची असते. त्यामुळे घरातल्या स्त्रियांनी आणि मुलांनी त्यांना सतत मदत केली नाही, तर त्यांना काम करणे अशक्यच होऊन बसते. स्त्रिया आणि मुले यांची कामे काटेकोरपणे निश्चित केलेली असतात. स्त्रियादेखील पुरुषांच्या कामाच्या काही बाजू सांभाळू शकतात. ग्रामीण भागातले आणि छोट्या शहरातले किरकोळ विक्रेते आणि छोटे दुकानदार यांच्या घरातल्या बायका मसाले दळतात आणि पदार्थ (पापड, लोणची, आदी) तयार करतात आणि कुटुंबाच्या दुकानामध्ये विकण्यासाठी ठेवतात. अशी कामे त्यांनी करणे हे सगळीकडेच दिसून येते. वेगवेगळ्या प्रांतांमध्ये यात थोडाफार फरक आढळत असेल. तरीही व्यवसाय सतत चालू राहणे हे स्त्रियांवरच फार मोठ्या प्रमाणावर अवलंबून असते. मात्र, हे कमी लेखले जाते असेच ही उदाहरणे सांगतात. जो पुरुष दुसऱ्या पुरुषाच्या बायकोबरोबर पळून जातो त्याच्यावर बंदी घातली जाते. कारण दुसऱ्या पुरुषाचे स्वयंपाकाचे भांडे मोडले आणि त्याचे घरदारही विस्कटले असे मानले जाते. हे मानणे फार अर्थपूर्ण आहे. मग सोडून दिलेल्या नवऱ्याला कोणाच्याही मदतीशिवाय आपले पोट भरण्याचा धंदा करावा लागतो.

जजमानी नाती – म्हणजे कारागीर आणि सेवेकरी जाती यांच्यात आणि जमीनमालक, शेतकरी व व्यापारी यांच्यातले थोड्या काळापुरते कराराने जोडलेले संबंध आणि धंदेवाईक जातींमधली आपापसातली देवाणघेवाण हे चित्र बऱ्याच ग्रामीण आणि निमशहरी भागात आढळते. पुन्हा एकदा कुटुंबाच्या पातळीवरच हे सारे चालते. स्त्रिया आणि पुरुष दोघेही सेवा देतात आणि त्यापोटी त्यांना रोख रक्कम किंवा वस्तू या स्वरूपात त्याचा मोबदला मिळतो. न्हावी आणि धोबी हे धंदे करणाऱ्या जातींमध्ये जजमान कुटुंबाशी जसा संबंध असेल त्यानुसार तिथल्या सेवेकरी स्त्रियांच्या कामाचे एक निश्चित स्वरूप ठरलेले असते. विंध्य पर्वताच्या उत्तरेकडे न्हावी जातीची स्त्री जजमान कुटुंबातील स्त्रियांची व्यक्तिगत कामे करतात. न्हावी स्त्रीला ज्या कुटुंबाने रोख पैसे देऊन नेमलेले असेल त्या कुटुंबातील स्त्रियांची कामे करतात. ही कामे म्हणजे नखे कापणे, मेंदीने पाय रंगवून सुशोभित करणे, खास तेलाचा मसाज आणि नव्या बाळंतिणीला आणि छोट्या बाळाला न्हाऊमाखू घालणे, जेवणावळीसाठी पानांच्या पत्रावळ्या आणि द्रोण पुरविणे आणि लग्न समारंभात नवऱ्या मुलीच्या सोबतीणीची भूमिका बजावणे. छत्तीसगडमध्ये राऊत (गुराखी आणि पाणके) यांच्या बायकांना मेजवान्या आणि समारंभाच्या वेळी महत्त्वाची पूरक भूमिका करावी लागते. पाणी आणणे, भांडी घासणे, मसाले वाटणे, भिजवलेल्या डाळी दळणे ही कामेही तळणीचे पदार्थ आणि भजी वगैरेसाठी करतात. समारंभप्रसंगी 'शिजवलेले' अन्न करण्याच्या कामात न्हावी आणि पाणके मदत करतात. दक्षिणेकडे मुलीला पहिली पाळी किंवा नहाण येते तेव्हा जो समारंभ करतात त्या वेळी खराब झालेले तिचे कपडे धुणे हे धोबिणीचे एक विधीपूर्वक काम असते. ते तिला करावेच लागते. प्रत्येक प्रांतात काही विशिष्ट अस्पृश्य जाती आहेत. या स्त्रिया सुईणींचे काम करतात. या स्त्रिया स्वतःच्या जातीच्या पुरुषांच्या बरोबरीने उच्च आणि स्वच्छ जातींनी केलेले प्रदूषण नाहीसे करण्याचे आवश्यक काम करतात. सारांश असा की, देशाच्या पुष्कळशा भागांत मजुरांबरोबर मालकाने केलेल्या करारामध्ये किंवा बाँडमध्ये नवरा आणि बायको या दोघांची कामे करायची असे बंधन असते.

जातींशी जोडल्या गेलेल्या व्यवसायधंद्याचे सातत्य टिकवण्यासाठी स्त्रिया जे काम करतात त्याचे महत्त्व जाणून त्याला सांस्कृतिकदृष्ट्या मान्यता दिलेली आहे, असे स्पष्ट दिसते. त्याचबरोबर स्त्रियांनी हे पारंपरिक व्यवसाय सतत चालू ठेवावे यासाठी त्यांना लहानपणापासूनच त्याचे प्रशिक्षण द्यावे लागते. हे काम कसे योग्य आहे, आणि ते त्यांनी स्वीकारावे म्हणून काही मर्यादेपर्यंत ते दैव आहे असे पटवून द्यावे लागते. असेही दिसून येते की पालक आपल्या मुलींचे शिक्षण थांबवतात. कारण मुली शिकल्या तर आपल्या पारंपरिक धंद्याचे काम करण्याची त्यांना नावड उत्पन्न होईल, अशी शक्यता असते. ही परिस्थिती अत्यंत गैरसोइची ठरते. आणि मग योग्य अशा कुटुंबात त्यांचे

लग्न करून देणे कठीण होऊन बसते. कारण औपचारिक शिक्षणाला महत्त्व नसते, तर पारंपरिक धंद्याचे काम करण्याची क्षमता आणि इच्छा असलेली मुलगी नवऱ्याच्या कुटुंबात उपयोगी ठरते. जातीतच लग्न करायचे असेल तर पारंपरिक काम चालू ठेवणे फार गरजेचे असते. कारण तो लग्नाच्या बाबतीत महत्त्वाचा आधारभूत मुद्दा असतो. म्हणूनच ग्रामीण महाराष्ट्रातल्या स्वत:ची जमीन असणाऱ्या एखाद्या शेतकरी कुणबी जातीच्या कुटुंबातील एखादा मुलगा शिकला आणि त्याने एखाद्या शिकलेल्या ब्राह्मण मुलीशी लग्न करायचे ठरवले तर ते त्या कुटुंबाला मानवत नाही. शेतकरी कुटुंबाला या मुलीचा काय उपयोग? ती नवऱ्याच्या घराला आपले घर मानील का? एवढेच काय पण शेतीशी निगडित अशी घरगुती कामांच्या रगाड्याचा तिला अनुभव नसेल. ते तिला कमी प्रतिष्ठेचे वाटेल.

बदलत्या परिस्थितीमध्ये जातीशी जोडलेले पारंपरिक धंदे चालू ठेवणे आणि घर चालवणे या जबाबदाऱ्या पुष्कळदा बायकांना स्वीकाराव्या लागतात. आपल्या पारंपरिक व्यवसायांचे स्वरूप कमी प्रतिष्ठेचे वाटते किंवा त्यातून पुरेशी मिळकत होत नाही, म्हणून पुरुष ती कामे करण्याचे सोडून देतात. तेव्हा पुष्कळदा या व्यावसायिक कामाचे ओझे स्त्रियांच्याच खांद्यावर येऊन पडते. पुष्कळ पुरुष आपली कुटुंबे मागे ठेवून शहरात स्थलांतर करतात तेव्हा स्त्रिया कारागिरीतला किंवा सेवेतला – नोकरीतला – आपला वाटा उचलीतच असतात. पुरुषांची मदत नसल्याने त्यांना आपली गिऱ्हाइके तुटण्याचा धोका पत्करावा लागतो, किंवा दुप्पट कामाचे ओझे वाहावे लागते. त्यात मध्यस्थ लुडबूड करतात. स्थलांतर केलेल्या पुरुषांच्या बायकांना बहुधा त्यांच्या नवऱ्याच्या नातेवाइकांच्या हाताखाली काम करावे लागते. ही मंडळी त्यांच्या शेजारीपाजारी किंवा त्यांच्या वस्तीतच त्यांच्या अवतीभवती असतात. म्हणजेच धंद्याचे सातत्य राखण्यासाठी स्त्रिया जो सहभाग देतात तो पितृवंशीय मर्यादेत असतो आणि जातीच्या दबावाखाली त्यांच्यावर लादली गेलेली कामे त्या करतात.

दिल्लीमध्ये मेहतर स्त्रियांचा अभ्यास करण्यात आला तेव्हा कार्लेकर (१९८६) यांना असे आढळले, की आपल्या जातीतल्या पारंपरिक व्यवसायातली कर्मकांडे अस्वच्छ वाटल्यामुळे ते व्यवसाय सोडून देणाऱ्या पुरुषांची संख्या वाढते आहे; पण स्त्रिया मात्र त्याच पारंपरिक कार्यक्षेत्रात राहिल्या आहेत. नवीन धंद्यात प्रवेश करण्यासाठी त्यातली कौशल्ये शिकण्याचा किंवा उदरनिर्वाहाचे नवीन स्वतंत्र मार्ग किंवा साधने शोधून काढण्यात पुरुष गुंतलेले असतात आणि कुटुंबातल्या या पुरुषांना आधार देण्याचे काम स्त्रियांना करावेच लागते. बेकार असले तरीही पुरुष आपल्या पारंपरिक धंद्याला स्पर्श करायलाही नाराज असतात. मुलांना शिक्षणासाठी शाळेत पाठवले जाते. मुली मात्र अगदी लहान वयापासून आईबरोबर काम करतात. सर्वसामान्यत: असे आढळते की, तमिळनाडूमधली पड्याची आणि नाडर कुटुंबे दिल्लीमध्ये नोकरी शोधण्यासाठी

येऊन त्यांतल्या बायका खासगी घरामध्ये घरगुती मदत करणारी कामे पत्करतात. ही कामे म्हणजे कपडे आणि भांडी धुणे आणि घराची साफसफाई करणे. असे समजतात की बायकांना स्वतःच्या घरातली ही कामे करण्याची सवयच असते, तेव्हा अडचणीच्या वेळी कठीण परिस्थितीत दुसऱ्यासाठी या प्रकारची तसलीच कामे त्यांनी करायला काहीच हरकत नाही. पुरुष मात्र अशी कामे करणे त्यांच्या प्रतिष्ठेला कमीपणा आणणारी आहेत असे समजतात. नियमित नोकरीधंदा नसतांनादेखील ते इतर कसलीही कामे करणे पसंत करतात, पण ही घरगुती कामे पत्करीत नाहीत. या स्थलांतरित समूहातल्या बायका कुटुंबाचा मुख्य आधारस्तंभ असतात. विविध प्रकारच्या घरगुती कामात स्त्रियांच्या अनुभवाच्या पायावरच घर चालवले जाते. अधिकाराची सूत्रे मात्र पुरुषाच्या हाती पूर्वीसारखीच राहतात. सामाजिक आणि कर्मकांडात्मक विषयांच्या चर्चा आणि त्यांचे निर्णय त्या त्या जातीतील पंचक्रोशीच्या मर्यादित पुरुषमंडळीच करतात.

## अन्न आणि कर्मकांडे

जातीची एक विशिष्ट संस्कृती असते, काही खास साम्यस्थळे असतात. त्यातून तिच्या सदस्यांना स्वतःची ओळख वा अस्मिता प्राप्त होते. या सांस्कृतिक प्रथांची शिकवण कुटुंबातून आणि गोतावळ्याच्या जाळ्यामधून मोठ्या प्रमाणात दिली जाते. पूजेची पद्धत, उपासतापास आणि उत्सव, पावित्र्य आणि प्रदूषण यासंबंधीचे कायदे आणि जागेचे आयोजन यात परस्परसंबंधी आणि संदर्भ बदलणारी मूलतत्त्वे असतात. ती जातीच्या सदस्यांना त्यांच्याशी साम्य किंवा सारखेपणा आणि त्यांची अस्मिता मिळवून देते. यातील काही गुणवैशिष्ट्ये त्याच प्रांतातील इतर जातींमध्येही आढळतात किंवा भिन्न प्रांतांमधून समान वर्ण चौकटीतील जाती गटांमध्येही आढळतात. खरे तर यातील काही घटक आणि गुणवैशिष्ट्ये यांचे जे नवे मिश्रण तयार होते त्यातूनच विशिष्ट जातीला आपली भिन्न अस्मिता प्राप्त होते. या चौकटीमध्ये अन्न शिजविण्याच्या व्यवहारातून महत्त्वाची मध्यस्थी करणारी, नातेसंबंध जोडणारी शैली निर्माण होते. शुद्धता आणि प्रदूषण यांच्या कर्मकांडाच्या भाषेत अन्न हा फार कळीचा घटक ठरतो. दर्जा अगर गुणवत्ता ठरवणे, परस्परातले व्यवहार, धंदा सांभाळणे या बाबतीत अन्न जाती क्षेत्राचा निश्चितच विस्तार करते. दुसऱ्या शब्दात सांगायचे, तर खऱ्या अर्थाने अस्तित्वात असलेल्या वस्तूंवर घातलेल्या मर्यादा आणि आंतरजातीय नातेसंबंध यातले जातींचे वेगळेपण अन्नाच्या भाषेतून स्पष्टपणे दाखवून दिले जाते. स्त्रिया सामाजिकीकरणाच्या प्रक्रियेची चक्रे फिरवतात तसेच या क्षेत्रात त्या प्रमुख पात्रे असतात किंवा चँपियन असतात. अन्नाचे संरक्षण करणे, धोके टाळणे, खऱ्या अर्थाने बोलायचे तर 'अन्न' या शब्दाशी नाते जोडणारे भाषिक नियम पाळण्याची जबाबदारी स्त्रियांवर येऊन पडते. सामाजिक क्षेत्रात यात थोडीशी मोकळीक असली तरी घर अजूनही स्त्रियांच्या ताब्यात आहे.

अन्नाच्या बाबतीतली शुद्धता आणि अपवित्रता, प्रदूषण यांचा विचार घरातच सुरू होतो. जातीच्या नियमांमध्ये घर आणि 'बाहेरचे' जग यांच्यात फरक केलेला स्पष्ट आढळून येतो. घराची शुद्धता आणि पावित्र्य राखण्याच्या कामी स्त्रिया फार महत्त्वाची, कळीची भूमिका बजावतात. पावित्र्य राखणे, अशुद्धता येऊ न देणे आणि 'वाईट नजर' लागू नये ही खबरदारी स्त्रियांनाच घ्यावी लागते. त्यामुळे अन्नावरच्या प्रक्रिया, त्याची राखण, ते शिजविणे आणि त्याचे वाटप या सर्व कामांत स्त्रियांना वेगवेगळ्या प्रकारची बंधने पाळावी लागतात, तसेच ताणही सोसावे लागतात. या नियमांनुसार एका विशिष्ट मर्यादेपर्यंतची शरीर स्वच्छता राखावी लागते. वेगवेगळ्या प्रकारच्या स्वयंपाकासाठी आणि जेवणासाठी जागांची विभागणी करावी लागते. विविध प्रकारच्या अन्नाच्या बाबतीत जातीशी जोडलेले नियम आणि बंधने या बाबतीतल्या प्रथा सांभाळाव्या लागतात. अन्नाची शुद्धता आणि अशुद्धता, ते प्रदूषणाच्या कितपत आहारी जाणारे आहे की त्याला प्रतिबंध करणारे आहे आणि त्यात असलेले विशिष्ट गुण हे गुण म्हणजे – मनोविकार, राग, शांती, शक्ती आणि धार्मिकता हे सर्व बघून सत्तास्थानानुसार त्या अन्नाची वर्गवारी केली जाते. हे अन्न खाणाऱ्यांमध्ये बदल घडवण्याची किंवा त्याच्यावर परिणाम करण्याची शक्ती या अन्नात असते. खाणारा घरामध्ये काय खातो, कोठे खातो, केव्हा खातो याची जबाबदारी स्त्रियांवर येऊन पडते. जातीकडून सत्तास्थानानुसार हुकूम दिले जातात. त्यामध्ये अन्नाच्या संदर्भात स्त्रियांच्या आचरणाला, वागण्याच्या सवयींना फार काटेकोर आणि महत्त्वाचे स्थान आहे.

अन्न आणि त्याला जोडलेली योग्यायोग्यतेची नाती हा जर जातीचा दर्जा ठरविण्यातला महत्त्वाचा मुद्दा असेल, तर या क्षेत्रात स्त्रिया आणि पुरुष यांच्या वागण्यात तफावत आणि परस्परविरोध दिसून येतो. मनाई केलेले अन्न खाण्याच्या बाबतीत स्त्रियांवर मर्यादा पडतात. इतर जातीतले अन्न त्या स्वीकारू शकत नाहीत. मानवशास्त्रज्ञांना असे दिसून आले आहे, की कोणाबरोबर जेवाखायचे याबद्दलचे निर्बंध स्त्रिया कटाक्षाने पाळतात. मात्र, पुरुष घरापासून किंवा वस्तीपासून दूर जातात. अशा परिस्थितीत सहभोजनाची त्यांच्यावरची बंधने शिथिल होतात. अशाच परिस्थितीत स्त्रियांवर जसा काही पाहारा ठेवला जातो. हे नियम त्या तंतोतंत पाळतात की नाही, याकडे बारीक नजरेने बघितले जाते. त्यांनी ते केले पाहिजे, अशी त्यांच्याकडून अपेक्षा असते. पुरुषांना मात्र ते वेगवेगळ्या प्रकारच्या लोकांमध्ये मिसळत असल्यामुळे त्यांना नियम न पाळण्याची मुभा दिली जाते. अर्थातच स्त्रियांना मात्र असे स्वातंत्र्य नसते. इतकेच नव्हे, तर अन्नाच्या बाबतीतले स्त्रियांसाठी असलेले नियम आणि मनाईहुकूम किंवा बंदी, नातीगोती, लग्न आणि लैंगिकता यांच्या तत्त्वानुसार अमलात आणले जातात. उच्च जातीच्या स्त्रियांना लग्न हे अत्यंत मोलाचे आहे आणि ते कधीही मोडत नसते असे मूल्य मानावे लागते. उदा. त्या विधवा झाल्यानंतर त्यांना आपल्या जीवनशैलीत आमूलाग्र बदल करावा

लागतो. अन्न शिजवताना ते शुद्धता आणि अपवित्रता यांचे कडक नियम पाळावे लागतात. 'तामसी' अन्न त्यांना व्यर्ज असते. कारण त्याने विकार आणि इच्छा बळावतात आणि संध्याकाळचे पूर्ण जेवण सोडावे लागते. अन्नाचे महत्त्वाचे गुण लक्षात घेऊन स्त्रिया खाण्याच्या सवयी लावून घेतात की नाही, तसेच त्यांची खाण्याची जागा आणि वेळ यांचे नियम त्या पाळतात की नाही, या गोष्टी त्यांच्या जातीच्या धार्मिक दर्जा ठरवण्यात महत्त्वाच्या ठरतात. त्याचबरोबर बाहेरच्या जगात विशेषत: इतर जाती- जमातींमध्ये मिसळण्याची गरज 'नियंत्रित' करण्याचे काम हे कायदे किंवा निर्बंध करीत असतात. आहारावरचा ताबा स्त्रियांना लैंगिक अपराधापासून संरक्षण देणारा आणि जातीच्या कक्षा ओलांडण्यापासून बचाव करणारा आहे.

आहाराबरोबरच घरगुती कर्मकांडे, कुटुंबातल्या दैवतांची दररोज काळजी घेणे आणि पूर्वजांची आराधना करणे – यांची मोठी जबाबदारी स्त्रियांवरच येऊन पडते. पुष्कळशा कुटुंबांत स्त्रिया घरच्या देवांची पूजा प्रत्यक्ष स्वत: करीत नाहीत; पण पूजेची सर्व तयारी करतात आणि प्रसाद बनवतात. जेव्हा पुरुष आपल्या व्यवसायधंद्यात गुंतलेले असतात आणि नियम सैल केलेले असतात तेव्हा स्त्रिया रोजची पूजा करतात. पूजेच्या काही खास दिवशी घरातला पुरुष किंवा ब्राह्मण उपाध्याय पूजा करतो. शिवाय काही विशिष्ट पूजा आणि उपवासही करायचे असतात, ते नवरा आणि मुले आणि कुटुंबाच्या कल्याणासाठी. हे विधी, पूजा, उपवास, मेजवान्या या गोष्टी त्यांच्या तपशिलासकट जातीच्या प्रथांचा एक भाग असतात. या क्षेत्रात स्त्रियांवर लादलेल्या मर्यादा त्यांची नेमकी जागा दाखवून देतात. त्याच वेळी त्यांचे मूल्य कमी लेखतात आणि कुटुंबात पुरुषांच्या तुलनेत त्यांचे स्थान गौण आहे, असे अधोरेखित केले  जाते.

असे असले तरी अन्न आणि त्यासंबंधीची कर्मकांडे पार पाडण्यात स्त्रिया कर्तव्यदक्ष प्रतिनिधी आणि शिक्षक मानल्या जातात. त्यांना असे दुहेरी स्थान दिले जाते. या अधिकारामुळे  त्यांच्याकडे विशेष आदराने बघितले जाते. अर्थातच त्यांना स्वत्वाची जाणीव होते आणि आत्मगौरव प्राप्त होतो. पुष्कळशा स्त्रियांच्या बाबतीत या प्रथा म्हणजे आत्माविष्कार आणि समाजमान्यता मिळण्याचा महत्त्वाचा मार्ग ठरतो. त्या माध्यम म्हणूनही काम करतात. त्यामुळे या स्त्रिया त्यांच्या कुटुंबातील इतर स्त्री- पुरुषांवर अधिकार गाजवू शकतात. अशा तऱ्हेने कुटुंबाची प्रतिष्ठा राखण्याशी आत्मप्रतिष्ठा आणि स्व-आविष्कार यांची प्रत्येक स्त्रीने जोपासना करणे आवश्यक ठरते. परंपरांचे जतन करणे, बंदिस्त अवकाशाचे पावित्र्य सांभाळणे, कर्मकांडांवरील नियंत्रण, अन्नाचे वितरण, सामाजिकीकरणाचे अवघड कार्य पार पाडणे यांची जबाबदारी या स्त्रियांवर असते. त्यामुळे त्यांना लोकांवर आणि परिस्थितीवर अधिकार असल्याची जाणीव होते. ज्या प्रक्रियांमधून स्त्रिया जगण्याचे स्थान निर्माण करतात त्यांचा कलही जाती आणि त्यांच्या सीमा बळकट करण्याकडेच झुकलेला दिसतो. (त्याचबरोबर नव्या कल्पना प्रत्यक्षात

आणण्याची संधी मिळाली, की स्त्रिया जुन्याची मोडतोड करतील, प्रतीकार करतील आणि नवे बदल घडवून आणू शकतील अशी सुप्त शक्यता त्यांच्यात आहे.)

आंतरजातीय संबंधांना समाजाची मान्यता मिळण्यामध्ये अन्न हा फार महत्त्वाचा घटक आहे. आपल्या कुटंबामध्ये दुसऱ्या जातीतून विवाहाच्या माध्यमातून येणाऱ्या स्त्रीने शिजविलेले अन्न स्वीकारणे ही गोष्ट अन्नाच्या बाबतीत अत्यंत गुंतागुंतीचे प्रश्न उभे करते. कोणते अन्न कर्मकांडाच्या दृष्टीने शुद्ध आणि अशुद्ध ठरते, यामध्ये असणारी भिन्नता लक्षात घेता, एक जटिल परिस्थिती निर्माण होते. स्त्री ज्या जातीतील असेल त्या जातीतील दर्जावर अवलंबून तिला स्वयंपाकक्षेत्राच्या अगदी अंतर्गत भागात प्रवेश नाकारलाही जाऊ शकतो. केवळ पक्के अन्न आणि फराळाचे पदार्थ तयार करणे आणि ते वाढणे एवढ्याचीच परवानगी मिळते. तसेच काही विशिष्ट प्रसंगी आणि व्रतवैकल्याच्या वेळी जसे कुटुंबाच्या दैवताची पूजा किंवा पूर्वजांच्या श्राद्धाच्या वेळी – रोजचा स्वयंपाक आणि अशा वेळचा स्वयंपाक यांच्यावर मर्यादा घातल्या जातात. एखादी स्त्री तिच्या नवऱ्याच्या जातीपेक्षा गौण जातीची असेल तर ती कुटुंबासाठी साधा स्वयंपाक करू शकते, पण तिला पूर्वजांसाठी अन्न शिजविण्यास बंदी असते. जातीअंतर्गत विवाहाची प्रथा, जन्माला येणाऱ्या मुलांच्या समाजातील स्थानाच्या संदर्भात जर आपण पाहिली तर सुसंगत वाटू शकेल परंतु त्यातून असेही सुचवले जाते, की नवऱ्याच्या जातीच्या गटामध्ये इतर जातीतील स्त्री आली तर तिला पूर्णपणे सामावून घेतले जात नाही आणि पूर्वजांना खाऊ घालण्याचा मानही दिला जात नाही. (आपल्याला जर बदल किती झाले हे मोजायचे असेल तर अशा व्यवहारांच्या संदर्भात ते मोजमाप करता येईल.)

## विवाह आणि लैंगिकता

विवाह आणि लैंगिकता या कळीच्या क्षेत्राकडे आता आपण येऊन ठेपलो आहोत. पुरुष आणि स्त्री यांच्या लैंगिकतेमध्ये असणारी मूलभूत भिन्नता ही सांस्कृतिक आकलनावर बेतलेली असून त्यानुसार जातीव्यवस्था घडते. एक म्हणजे पाळीमुळे आणि बाळंतपणामुळे त्या त्या विशिष्ट वेळी स्त्रियांचे होणारे प्रदूषण यामुळे स्त्रियांना पुरुषांपेक्षा मूलत: कमी पवित्र मानले जाते. जातींअंतर्गत दोन लिंगांमध्ये एक उतरंडीची रचना असते. त्याचबरोबर हेही दिसते की, उच्च जातीपेक्षा कनिष्ठ जातींमध्ये पुरुष आणि स्त्रिया यांच्या शुद्धता आणि अशुद्धता यांच्या दर्जामधला फरक कमी प्रमाणात आढळतो. कनिष्ठ जातीच्या स्त्रियांवर स्वत:मधल्या अशुद्धतेबरोबरच सुईणपणा करणे, घाणीची विल्हेवाट लावणे, गलिच्छ कपडे धुणे आणि अशाच प्रकारच्या काही व्यवसायांमुळे इतरांच्या प्रदूषणालाही सामोरे जावे लागते. त्यांच्यातल्या पुरुषांना सुद्धा प्रदूषित कारागिरी आणि इतरांच्या सेवेची कामे करावी लागतात. या जातीत घाणेरड्या कामामध्ये भाग घेऊन स्त्रियाही उपजीविकेसाठी अर्थार्जन करण्यात पुरुषांच्या बरोबरीने

वाटा उचलीत असल्यामुळे लिंगभेदातल्या विषमतेचे प्रमाण कमी आढळते. हेही खरे आहे म्हणा, की पाळीच्या अशुद्धतेमुळे या जातीतही स्त्रिया अन्न आणि देवदेवतांच्या पूर्वजांच्या पूजा या बाबतीत अपात्र ठरवल्या जातात. ब्राह्मण आणि इतर उच्च जातीतले पुरुष त्यांच्यातल्या स्त्रियांप्रमाणे स्वत: प्रदूषित होत नाहीत किंवा त्यांना प्रदूषित कामेही करावी लागत नाहीत. याउलट स्त्रियांना शरीरधर्मानुसार – मुख्यत: पाळी आणि बाळंतपणामुळे त्या प्रदूषित होतात, असे म्हटले जाते. त्याचबरोबर कुटुंबातली काही अस्वच्छतेची कामे करण्याची जबाबदारी त्यांच्यावर असते. असे असले तरी त्यांच्यावर पुरुषांपेक्षा कमी अपवित्रतेचा कायमचा शिक्का बसत नाही. तरीही स्वत:च्या जातीतल्या पुरुषांच्या इतक्या पवित्रतेच्या दर्जापर्यंत त्या जाऊ शकत नाहीत, अशी एक व्यापक स्वरूपाची समजूत आहे. हे तर सर्वश्रुतच आहे की, द्विज म्हणविणाऱ्या जातींमधील स्त्रियांना परंपरेने क्षुद्रांबरोबरीचे स्थान देऊन त्यांना वेदपठण करण्यास मनाई केली होती.

वैधव्य हा स्त्रियांना अपवित्रतेच्या जाळ्यात गुंतवणारा आणखी एक स्रोत. विधवा स्त्रियांनी कुळांतील देवतांची पूजा करायची नसते. या देवतांच्या नैवेद्याचे पवित्र अन्न त्यांनी शिजवायचे नसते. याउलट पुरुष विधुर झाला तर त्याच्यावर मात्र असा काही परिणाम होत नाही. अशा प्रकारची लिंगभेदानुसार उतरंड हे ब्राह्मण आणि इतर 'शुद्ध' जातींचे खास वैशिष्ट्य आहे. जरी सर्वच जातींमध्ये विधवा स्त्रियांवर एक प्रकारचे अपंगत्व लादले जाते, तरीसुद्धा आपल्याला असा तर्क मांडता येईल की, लिंगभावावर आधारित शुद्ध–अशुद्धतेची विभागणी करण्यासंदर्भात मात्र ज्या जातींचा दर्जा धार्मिकदृष्ट्या वरचा असतो, तेथेच हा लिंगभेदाचा शुद्ध–अशुद्धतेचा मुद्दा तीव्र असतो.

आणखी असे की, जातिव्यवस्थेच्या मुळाशी काही सांस्कृतिक योजना वा धारणा असतात. या धारणा पुरुष आणि स्त्रिया यांच्या देहपातळीवरील मूलभूत भिन्नत्वासंदर्भात असतात. हे मूलभूत भिन्नत्व या दोघांच्या लैंगिक संभोगातून अशुद्धता निर्माण करण्यासंदर्भात जे दुबळेपण असते त्याच्याशी जोडलेले असते. लैंगिक संबंध हा स्त्रियांच्या दृष्टीने फार गंभीर मामला असतो. कारण तो त्यांच्या शरीरावर अंतर्गत परिणाम करतो. पुरुषांवर मात्र बाह्यत: परिणाम होतो. आंतरजातीय लैंगिक संबंधांमध्ये पुरुष फक्त बाह्यत: दूषित होतो आणि ते प्रदूषण सहजगत्या धुऊन काढता येते. स्त्रियांना होणारे अंतर्गत प्रदूषण मात्र तिला कायमचे प्रदूषित करते. ही तफावत सांस्कृतिक भाषेत वर्णन केली जाते ती अशी, की 'स्त्री ही मातीच्या भांड्यासारखी असते. त्यामुळे एखाद्या दूषित व्यक्तीने मग ती त्याच जातीतली असो, कनिष्ठ जातीतली असो किंवा वेगळ्या धर्माची असो, हे भांडे वापरले तर ते कायमचे दूषित बनते. याउलट पुरुष हा धातूचे भांडे आहे. ते सहजपणे दूषित होत नाही आणि तशीच वेळ आली तर ते घासून, धुऊन आणि गरज भासल्यास शुद्धीकरणाचा परिपाक असलेल्या अग्नीमध्ये ते टाकून त्याला पूर्वस्थितीवर आणता येते. हे स्त्री आणि पुरुष यांच्यात संभोगातून दूषित

होण्यांमधला फरक दाखवणारे रूपक. जात आणि गाव पंचायतीसमोर लैंगिक संबंधांचा निवाडा करण्याची वेळ येते तेव्हा हे ठामपणे मांडले जाते. अर्थातच वर्षानुवर्षे लोकांच्या मनात घर करून राहिलेल्या समजुतींवर हा निष्कर्ष काढला जातो. येथे हे स्पष्ट होते की, कनिष्ठ जातीतील स्त्रियांपेक्षा वरीष्ठ जातीतील स्त्रियांचे कायमचे दूषित वा अध:पतित ठरण्यासंदर्भात जे स्थान आहे ते अधिक दुर्बल असते. जातीत, विशेषत: गौण जोड्या मान्य असलेल्या जातीत लैंगिक संबंधांचे उल्लंघन झाल्यास त्याकडे उदारपणे बघितले जाते. त्याचबरोबर असेही दिसते की, आपल्यापेक्षा कनिष्ठ जातीतल्या पुरुषांशी स्त्रियांचे संबंध आले तर त्याची मात्र अतिशय गंभीरपणे दखल घेतली जाते. अन्नामुळे स्त्री-पुरुष दोघेही आतून दूषित होतात; पण लैंगिक संबंधामुळे दूषित होण्याच्या स्वरूपाविषयी स्त्री-पुरुष दोघांच्या बाबतीत मूलत:च फरक केला जातो. प्रतिलोम प्रथेला मान्यता देणाऱ्या अधिकृत मताशी याचा संबंध जोडलेला आहे. अर्थात तो चांगल्या व्याख्येच्या मर्यादेत असूनही जसे, ''कनिष्ठ मातीत श्रेष्ठ बीज पडू शकते, पण श्रेष्ठ मातीमध्ये कनिष्ठ बीज पडू शकत नाही.'' (Tambiah : 1973)

या मुद्द्यामुळे आता आपण पुरुष आणि स्त्रिया यांच्या लैंगिकतेसंदर्भातील भिन्नतेविषयी सांस्कृतिक आकलन जसे असते त्यातील सर्वात कळीच्या लक्षणाकडे आपले लक्ष वेधले जाते. लैंगिकतेशिवाय ज्या अन्य भिन्नता असतात, त्यासुद्धा खरे तर जननक्षमतेच्या संदर्भात. पुरुष आणि स्त्रियांमध्ये असणाऱ्या महत्त्वाच्या भिन्नतेबाबतीत सांस्कृतिक संकेतांमध्ये कोणत्या प्रकारे गुंफण केली आहे याच्याशी सुसंवादी असतात. अपत्यनिर्मितीच्या संदर्भात स्त्री आणि पुरुष यांच्या शरीररचनेतला फरक. तुलनाच करायची तर या निर्मितीप्रक्रियेत पुरुषाची भूमिका तरल आणि क्षणभराचीच असते. त्या मानाने स्त्रीची भूमिका दीर्घ मुदतीची असते. ही तिची गुंतवणूक तिच्यावर लादलेली आहे. त्यातून तिची सुटका नाही. एखाद्याशी नातेसंबंध जुळलेला नसताना येणारे गर्भारपण म्हणजे तिच्या दृष्टीने फार मोठे संकट ठरते. पितृवंशीय समाजव्यवस्थेत केवळ समूहात स्थान मिळण्यासाठीच पितृत्व आवश्यक मानले जाते म्हणून नव्हे, तर त्यात जातीच्या सीमारेषा आणि तिचे स्वत:चे पावित्र्य या मुद्द्यांचाही त्यात अंतर्भाव असतो. आपल्या देशातली अनाथालये आणि टाकून दिलेली मुले यांची संख्या हा पितृवंश आणि जात यांच्या भयानक मिश्रणाचा पुरावा म्हणता येईल. जातिव्यवस्थेचे स्वरूप दाखवून देणारी दोन जुळी तत्त्वे म्हणजे विभक्त होणे आणि उतरंड. ही लैंगिक विषमतेच्या बाबतीत अगदी बारकाईने राबवली जातात.

विवाह आणि लैंगिक संबंध हे मध्यवर्ती क्षेत्र मानले जाते. त्यामध्ये जात स्त्रियांच्या जीवनावर मोठा आघात करते. जातिव्यवस्थेमध्ये योग्यायोग्यता पारखून आणि भिन्न गटामध्ये सदस्यत्व मिळते ते जन्मामुळे. ते एकमेव आणि न बदलता येणारे असते. बंदिस्त गट या अर्थाने जातिव्यवस्थेच्या अस्तित्वाच्या पायाशी हेच तत्त्व असते. जातीच्या

या वैशिष्ट्यामुळे सीमारक्षणाच्या बाबतीत सर्वसमावेशक काळजी घेणे भाग पडते. बहुतांश, भारतात हिंदू जन्माने मिळणाऱ्या स्थानापाठोपाठ येते पितृवंशीय वंशपरंपरागतता आणि मग गटामध्ये स्थान मिळण्यासाठी बापाची ओळख आवश्यक ठरते. मुलाच्या जातीचा दर्जा ठरविण्यामध्ये आईची जात अगदी संदर्भहीन मानली जात नाही, तर ती देखील विचारात घ्यावी लागते. उतरंडीची पद्धत बाजूला ठेवून दोन्ही बाजूंच्या संबंधामध्ये जातीचे तत्त्व कामास येते. वंशपरंपरागत व्यवस्था असूनही खरे तर जातिसंस्था द्विपक्षीय संबंधाच्या तत्त्वानुसार कार्यरत असते. भिन्न प्रदेश आणि जातीनुसार द्विपक्षीय संघटनेचे तत्त्व घेऊन जात किती प्रमाणात कार्यरत आहे, यामध्ये विविधता असते.

सर्वसाधारणपणे आपण असे म्हणू शकू, की विवाहाचे लहानसे वर्तुळ आणि त्यातही जातीच्या शुद्धतेवर भर तसेच गोतावळ्याच्या अंतर्गतच लग्न करण्याला अग्रक्रम असे जेव्हा होते, तेव्हा जातीच्या द्विपक्षीय संबंधाच्या तत्त्वाला अधिक मूल्य प्राप्त होते. त्यात दोन्ही बाजूंच्या संबंधाचे तत्त्व जास्त मोलाचे ठरते. हे मुख्यत: दक्षिण भारताला लागू पडते. तिथे पिढ्यान्‌पिढ्या गोतावळ्यात लग्ने होतात. ती छोट्या वैवाहिक वर्तुळासाठी केली जातात. याचे प्रमाण आता थोडे ओसरले असले तरी आजदेखील गोतावळ्यातल्या लग्नाचे मूल्य कमी लेखले जात नाही. तरीसुद्धा अगदी ज्या विवाहासंदर्भामध्ये जातिसंबंधाचे द्विपक्षीय तत्त्व काहीसे कमी लेखले जाते, तेथेसुद्धा आपण पुढच्या टप्प्यावर जे निरीक्षण करणार आहोत ते महत्त्वाचे आहे. जैविक पुनरुत्पादनामध्ये स्त्रीची जी भूमिका असते त्यामुळे तिला जातीची शुद्धता आणि तिची सीमारेषा टिकवून ठेवण्यासाठी मूलत: जबाबदार मानले जाते. म्हणून तिच्या लैंगिकतेवर अत्यंत योग्य अशा नियंत्रणाची गरजही भासते.

सांस्कृतिकदृष्ट्या असे गृहीत धरले जाते की, स्त्रिया मूलत: मर्मभेद्य (vulnerable) आहेत. त्यांच्या शुद्धतेसंदर्भात त्याचप्रमाणे त्यांच्या वागणुकीवर नियंत्रण ठेवण्यासंदर्भात भर दिले गेला पाहिजे असेही मानले जाते. यातून पुरुषांशी येणाऱ्या संबंधावर मर्यादा घातल्या जातात. अशा तऱ्हेने जातींवर आधारित समाजांमध्ये स्त्रीची लैंगिकता आणि तिचे व्यवस्थापन हे महत्त्वाचे घटक ठरतात. इतरांनी ठरवलेली किंवा परस्परांशी बोलणी करून लग्ने ठरविण्यावर भर दिला जातो. वयात आल्यावर मुलींना अवकाश आणि वेळ देण्यासंबंधी नियम ठरवून दिले जातात. या गोष्टी सीमारक्षणासाठी आहेत, असे त्याचे न्याय्य स्पष्टीकरण दिले जाते. म्हणजेच कर्मकांडाची पवित्रता आणि जातीची ओळख यांचे रक्षण करणे. सामाजिकीकरणाची प्रक्रिया आणि स्त्रियांना शिक्षणासाठी तसेच नोकरीसाठी दिल्या जाणाऱ्या संधी यासाठी या सर्व गोष्टी लागू केल्या जातात. मुलगी स्त्री म्हणून वाढत असताना जात हे फार महत्त्वाचे लक्षण मानले जाते. लग्नानंतर हे संपतेच असे नाही तर स्त्रियांना सतत ताब्यात ठेवले पाहिजे. त्यांनी इंद्रियनिग्रह केला पाहिजे असे म्हटले जाते. योग्य तो सामाजिक दबाव ठेवण्याची यंत्रणा, स्त्री म्हणून

असणारी तिची आदर्श भूमिका आणि स्त्रीसुलभ मर्यादा, नम्रता यातून हे सर्व साध्य करण्याचा प्रयत्न केला जातो. अशा तऱ्हेने जातीच्या शुद्धतेचे महत्त्व ही गोष्ट स्त्री जीवनाच्या सर्व टप्प्यांवर परिणाम घडवीत असते.

ज्यांच्याविषयी बोलणी केली जातात अगर चर्चा होते आणि ज्यात स्त्रियांच्या लैंगिकतेविषयी धास्ती बाळगली जाते अशा श्रद्धा किंवा प्रथा जातीच्या उतरंडीमध्ये सगळीकडे सारख्याच नसतात. प्रांताप्रांतातल्या विविधतेचा त्यावर ठसा उमटलेला असतो. त्याचबरोबर एक आदर्शवादी चौकट मात्र या क्षेत्रात मान्य असलेली आढळते. या चौकटीत स्त्रियांच्या लैंगिकतेच्या संदर्भात त्यांच्या आयुष्याच्या वेगवेगळ्या टप्प्यांत स्पष्टपणे त्यांच्या सीमारेषा आखलेल्या असतात. कौमार्यामध्ये कर्मकांड फार मोलाचे मानले जाते. त्याला फार किंमत दिली जाते. वयात आल्या वेळी काही विशिष्ट धार्मिक विधी केले जातात, तसेच वयात येणाऱ्या मुलीची विशेष काळजी घेणे, सुवासिनींचा आणि मातृत्वाचा गौरव करणे आणि पहिल्या व दुसऱ्या लग्नामध्ये स्पष्टपणे फरक दाखवणे आणि मग स्त्रियांचा इंद्रियनिग्रह यासाठी एक संख्यात्मक यंत्रणा उभी राहणे ओघानेच येते.

कौमार्याला अत्यंत मोलाचे ठरवण्याचा संदर्भ थेट स्त्रियांच्या पावित्र्याशी जोडलेला आहे. वयात येण्याच्या आधीच्या काळाकडे आत्यंतिक पवित्रेचा टप्पा म्हणून बघितले जाते. तो वेगवेगळ्या प्रकारे साजरा करतात. विशिष्ट दिवशी जसे नवरात्रातल्या अष्टमीला कुमारिकेची पूजा करून तिला जेवायला घालण्याची प्रथा भारतात सर्वदूर पसरलेली आहे. त्याच प्रमाणात जीवनचक्रातील कर्मकांडविधीमध्ये खास मान दिला जातो. असे समजतात की कुमारिका, देवी किंवा मातृदेवतेचा अवतार आहे. ती अदृश्य भुताखेतांना हाकलून लावते, दुष्ट नजरेपासून बचाव करते. वयात येण्यापूर्वीच्या टप्प्यावर मुलीला जो अधिकाराचा दर्जा मिळतो आणि जी शुद्धता बहाल केली जाते तो टप्पा पुढच्या पाळी येण्याच्या टप्प्यापेक्षा पूर्णत: विसंगत असतो आणि पूर्णत: वेगळा असतो. (पाहा प्रकरण २)

दक्षिण भारतात मुलीच्या दर्जातला हा फरक विधीपूर्वक केलेल्या समारंभातून अधोरेखित केला जातो. हे विधी आणि आहाराचे नियम जातीनुसार बदलतात, पण त्याचा गाभा व त्यात दडलेला संदेश बदलत नाही. तसेच ओरिसात आणि महाराष्ट्रात कित्येक जातींमध्ये पावित्र्याचे हे महत्त्वाचे विधी केले जातात, पण ते साधेपणाने. त्याचा गाजावाजा होत नाही. या विधींचा संदेश अगदी स्पष्ट आहे, ही मुलगी आता लैंगिकदृष्ट्या परिपूर्ण व्यक्ती झाली आहे. आता तिच्या वागण्यावर बंधने घालणे आणि तिचे रक्षण करणे, तिच्यावर नजर ठेवणे हे खूपच महत्त्वाचे आणि आवश्यक आहे. ही घटना एकाच वेळी मंगलदायी आहे. दुष्ट नजरेपासून तिचे रक्षणही केले पाहिजे. तिच्या बाबतीतले आहार–विहाराचे नियम हे भविष्यातल्या फलोत्पादनाशी थेट जोडलेले आहेत.

ते अपत्यजन्माची क्रिया सुरळीत पार पाडतात आणि मुलीच्या लैंगिकतेवर ताबा ठेवतात. मातृत्वाला समाजमान्यता मिळण्यासाठी लैंगिकता ताब्यात ठेवणे, तिच्यावर संयम ठेवणे हे आधीपासूनच अपेक्षित असते. मुलगी वयात येण्याचा समारंभ झाला, की नातेवाइकांच्या गटांमधल्या आणि जातीमधल्या लोकांना कळते की, मुलगी योग्य वयात आली आहे आणि आता तिच्या लग्नाची बोलणी करायला हरकत नाही. तिच्यावर मर्यादा घालण्याचे आणि नियम आखून देण्याचे तंत्र वापरायचे. कारण एवढेच की, त्यामुळे  धार्मिक संस्कार रुजतात आणि लैंगिकतेचे पावित्र्य राखले जाते. भारतातील इतर भागामध्ये पहिली पाळी सुरू झाली, नहाण आले म्हणून काहीही विधी करीत नाहीत. ही घटना साधीसुधी मानली जाते. त्याचबरोबर प्रदूषण, आहार आणि वागणूक यावर निर्बंध मात्र घातले जातात. एकदा का पाळीचा घाला स्त्रीजीवनावर आला की मुलगीपणापासून स्त्रीला फारकत घ्यावी लागते. आता त्या मुलीला तिच्या काचेप्रमाणे नाजूक असणाऱ्या शुद्धतेची पूर्णत: जाणीव करून दिली जाते.

स्त्रियांचे पावित्र्य आणि त्याचा दुबळेपणा हे आधीपासूनच मनात धरलेले असते यावरून जातिसमाजात लग्न करण्याच्या बाबतीतले मुद्दे लक्षात येतात. पारंपरिकदृष्ट्या बोलायचे झाल्यास हे कुमारिकेचे लग्न आहे, ते संपूर्णपणे विधिपूर्वक झाले आहे, वैवाहिक मर्यादांनुसार आहे. त्या मुलीची लैंगिकता पवित्र राहते. ते तिला तिच्या जातीचे पूर्ण सदस्यत्व मिळवून देते. उत्तर आणि मध्य भारतात पाळी येण्यापूर्वी किंवा आल्यावर लगेच मुलगी बराच काळ वाट पाहत आपल्या माहेरी राहते. 'गौना' किंवा 'मुखलाना' – मुलीला नवऱ्याच्या घरी पाठवण्याचा विधी ही सर्वसाधारण प्रथा आहे. एखाद्या कुटुंबाला दोन्ही घरचा खर्च परवडत नसेल तर दोन्ही समारंभ एकत्र केले जातात. मुलीला औपचारिकपणे लग्नानंतर दोन-तीन दिवस नवऱ्याच्या घरी पाठविले जाते, परत माहेरी आणले जाते आणि तिची पूर्ण वाढ झाल्यानंतरच तिला परत पाठवतात. लहान वयात लग्न करण्याचा उद्देश मुलीचे कौमार्य आणि पावित्र्य सांभाळणे हा असतो. विशेषत: राजस्थानमध्ये, तिथल्या काही भागांत एखाद्या पवित्र दिवशी कितीतरी अल्पवयीन मुली आणि मुलगे यांच्या औपचारिक लग्नाचे समारंभ साजरे केले जातात. या अशा अल्पवयीन लग्नाचे तर्कशास्त्र अगदी स्पष्ट आहे. बालविवाहामुळे  मुलगी कुमारिका असतानाच संपूर्ण विधिपूर्वक तिचे लग्न झाले आहे, याची खात्री पटते. ती वयात येईपर्यंत लग्नाची पूर्तता थांबवता येते. ज्या जाती किंवा कुटुंबे आपल्या मुलींना एकांतवासात सुरक्षित ठेवू शकतात, ते वयात आल्यावर त्यांची लग्न करू शकतात. ज्यांच्या मुलींना शेतात किंवा घरापासून दूर राहून कामे करावी लागतात अशा जाती मुली वयात येण्याआधी किंवा त्या सुमारास त्यांची लग्न लावून देणे पसंत करतात. राजस्थानातल्या सिकार या खेड्यातल्या मुलींच्या लग्नाची वयोमर्यादा सात ते सोळा वर्षे ही आहे. चरण आणि ब्राह्मण जातीतल्या मुली घराबाहेर जाऊन कामे करीत नाहीत

आणि त्यांना समाजापासून दूर आणि सुरक्षित ठेवणे शक्य होते. त्यामुळे त्यांच्यातल्या पुष्कळ मुलींची लग्ने त्या वयात आल्यानंतर होतात. (पालरीवाला; १९९१) पुन्हा असेही दिसते, की उत्तर प्रदेशात ज्यांच्या स्त्रियांना आणि मुलांना घराबाहेर असुरक्षित वातावरणात काम करावे लागते, त्यांना बालविवाह सुरक्षित वाटतात. (कुमुद शर्मा, खासगी संभाषण) कौमार्याच्या गौरवीकरणाच्या संदर्भात आपल्याला पहिले लग्न आणि दुसरा संबंध यामध्ये चिकित्सक सांस्कृतिक भेद केला जातो, त्याचा अर्थ समजून घेतला पाहिजे.

योग्य अशा जातिगटातल्या पुरुषाबरोबर कुमारिकेचे पहिले लग्न संपूर्ण विधिपूर्वक साजरे केले जाते. असा लग्नसोहळा स्त्रीच्या आयुष्यात एकदाच येतो. तिचा नंतरचा संबंध समाजाने मान्य केला असला आणि ती सर्व सौभाग्यचिन्हे वापरत असली तरी पहिल्या लग्नाच्या मर्यादेबाहेर ती जन्मभराकरता फेकली जाते. असे संबंध संपूर्ण विधिपूर्वक केले जात नाहीत. मात्र, ते प्रतीकात्मक कृतींच्या किंवा समारंभाद्वारे समाजात जाहीर केले जातात. या कृती किंवा गोष्टी म्हणजे तिला काचेच्या बांगड्या भरणे, नथ भेट देणे – कारण नथ हे तिच्या सौभाग्याच्या दर्जाचे प्रतीक असते, परस्परांना हार घालणे आणि कोपरे रंगवलेले पांढरे वस्त्र तिच्या डोक्यावरून पांघरून घालणे. एक पुरुष आता या स्त्रीचा रक्षणकर्ता आहे याचे हे चिन्ह मानतात. या पाठोपाठ पुनर्विवाह ओळखला जातो तो बहुधा या कृतींमुळे. बांगड्या भरणे किंवा काचेच्या बांगड्या देणे, स्त्रीच्या डोक्यावर चादर लपेटणे, नथ घालणे याला दुसरा पर्यायही आहे तो म्हणजे 'एखाद्या माणसाच्या घरी राहायला जाणे', किंवा घरात येऊन बसणे (कार किंवा करेवा) याउलट पुरुषाला मात्र सर्व विधिपूर्वक कितीही वेळा लग्न करता येते. मात्र त्या स्त्रीचे आधी लग्न झाले नसले पाहिजे. आधी लग्न झालेल्या स्त्रीशी पुनर्विवाह केल्यास त्या पुरुषाला विधियुक्त लग्नाला मुकावे लागते.

विधियुक्त लग्न झालेल्या स्त्रीलाच समाजाने मान्य केलेला दुय्यम किंवा दुसरा संबंध जोडता येतो. ही सवलत आंतरजातीय दुय्यम संबंधांनाही दिली जाते. जातीच्या प्रथेप्रमाणे पूर्ण विधियुक्त लग्न होऊन तिच्या लैंगिकतेवर धार्मिक संस्कार झाले नसतील तर परंपरेनुसार ती स्त्री समाजाने मान्य केलेला दुसरा संबंध जोडू शकत नाही. पहिल्या आणि दुसऱ्या लग्नामध्ये जो फरक दिसतो तो स्त्रीचे पावित्र्य आणि तिच्या लैंगिकतेचे व्यवस्थापन यावर केंद्रित केलेला असतो. पहिल्या लग्नाला विशेष मूल्य देऊन दुसऱ्या लग्नाला जो कनिष्ठ दर्जा दिला जातो, त्यानुसार हा फरक टिकवून धरला जातो की नाही, याकडे लक्ष दिले जाते. दुसरे संबंध म्हणजे माणसाच्या दुबळेपणाला दिलेली सवलत. जातीच्या मर्यादा कोणत्याही प्रकारे ढासळू न देता स्त्रीची लैंगिक वासना तृप्त करण्याची गरज. पुनर्विवाहाची परंपरेने परवानगी देणाऱ्या जाती, ब्राह्मण किंवा इतर उच्च जातींप्रमाणे पहिले लग्न न मोडणारे आणि पवित्र मानीत नाहीत. तरीही पहिले

लग्न धार्मिक स्वरूपाचे आहे आणि तो संस्कार पुन:पुन्हा करण्याचा नसतो हे मानतात. दुसरे महत्त्वाचे असे की विधवांचे पुनर्विवाह किंवा घटस्फोट यांची फारशी परंपरा नसणे हे श्रेष्ठ धार्मिक दर्जाचे सूचक आहे. लैंगिक विषमता ही वास्तव जातीच्या उतरंडी आणि सीमारेषा स्थिर ठेवण्यासाठी केलेल्या खटाटोपामध्ये अपरिहार्यपणे गुरफटलेली दिसते. आंतरजातीय संबंधातील पुरुष आणि स्त्रियांच्या वाट्याला येणारे भिन्न भोग तसेच स्त्रियांवर होणारे लैंगिक अत्याचार आणि जातिबंदी किंवा जातींतर्गत विवाह आणि हुंडा यांचे परस्परसंबंध या साऱ्यांच्या पायाशी लैंगिक विषमतेची तत्त्वे घट्टपणे असतात. सजातीय विवाहात जातीचे पावित्र्य टिकते हे आपण पाहिले. जाती किंवा जातिसममूहातच – गटातच लग्ने होतात हे ठळकपणे आढळून येते. श्रीनिवास (१९७६ : ९०) यांनी असे दाखवून दिले आहे की लग्नांची, वास्तवात असलेला खरा हेतू साध्य होण्यासाठी, समकालीन जातिसमाजात एकाच जातीचे अस्तित्व राहावे यासाठी आपल्यासारख्याच जातींची आणि सूक्ष्मपणे पारख केली जाते. त्याचप्रमाणे जरी जातींच्या संघटना राजकीय उद्देशाने निर्माण होत असल्या तरी जात किंवा वर्ण या कोटीक्रमात कितीतरी जातींतर्गत विवाह घडतात, परंतु त्यातही विशिष्ट जातिनिहाय सीमारेषा सांभाळण्याचा प्रयत्न होतो.

वर्तमानपत्रातले आणि मासिकातले 'वधू-वर पाहिजेत' हे रकाने पाहिले तर विवाहासंबंधीच्या मर्यादा फारच थोड्या प्रमाणात शिथिल झाल्याचे लक्षात येते. भावी वधुवरांची जात (विशिष्ट स्वजातीय गट, प्रांतीय जातीचा समुदाय आणि काही मोजक्या उदाहरणार्थ वर्ण) यांचा उल्लेख नाही अशा फारच थोड्या जाहिराती असतात. इतकेच काय पण काही विशिष्ट जाहिरातीत (जातीचे बंधन नाही) असे असले तरी स्वत:ची जात दिलेली असते. कदाचित जात मानायची नसली तरी मर्यादित स्वरूपात त्याकडे दुर्लक्ष करू इच्छिणाऱ्या प्रतिपक्षासाठी हे असे लिहिले जात असावे. अगदी कनिष्ठ जातीत विवाहसंबंध जुळण्याचा तर प्रश्नच येत नाही. सुनिश्चित केलेल्या एखाद्या जातिगटात पितृवंशीय आणि पितृकेंद्रित गोतावळ्याच्या व्यवस्थेनुसार लग्न करण्याची जी सक्ती होते ती हुंडा या व्यवहाराशी अतिशय घट्टपणे निगडित असते. जातिव्यवस्था एकाच वेळी बंधने घालते आणि वर्चस्वात्मक वातावरण निर्माण करते. हिंदू समाजातील हुंड्याच्या प्रथेमागे या दोन्ही गोष्टी असतात. स्वजातीय लग्नाच्या घटकांमध्ये सामाजिक आणि आर्थिक तफावत पडते. ती पारंपरिक असो की चालू परिस्थितीमुळे स्वीकार केलेली असो, ती उदरनिर्वाहाच्या साधनांची मालकी, आवक आणि व्यवसाय या बाबतीत. त्यामुळे विवाहयोग्य मुलींच्या पालकांमध्ये पराकोटीची स्पर्धा सुरू झाली आहे. याचा परिणाम म्हणून वर पक्षाच्या मागण्या आणि अपेक्षा वाढल्या आहेत. गिऱ्हाईकी संस्कृतीमुळे कुटुंबाची जीवनशैली सुधारण्याचा हुंडा हे सोपा मार्ग बनतो. रोकड रक्कम मिळविण्याचा स्रोतही ठरतो. लग्नाच्या बाजारात भयानक छळणूक होते ती मध्यमवर्गीय कुटुंबाची. त्यांच्याजवळ मर्यादित साधने असतात पण योग्य गटातच

लग्न लावून देण्याच्या प्रथेला विरोध करण्याचा ते विचारही करीत नाहीत. स्वजातीय विवाहाच्या दडपणामुळे पालकांनी ठरवून लग्न करून देण्याची पद्धत ते नाइलाजाने स्वीकारतात. मग देण्याघेण्याची बोलणी करताना हुंड्याच्या मागणीचा सापळा रचला जातो, त्यात ते अडकतात. शिवाय सामाजिक रूढी परंपरेनुसार पुरुष श्रेष्ठ ठरतो. पुरुष आणि त्याचे कुटुंबीय यांना निवड करण्याचा पहिला हक्क असतो. बोलणी करून लग्न ठरविण्याच्या या मार्गामध्ये स्त्रियांना अपमानित करण्याची भरपूर शक्यता असते. सरतेशेवटी स्वजातीय विवाह हे तत्त्व आणि त्या अनुषंगाने येणाऱ्या जातीच्या सीमा सांभाळण्याची काळजी यामुळे तरुण स्त्रियांवर मर्यादा येतात. मुलीच्या वर्तणुकीवर किती बंधने घातली आहेत, यावर तिची प्रतिष्ठा अजमावली जाते. मुख्य मुद्दा असतो तो विवाहपूर्व नैतिक संबंधाची भीती आणि भयानकता. तरुण अविवाहित पुरुषांच्या गाठीभेटी, त्यांच्याशी मैत्री जुळणे यांची संधी मिळाली तर आपली मुलगी स्वतःच्या जोडीदाराची स्वतःच निवड करील, अशी बहुतेक पालकांना काळजी वाटते. मग तो कनिष्ठ जातीचा असला तर? हुंडा ही प्रथा जातींतर्गत लग्न या प्रथेशी समीकरणाच्या रूपात पाहणे योग्य नाही, परंतु हिंदू जातिव्यवस्थेच्या समाजात हुंड्याचे जे वाढते प्रमाण आहे ते पाहता जातीबंदीच्या संदर्भाशिवाय हे समजूनही घेता येत नाही.

स्वजातीय लग्नाचे तत्त्व जातीबाहेर लैंगिक संबंधामुळे उलथून पडते हे खरे आहे. जातीच्या सीमांना भगदाड पडते. जातीच्या सर्वमान्य नमुन्यांचे उल्लंघन होते. कर्ते पुरुष आणि खेळाडू स्त्रिया दोहोंचे दैव येथे भिन्न असते.

पहिले लग्न आणि दुसरे लग्न यातील फरक आपण यापूर्वीच लक्षात घेतला होता. जातीबाहेर दुसरे लग्न करण्याचा निर्णय व्यक्तिगत असतो. ते लग्न त्यांनी स्वतः पुढाकार घेऊन ठरवलेले असते. समाजाकडून त्याची नंतर दखल घेतली जाते. ज्या जातीतल्या स्त्रिया जातीच्या प्रथेप्रमाणे दुसरे लग्न करू शकतात तिथे या आंतरजातीय विवाहात त्यांना काही प्रमाणात स्वीकारले जाते. मात्र, अशावेळी स्त्री आणि पुरुष सामान्यतः समान दर्जाच्या जातीतले असावे लागतात किंवा पुरुष स्त्रीपेक्षा वरिष्ठ जातीतला असावा लागतो. दंड भरून आणि मेजवानी देऊन या गुन्ह्याचे परिमार्जन होऊ शकते. फार फार तर तो पुरुष समाजातून तात्पुरता बहिष्कृत केला जातो. तेदेखील औपचारिक विधी आणि समारंभ प्रसंगापुरतेच. उत्तर आणि मध्य भारतात अशा लग्नातून जन्मलेल्या मुलांना बापाच्या जातीत सामावून घेतले जाते. त्याचे 'बीज' अशा दुसऱ्या आंतरजातीय विवाहातदेखील मुलांना उच्च जातीच्या गटाचे सदस्यत्व बहाल करते. त्या मुलांना हा तात्पुरता कलंक लागला तरी त्याला फारसे महत्त्व नसते. त्याच वेळी अशा विवाहात गुंतलेल्या स्त्रीला मात्र आपली जात गमवावी लागते. ती तिच्या कुटुंबातून आणि नातेवाइकांच्या गटातून बहिष्कृत होते. काही ठिकाणी या बहिष्कृतीचा विधी केला जातो. उदा. दक्षिण–पूर्व मध्य प्रदेशात पहिला नवरा मर्तिकाची मेजवानी (मरती–जात–

भात असे या मेजवानीला म्हणतात.) देतो आणि जातीबाहेर गेलेल्या पत्नीचा प्रतीकात्मक मृत्यू झाला असे जाहीर करतो. इकडे त्या स्त्रीला मात्र नव्या नवऱ्याच्या जातीत पूर्णपणे सामावून घेतले जात नाही. ती सर्वार्थाने सभासद म्हणून विधी किंवा समारंभात भाग घेऊ शकत नाही. अगदी सामाजिक मेजवान्यांमध्येदेखील. तसेच जी स्त्री आपली जात गमावते तिला आपल्या प्रेताच्या अंत्यविधीसाठी ती ज्या माणसाबरोबर राहते त्याच्यावर पूर्णपणे विसंबावे लागते. तो पुरुष मेला आणि त्याला मुलगे नसतील तर तिचे प्रेत कनिष्ठ जातीतले लोक वाहून नेतात आणि कोणत्याही संस्काराशिवाय ते पुरून टाकतात. दक्षिण भारतात आंतरजातीय विवाहापासून झालेल्या मुलांना पहिल्या लग्नापासून झालेल्या मुलांपेक्षा खालचा दर्जा दिला जातो. आईचा कलंक घेऊन त्यांना जगावे लागते. विधवा आणि घटस्फोटित स्त्रियांच्या पुनर्विवाहापासून जन्मलेल्या मुलांना ती समान जातीची असली तरी पहिल्या लग्नापासून झालेल्या मुलांपेक्षा कमी दर्जा दिला जातो, तरीपण तो आंतरजातीय विवाहातून जन्मलेल्या मुलांपेक्षा वरच्या श्रेणीचा असतो. जात आणि आईचा वैवाहिक दर्जा यावर मुलांच्या श्रेणी आधारल्या जातात.

भरभक्कम पितृवंशीय विचारसरणीमध्ये पुरुषाचे रक्त हा मुलांची श्रेणी ठरवण्यातला – त्यांना स्थान मिळवून देण्यातला खरा निर्णायक घटक मानला जातो. अर्थात आई फारच खालच्या जातीची नसेल तर. ही प्रथा दक्षिण भारतापेक्षा उत्तर भारतात जास्त दिसून येते. या बाबतीत हरियानातील जाटांचे उदाहरण पराकोटीचे प्रातिनिधिक मानावे लागेल. ब्राह्मणी कर्मकांडातून तुलनेने त्यांना जास्त स्वातंत्र्य मिळाले आहे आणि विधींची शुचिता आणि प्रदूषण यांच्या नियमांचा त्यांच्यावर डळमळीत प्रभाव पडलेला दिसतो. यामुळे झाले काय, की वसाहतवादाच्या काळात जाट पुरुषांनी चमार आणि चुहरा (मेहतर) अशा अत्यंत कनिष्ठ जातीच्या स्त्रियांशी अगदी मुक्तपणे लैंगिक संबंध ठेवले. अशा संबंधातून झालेली मुले जाट जातीत समावली गेली. जाट लोकांची स्वतःची खास धारणा आहे, की आमचा समाज एखाद्या समुद्रासारखा आहे आणि त्यात जे काही पडते ते जाट बनते. (चौधरी १९९४)

रजपूत किंवा क्षत्रिय दुसऱ्या जातीच्या, बहुतेक वेळा कनिष्ठ दर्जाच्या स्त्रियांबरोबर पुन्हा प्रतिलोम विवाह करायला मोकळे झाले. सत्ताधीश वर्गाने त्यांना मिळालेल्या दर्जाच्या सवलतीचा उपयोग करून इतर वेगळ्या शुद्ध जातीच्या कुमारिकांशी लग्न करायला मंजुरी दिली. अशा विवाहातून जन्मलेल्या मुलांनी बाप आणि आपण एकच आहोत, अशी त्याची ओळख स्वतःला लावून घेतली. ते रजपूत म्हणूनच ओळखले गेले. मात्र, त्यांना त्यांच्या बापापेक्षा खालचा दर्जा मिळाला. त्याचबरोबर दुसऱ्या लग्नसंबंधात स्त्रियांना मात्र रखेली मानले गेले. अजूनही तसेच मानले जाते.

वर्चस्ववादी जातीतले – त्यात रजपूतही आलेच – पुरुष वेगवेगळ्या जातीतल्या

रखेल्या ठेवीत असत. जोवर हे पुरुष अशा स्त्रियांबरोबर संसार मांडीत नाहीत किंवा रखेलीने शिजवलेले अन्न खात नाहीत, तोवर कर्मकांडातल्या त्यांच्या दर्जाला कोणी हरकत घेत नाही. मात्र, अत्यंत कनिष्ठ जातीतल्या स्त्रीबरोबर उघडपणे, दीर्घकाळ असा संबंध त्या पुरुषाने ठेवला असेल, तर मात्र त्याला बहिष्कृतीचा धोका पत्करावा लागतो. त्यांच्या कुटुंबाची सत्ता आणि त्यांना मिळणाऱ्या विशेष सवलती अशा अविचारावर पांघरूण घालू शकतात. तसेच हे पुरुष आपण जे केले त्याचे प्रायश्चित्त घेऊन पुन्हा आपल्या जातीमध्ये परत येण्याची नेहमीच शक्यता असते.

खालच्या जातीच्या स्त्रीबरोबर संभोग केल्यानंतर ओढवून घेतलेल्या प्रदूषणातून पुरुषांना स्वत:ची सुटका करून घेण्यासाठी संस्थात्मक यंत्रणा आहेत. या गुन्ह्यासाठी शुद्धीकरणाचे स्नान आणि विधिपूर्वक प्रायश्चित्त घेणे असे त्याचे स्वरूप आहे. उदा. कर्नाटक आणि तमिळनाडूतले कर्मठ ब्राह्मण खालच्या जातीच्या स्त्रीबरोबर झोपले तर आपले जुने पवित्र जानवे फेकून देतात, शुद्धीकरणाची अंघोळ करतात आणि नवे जानवे गळ्यात अडकवतात. याच्या उलट या जातीतील स्त्री 'बहकली' आणि ती गोष्ट जगजाहीर झाली तर तिला वाळीत टाकतात, ती कुटुंबाला मेली असे जाहीर करतात आणि तिचे एक 'लुटूपुटीचे' श्राद्ध करतात. उच्च जातीतल्या स्त्रीचा जार जर कनिष्ठ जातीतला असेल तर त्याचे दुर्दैवच ओढवते. जाट, रजपूत, ब्राह्मण, कमास अशा जातीतले सत्ताधारी त्याच्या उपजीविकेची साधने हिरावून घेतात, त्याला भरपूर चोप देतात आणि कधी कधी ठारही मारतात.

जातीय वर्चस्व संसाधनांच्या मालकीवर स्थित असते आणि भिन्न जातींच्या धार्मिक दर्जा संदर्भातील कल्पना, तसेच त्याच्याशी संलग्न रक्तगुणाच्या संदर्भातील श्रेणीयुक्त दर्जा यामध्ये गुंतलेले असते. उच्च जातीतल्या बलिष्ठ जमीनमालकांकडून कनिष्ठ जातीच्या स्त्रिया लैंगिकदृष्ट्या लुबाडल्या जातात. खालच्या जातीतल्या पुरुषांना जिरायती शेतीच्या उतरंडीमध्ये त्यांचे उच्च जातीय मालक आणि वरिष्ठ यांच्या इच्छेपासून आणि वासनेपासून आपल्या स्त्रियांचे रक्षण करणे कठीण जाते. इतकेच नव्हे, तर उच्च जातीचे 'बीज' याला मूक संमती असते. फक्त एकदा उच्च किंवा मध्यम जातीतला पुरुष कनिष्ठ जातीतल्या स्त्रीशी सातत्याने संबंध राखून असल्यामुळे त्याच्याच जातीतून वाळीत टाकला गेला असेल तर त्याला तिच्या जातीचा म्हणून ओळखले जाते. त्यांची मुले आईच्या जातीत वाढतात; पण अशा गोष्टी इथपर्यंत सहसा मजल मारीत नाहीत. उच्च जातीच्या पुरुषांचे अल्पकाळ संबंध आणि त्यांनी केलेले लैंगिक अत्याचार यांचा परिपाठच असल्याचे दिसते. अशा गोष्टी किंवा उच्च जातीयांच्या इतरही अशा बाबतीतल्या वागण्याला खालच्या जातीकडून विरोध झाला तर त्याचा परिणाम त्यांच्या स्त्रियांवर लैंगिक अत्याचारांमध्ये होतो. त्यामुळे त्यांच्या जातीतल्या अशा नात्यातल्या पुरुषांचा सन्मान आणि प्रतिष्ठा यांना धक्का पोहोचविला जातो. इथेही इतरत्र घडते

त्याचप्रमाणे बलात्कार म्हणजे लैंगिक हिंसेच्याद्वारे सत्ता दाखविण्याची कृती ठरते. आपल्या वरचढपणाबद्दल ठाम राहणे हा उच्चवर्णीयांचा मालकी हक्काचा अधिकारच आहे असे मानतात. उदा. उत्तर प्रदेशात असे म्हणतात हे तर काय एखाद्या शेळीचे दूध स्वत:च्या इच्छेप्रमाणे केव्हाही काढावे तसे आहे. एखाद्याच्या मर्जीनुसार तो चमार स्त्रीचा केव्हाही उपभोग घेऊ शकतो. विदर्भात कुणबी जमीनमालक त्यांच्या शेतात राबणाऱ्या महार स्त्रियांना हेरतच असतात आणि तुच्छतेने म्हणतात, ‘‘तिला थोडी चार मापटी भरून धान्य द्या, की ती गप्प बसेल.’’ उपजीविकेची साधने आणि विधींचा दर्जा याला जोडलेली आवश्यक मानलेली गेलेली सत्तेची सनदशीर नाती परस्परांची ताकद वाढवतात आणि त्याच्या मुळाशी असते उच्च जातींकडून खालच्या जातीच्या स्त्रियांचे शोषण करणे.

## निष्कर्ष

सरतेशेवटी थोडक्यात मी असे म्हणेन, की बदल घडणे ही प्रक्रिया बाह्यत: कठोर आणि अपरिहार्य वाटते. तरीही आधुनिकतेच्या अदूरदर्शी आवाहनांच्या गप्पा करणाऱ्यांनी जात आणि लिंगभाव यांच्या नात्यांमध्ये बदल घडवून आणले आहेत का? निश्चितच आणले आहेत. सहभोजनावर ताबा ठेवणारे निर्बंध सैल झाले आहेत. त्यांचे स्वरूप बदलले आहे. हा बदल निश्चितच महत्त्वाचा इतकेच नव्हे, तर ठोस असे म्हणता येईल. सामूहिक सवलती तसेच प्रायश्चित्त आणि बहिष्कृती यांच्या अनुषंगाने येणाऱ्या तांत्रिकतेचा जोर कमी झाला आहे. जात आणि लिंगभाव यांना परस्परसमजुतीने जोडणारी अन्न आणि कर्मकांडाची भाषा अजूनही कुटुंब चालवताना बारीकसारीक दोष काढणारीच आहे. निव्वळ सहभोजनाला प्रतिबंध होता. तो नाहीसा झाल्यामुळे विशेषत: मोठ्या शहरांत, शहरी भागात त्याचप्रमाणे ग्रामीण भागातल्या सार्वजनिक ठिकाणी सामाजिक अन्योन्य संबंधात परिवर्तन घडून आले आहे. हिंदू कायदा पद्धतीच्या चौकटीत आंतरजातीय विवाह, घटस्फोट आणि विधवांच्या पुनर्विवाहाला मान्यता देणारे राज्य शासनाचे कायदे झाले. नोंदणी पद्धतीच्या विवाहसंस्थांशी जास्त परिचय होत गेल्यामुळे जातीच्या सीमांबाहेर लग्न होण्याच्या शक्यतेला वाट खुली झाली. त्याचबरोबर मान्यताप्राप्त वैवाहिक मर्यादांच्या अंतर्गत, बोलणी करून, ठरवून केले जाणारे विवाह श्रेष्ठ मानण्याचे प्रमाणही प्रचंड दिसून येते. शेवटी हेच की जातीच्या ओळखीवर संख्यात्मकपणे कारणाच्या विस्तृत संदर्भात जास्त भर दिला जाऊ लागला. हा संदर्भ शासनाची धोरणे आणि ती राबवण्याच्या पद्धती यांच्यावर केंद्रिभूत झालेला आहे. यामुळे जातीच्या परंपरांचे पुनर्गठण करणे, त्याला उजाळा देणे, आणि त्या पुन्हा अमलात आणणे सुरू झाले. जात मेली नाही. लिंगभाव हा जिवंत मुद्दा आहे. जातीची तत्त्वे लैंगिक विषमतेचे विशिष्ट स्वरूप कसे आहे ते सांगतात. जातीच्या सीमा आणि उतरंडी यांचा संबंध जोडला जातो लिंगभावाच्या साहाय्याने.

■

५

# मातृवंशीय पद्धतीमुळे कोणाचा फायदा होतो? पुरुष, स्त्रिया आणि लक्षद्वीप बेटावर झालेला बदल

भारताच्या दक्षिण-पश्चिम किनाऱ्यावरील प्रवाळी बेटांपैकी एका बेटावर राहणाऱ्या मातृवंशीय मुस्लिम समाजात स्त्रियांची परिस्थिती कशी आहे, याचे मूल्यमापन करण्याचा प्रयत्न या निबंधात केला आहे. गटांच्या सातत्यामध्ये स्त्रियांना कसे केंद्रित केले जाते, स्त्रियांना मिळणारा अवकाश/जागा, उत्पादनाची व्यवस्था आणि कामाची विभागणी, शारीरिक हालचाली/हिंडणे फिरणे, मुलांवरचे हक्क, विवाहांचे स्वरूप आणि त्यातले गुणदोष, मालमत्तेसंबंधातल्या महत्त्वाच्या बाबी, अधिकार आणि निर्णयप्रक्रिया या गोष्टींकडे खास लक्ष वेधले आहे. त्यापाठोपाठ मातृवंशीय पद्धतीतल्या सर्वसामान्य गुण-दोषांबद्दल वादग्रस्त ठरलेल्या मुद्द्यांवर चर्चा केली जाईल. शेवटी या बेटाच्या समाजाचे सातत्य आणि बदल यावर मी प्रकाश टाकणार आहे. त्यात आपल्या मातृवंशीय पद्धतीमध्ये सुचवलेल्या बदलांसंबंधी पुरुषांची प्रतिक्रिया काय आहे, याची दखल घेणे हा एक उल्लेखनीय महत्त्वाचा मुद्दा आहे.

इस्लामिक विश्व यावर श्रद्धा ठेवणारे लोक या श्रद्धेपोटी त्यांच्या धर्माच्या काही आवश्यक सिद्धांतांना चिकटून राहिले. त्यामुळे आपली सामाजिक आणि सांस्कृतिक बंधने कायम राखण्याची त्यांची वृत्ती दिसून आली. स्थानिक रीतीभाती तसेच देशी कायदापद्धती यातून या अत्यंत महत्त्वाच्या तडजोडी उभारल्या गेल्या आहेत. त्यात इस्लामने लक्षणीय लवचिकपणा दाखवला आहे. या कायद्याचे पालन करताना सर्वात उल्लेखनीय आणि श्रेष्ठ स्थान आहे गोतावळ्याला. उपजीविकेच्या साधनांचे वाटप, आणि त्यावरचा ताबा, गटांची स्थापना, त्या गटांमध्ये व्यक्तींना मिळणारे स्थान, गटाच्या सदस्यत्वाचे स्वरूप या सगळ्याची नावे हे नातेसंबंधच पुरवितात. गोतावळा म्हणजे केवळ नैतिक तत्त्वांचा नाही तर भौतिक परिस्थितीत त्यांची पाळेमुळे रुतलेली आहेत.

गोतावळ्याची विचारप्रणाली यापासून विलग काढता येणार नाही. कारण ही

विचारप्रणाली या दोहोंना नियंत्रित करते.

इस्लामने पितृवंश हा सामाजिक व्यवस्थेचा नैसर्गिक नमुना म्हणून स्वीकारला आणि एक संहिता तयार केली. त्यावरून अनुमान काढून एक कायदापद्धती बनवली आणि मग इतर प्रकारच्या नातेसंबंधांच्या साच्यात रुळलेल्या बऱ्याच समाजात ही श्रद्धा पसरली. इस्लाम वेगवेगळ्या प्रकारच्या पितृवंशीय सामाजिक संघटनांमध्येच फक्त पसरला. इतकेच नव्हे, तर परंपरेने मिळणारे हक्क, तसेच वारसाहक्क या मातृवंशीय उतरंडीच्या तत्त्वानुसार जगणाऱ्या दक्षिण आणि दक्षिण-पूर्व आशियात आणि आफ्रिकेतल्या बऱ्याच समाजात या श्रद्धा पसरल्या आणि मातृवंशीय विचारप्रणालीमध्ये रुजल्या. केरळच्या समुद्रकिनाऱ्यापासून जरा दूरवर असणाऱ्या अरेबियन समुद्रातली लक्षद्वीप बेटे हे याचे एक विलोभनीय उदाहरण आहे.

## २

कालीकत पासून २०० कि.मी. दूर वस्ती करून राहिलेल्या चार लक्षद्वीप बेटसमूहांपैकी कालपेनी हे एक बेट आहे. लक्षद्वीप, आत्मिंदिनी आणि मिनिकॉय या सर्वांचा मिळून लक्षद्वीप युनियन टेरिटरी बनली आहे. मिनिकॉयचे लोक सांस्कृतिक आणि जातीय दृष्टीने मालदीव लोकांच्या जास्त जवळचे आहेत, तर इतर बेटांवरचे रहिवासी केरळ किनाऱ्यावर स्थायिक झालेल्या हिंदू उतरंडीचे आहेत. ते प्राचीन आणि भ्रष्ट मल्याळम भाषा बोलतात. तिच्यावर अरेबिकचा स्पष्ट प्रभाव पडलेला दिसतो. ऐतिहासिक आणि भाषिक पुरावा बघितला, तर या बेटांवर बहुधा मोठ्या प्रमाणात स्थलांतर झाले असावे, ते इसवी सनापूर्वी ९ व्या आणि १० व्या शतकात. यानंतर सुमारे चार शतकानंतर अरब व्यापाऱ्यांशी संबंध आल्यामुळे या बेटावरचे लोक 'शक्ती' कायद्याच्या संप्रदायाप्रमाणे 'सुन्नी' इस्लाम म्हणून बाटवले गेले. अशा तऱ्हेने इस्लामने हिंदू धर्म उखडून टाकला तरीही मूळ स्थलांतरित लोकांनी या बेटावर आणलेल्या खास मूळ मातृवंशीय नमुन्याची मोडतोड होऊनही तो तिथे पाय रोवून राहिला आणि त्याचे अत्यावश्यक असे स्वरूप आजवर टिकून राहिले आहे.

या पद्धतीत उतरंडीचा शोध आईच्या बाजूने घेतला गेला. फक्त स्त्रीच्या बाजूचे दुवे मातृवंशीय गटात सदस्यत्व मिळण्यासाठी, उपजीविकेच्या साधनांवर हक्क सांगण्यासाठी ग्राह्य धरले गेले.

परजातीत विवाह करणाऱ्या मातृवंशीय उतरंडीच्या गटात – 'तरवाड' म्हणून तो केरळात ओळखला जातो. – स्त्री पुरुष दोन्ही व्यक्तींचा एक गट होता. त्याला अविवाहित स्त्री-पूर्वज स्त्रीच्या स्त्री वंशावळीत आपली उतरंड शोधून सापडली होती. या मातृवंशीयत्वाची खोली तीन ते सहा पिढ्यांमध्ये बदलत आली असावी. तरवाड –हा संपत्तीचा किंवा मिळकतीचा तसेच घरगुती गट असू शकेल. त्यात एकापेक्षा जास्त

उपभोक्ते एकक असतील किंवा कित्येक मिळकतींच्या गटामध्ये त्याचे तुकडे पडले असतील आणि त्यातल्या प्रत्येक गटात एक किंवा अधिक उपभोक्ते एकक असतील. त्याबद्दलचे आकडे यापैकी कितीतरी शक्यता असतील असे सांगतात. तरवाडचे तुकडे पडल्यामुळे किंवा खालच्या पातळीवरच्या मातृवंशीय एककामध्ये झालेल्या मोडतोडीने 'तावझी' किंवा शाखांच्या रेषा/ओळी चालू ठेवण्याचा मार्ग पत्करला असावा. कसेही असले तरी व्यक्तींनी आपल्या मूळ ओळखी त्यांच्या तरवाडमधूनच निघाल्याचे म्हणणे चालू ठेवले.

लग्नानंतरच्या निवासाची पारंपरिक द्विस्थानीय पद्धत होती. नवरा बायकोकडे फक्त रात्रीचाच पाहुणा असे. मुले आपल्या आईकडे किंवा त्यांच्या मातृवंशीय नातेवाइकाकडे राहत. अशा तऱ्हेने मूळ कुटुंब असो किंवा मध्यवर्ती कुटुंबाचे स्वतंत्र युनिट असो किंवा मोठ्या नात्याच्या गोतावळ्यात घट्ट बसलेले असो, कोणत्याही प्रकारचे असले तरी त्याला संस्थेचे स्वरूप आलेले नव्हते. कुटुंबाचा विचार सनदशीर मातृवंशीय एकक म्हणूनच केला जाई. या नमुन्यात सामान्यत: फेरबदल होतच असत; पण मातृवंशीय नात्याचे नसलेले – जसे नवरे, बाप त्या घरात राहत असतील तर ते सर्वस्वी त्यांच्यातले आणि कायम सदस्य मानले जात नसत. ते समाजात त्यांच्या स्वत:च्या 'तारावड'मधले म्हणूनच ओळखले जात.

मालमत्तेची व्यवस्था बघणे पुरुषांच्या हाती असे. भाऊ, मुलगा, बहिणीचा मुलगा आणि असेच इतर. प्रत्येक तरवाडमध्ये आणि प्रत्येक संपत्तीगटात एक कार्नवार (Carnavar) असे. कार्नवार संपत्तीची देखभाल करी, गटातल्या पुरुष सदस्यांना नेमून दिलेल्या कामाची आणि उत्पादनाची व्यवस्था बघे आणि 'मेलाच्छेरी' कामगारांशी मुकाबला करणे, हे त्याचेच काम असे. गटाचा प्रतिनिधी म्हणून तो व्यवस्थापनाशी व्यवहार करी. तसे म्हटले तर तरवाड मालमत्ता भाडेकराराने देणे, ती जंगम स्वरूपाची असली तरी निकालात काढणे, याबद्दलचे अधिकार तत्त्वत: त्याला नसत. मालमत्तेच्या गटांमध्ये विभागल्या गेलेल्या तरवाडच्या कार्नवारला खास आदरसत्काराचा आनंद घेता येत असे. समारंभात, उत्सवात त्याला प्रमुख म्हणून निमंत्रण दिले जाई. तरीही बेटावरच्या कार्नवारला नायर कार्नवारइतकी सत्ता नसे. हा मुद्दा संपत्तीचे स्वरूप आणि बेटावरची उत्पादनाची साधने यांचा विचार करताना चर्चेला घेतला जाईल.

पुरुष जबाबदारीच्या कचेऱ्यात दर्जेदार स्थानांवर असत आणि त्यांच्या त्यांच्या तरवाडच्या तसेच बेटाच्या व्यवस्थापनामध्ये त्यांना अधिकार होते. सर्व धार्मिक कार्ये करणारे पुरुषच होते. या स्थानांवर मातृवंशीय तत्त्वांनुसार वारसा हक्क मिळे.

केरळच्या किनारपट्टीवरील प्रातांतून स्थलांतरित झालेल्यांनी शतकांपूर्वी मातृवंशीय गोतावळा आणि द्विस्थानीय पद्धत आणली यात शंका नाही. हे स्थलांतरित ज्या परिस्थितीत राहण्यासाठी आले त्याविषयी आणि त्या सर्वांनी गोतावळ्याची पद्धत

आणि विवाहानंतरचे राहण्याचे ठिकाण सुरुवातीला एकाच पद्धतीने स्वीकारले की आणखी काही घडले, याबद्दल आपल्याला माहिती मिळत नाही. ही पद्धत फुलवण्यासाठी या बेटांनी अनुकूल पाया रचला, हे मात्र खरे. प्रमुख बेटांशी सातत्याने चालणारे उदरनिर्वाहाचे व्यवहार आणि व्यापार यामुळे संघटित कार्य आणि समन्वय यांची आवश्यकता निर्माण झाली. काही पुरुष अधूनमधून गैरहजर राहणे हे ठरूनच गेले. लोक बेटाच्या एका अरुंद पट्ट्यावर राहत आणि एकमेकांना सहजपणे भेटू शकत. याच गोष्टी परिस्थितीने एकत्र आलेल्या इथे स्थायिक होणाऱ्या वेगवेगळ्या गटांना मातृवशिक वळ आणि द्विनिवास पद्धत स्वीकारण्यास आणि याच पद्धती पुढे चालू ठेवण्यास कारणीभूत ठरल्या असाव्यात. या स्थलांतरितांच्या आर्थिक आणि राजकीय संघटना आणि त्यांची विविध श्रेणीनुसार गटांची पद्धतदेखील ज्या प्रांतातून आले तिथलीच त्यांनी स्वीकारली. तांदूळ हा मुख्य जिन्नस मानून त्यावरच ते अवलंबून राहिले. त्यामुळे मुख्य बेटांशी त्यांचा नियमित व्यापार वाढला. त्यामधून नारळ- त्यांच्या अर्थव्यवस्थेचा कणा - आणि नारळापासून तयार केलेली उत्पादने जसे सुके खोबरे, काथ्या, गूळ, व्हिनेगर - या वस्तूंच्या बदल्यात तांदूळ आणि त्यांच्या इतर गरजा भागवल्या जायच्या.

मुख्य प्रदेशाच्या सत्ताधाऱ्यांच्या वसाहती म्हणूनच बेटे काम करीत, असा १५व्या आणि १६व्या शतकातला पुरावा आम्हाला सापडला आहे. लक्षद्वीप हा बेटांचा समूह पूर्वी अराक्कल सत्ताधाऱ्यांच्या अंमलाखाली होता. तो १८७५ मध्ये ब्रिटिशांच्या ताब्यात आला. १८७७ पासून पुढे या गटातील प्रत्येक बेटावर एक 'अमीन' असे. महत्त्वाच्या तरवाडांचे प्रतिनिधित्व करणाऱ्या कार्नवारांमधून सरकार त्यांची नियुक्ती करी. हे कार्नवार अमीनला न्यायाच्या व्यवस्थापनात मदतनीस म्हणून काम करीत. ही बेटे मलबार प्रातांशी जोडलेली होती. सरकारी तपासनीस अधिकारी या बेटांना भेटी देत, तेव्हा वयस्कर मंडळीच्या मदतीने त्यांच्या केसेस ऐकून घेऊन त्यावर निर्णय देत. तिथे कायद्याची संहिता नव्हती. बेटाचा सांप्रदायिक कायदा आणि त्याचबरोबर इस्लामिक कायद्यातल्या काही बाबींमधून त्यांना मार्गदर्शन मिळे.

शतकानुशतके बेटावरच्या रहिवाशांनी मुख्य बेटांशी व्यापार करून आणि जहाजातून येणाऱ्या वस्तूंच्या मदतीने आपला उदरनिर्वाह चालवला. नारळ हा त्यांच्या अर्थव्यवस्थेचा पाया होता. त्यांचे प्रमुख उद्योग होते सुके खोबरे, काथ्या आणि नारळापासून गूळ, व्हिनिगर अशी उत्पादने तयार करणे आणि ती विकणे. नारळाखेरीज मासे, फळे, भाज्या आणि भरड धान्याचीही ते पैदास करीत.

या बेटांचे एक विशिष्ट स्वरूप होते. ते म्हणजे तीन किंवा चार जातीसारख्या गटांचे परस्परावलंबी, उतरंडीनुसार दर्जा ठरवलेले निवडक आणि परिपूर्ण अस्तित्व. परंपरेचा शोध घेतला तेव्हा त्यांचे पूर्वज नायर, नंबुदिरी, मुकुवन आणि टिया या केरळच्या

जातींचे होते असे आढळले. कालपेनीची लोकसंख्या तीन गटांत विभागली गेली होती. कोया हे परंपरेने जमीनमालक आणि बोटींचे मालक होते. मालमी परंपरा होती खलाश्यांची आणि मेलाछेरी नारळ तोडणारे आणि ताडी गाळणारे होते. अर्ध्यापेक्षा जास्त लोकसंख्या होती कोयांची आणि मेलाछेरी होते एक तृतीयांश. कोया आणि मलेछेरी यांच्यातले आर्थिक स्तरावरचे नाते मालक आणि नोकर या स्वरूपाचे होते.

काही विशिष्ट तरवाड किंवा मातृवंशीय मालमत्तेचे गट अगर कुटुंबे किंवा मलेछेरी यांची काही खास कोया मातृवंशीय युनिट्सशी सेवेची नाती जोडलेली होती. त्यांची मातृवंशीय सामाजिक संघटना आणि पाहुणे नवरे ही त्यांची पद्धती कोयांमध्येही आढळते तशीच होती. सामूहिक उत्पादन उद्योगाची पद्धत असलेल्या जवळचे नाते सांगणाऱ्या मातृवंशीय एककांनीही हाच नमुना स्वीकारला. कित्येक मेलाछरींनी जमिनी आणि झाडे घेतली पण तांडेलन (कामांशी जोडलेले/बांधलेले मजूर) असूनही ते मातृवंशीय एकक म्हणूनच कार्यरत होते.

लक्षद्वीपची युनियन टेरिटरी १९५६ मध्ये स्थापन झाल्यानंतर त्यांनी व्यवस्थापनाच्या कारभारात हळूहळू महत्त्वाचे बदल घडवून आणले आणि बेटावरच्या रहिवाशांच्या जीवनाची बाहेरच्या जगाला जास्त ओळख होत गेली. लोकांच्या शैक्षणिक सुविधा वाढल्या, उच्च शिक्षणासाठी तसेच तांत्रिक आणि व्यावसायिक शिक्षणासाठी मुख्य बेटावर जाण्याच्या संधी मिळू लागल्या. आरोग्य सुविधा मिळाल्या. कुटिरोद्योगांना प्रोत्साहन मिळाले. मासेमारीच्या तंत्राचाही नव्याने परिचय झाला, तंत्रही माहीत करून दिले गेले. सहकारी संस्था स्थापन झाल्या आणि बोटींची आणि टेलिग्राफची/तारयंत्राची सेवा मिळू लागल्याने मुख्य बेटावरच्या दळणवळणाची चांगली सोय झाली. त्याचबरोबर कितीतरी विकास योजना सुरू झाल्या.

## ३

या पद्धतीमध्ये मूल त्याच्या आईच्या गटाचे मानले जाते. तिच्या साधनसामग्रीत त्याला वाटा मिळतो. त्याच्या गटातली त्याची ओळख त्याच्या आईकडूनच त्याला मिळते आणि साधनसामग्री किंवा उपजीविकेची साधने, आसरा, पालनपोषण आणि शिक्षण यांचा हक्क त्याच्या आईच्या तरवाडमधून मिळे. तरवाड आणि तावाझी यांच्या आद्यप्रवर्तक म्हणून स्त्रियांचा विशेष आदर केला जाई. मातृवंशीय गटातल्या सर्वात वयोवृद्ध स्त्रीला प्रतिष्ठा आणि अधिकाराचे स्थान होते आणि निर्णयप्रक्रियेत ती महत्त्वाची भूमिका बजावीत असे. तरवाडचे सदस्यत्व आईपासून सुरू होणाऱ्या स्त्रीत्वाच्या दुव्यांतूनच गणले गेले/मानले गेले. त्याने व्यक्तीला त्याचा मालमत्तेवरचा हक्क मिळवून दिला. यात प्रामुख्याने जमीन, झाडे, बोटी, इमारती, मासेमारीचे पाट, पाणी जिरवणारे खड्डे आणि एकीकडून दुसरीकडे नेता येणाऱ्या वस्तू यांचा समावेश होता. तरवाडमधल्या

मालमत्तेतला हिस्सा दुसऱ्याला देऊन टाकता येत नसे. तरवाडची मालमत्ता एक प्रकारे सामूहिक मालमत्ता होती. तत्त्वत: ती हस्तांतरित न होणारी होती. तिच्या सदस्यांना त्यांच्या रास्त हिश्श्याप्रमाणे ती वापरायला मिळे. कालपेनीमधील संपत्तीची विभागणी होताना आईचा हिस्सा तिच्या सगळ्या मुलांमध्ये त्यांच्या उपयोगासाठी सारखा वाटला गेला होता.

तरवाडची मालमत्ता स्त्री किंवा पुरुष कोणालाही व्यक्तिगतरीत्या विकून टाकता येत नाही. कारण ती मातृवंशीय गटाची समाईक मालमत्ता असते. सर्व सभासदांच्या संमतीशिवाय ती विकता किंवा देऊन टाकता येत नाही. तरवाड संपत्तीवर स्त्री आणि पुरुष यांचा सारखाच हक्क असतो; पण वारसाहक्काचे तत्त्व स्त्रीच्या नात्यातून मानलेले असते. त्यामुळे आईकडून तिच्या मुलांकडे जाणारा हिस्सा सुरक्षित राहतो आणि पुरुषाचा हिस्सा त्याच्या मृत्यूनंतर त्याच्या जवळच्या मातृवंशीय नातेवाइकांकडे जातो. आपल्या हयातीत पुरुष तरवाडच्या झाडांचा हिस्सा आपल्या बायकोच्या हिश्शाशी जोडू शकतो आणि त्यावर काम करू शकतो. पण हा करार त्याच्या मृत्यूनंतर संपुष्टात येतो. मुले आईच्या तरवाडची सभासद असतील तर बाप त्याचा हिस्सा आपल्या मुलांना देऊ शकत नाही. याचाच अर्थ असा, की मातृवंशीय मालमत्तेमध्ये स्त्रियांना श्रेष्ठ दर्जाचा हक्क होता. दुसऱ्या प्रकारची मालमत्ता (Swontham-Swottun) स्वकष्टार्जित व्यक्तिगत मालकीची होती आणि तिचा विनियोग करता येत असे. तो इस्लामी कायद्याच्या देखरेखीखाली केला जाई. स्वतंत्रपणे अर्थार्जन करण्याचे फारसे मार्ग उपलब्ध नसल्याने या प्रकारची मालमत्ता अगदी थोडी होती. सरकारी नोकऱ्या आणि योजना यांमुळे कमाईचे बरेच मार्ग खुले झाले. स्वकष्टार्जित कमाई काही प्रमाणात वाढली. Swontham स्वकष्टार्जित मालमत्ता एखादा पुरुष आपल्या बायकोसाठी आणि मुलांसाठी तावाझी संपत्तीच्या शाखेत बदलून टाकू शकत असे. (पाहा : दुबे १९९४)

मातृवंशीय उतरंड आणि वारसाहक्काखेरीज निवासाच्या बाबतीत स्त्रियांना फार अनुकूल परिस्थिती लाभली होती. पुरुषांप्रमाणेच स्त्रियांना लग्नानंतर माहेरचे घर सोडून जावे लागत नव्हते. पुरुष त्याच्या बायकोच्या घरी रात्र काढीत असे आणि सकाळी स्वत:च्या घरी परत जाई. ए. आर. कुट्टी यांनी १९६० च्या सुरुवातीला कुटुंबांची शिरगणती केली त्या वेळी अस्तित्वात असलेल्या विवाहांमध्ये ७५.५ टक्के नवरे 'पाहुणे नवरे' या सदरात मोडत होते. अर्थातच निवासाची द्विस्थानीय पद्धतच ठळकपणे आढळली. स्त्रीला माहेरापासून तोडले जात नसे. ती आपल्या मातृवंशीय नात्यामध्येच राहत असे आणि काम करीत असे.

या आधीच सांगितल्याप्रमाणे संपत्तीची व्यवस्था आणि कामाची आखणी ही कार्नवारची जबाबदारी होती, पण त्यामुळे एक पुरुष म्हणून त्याचा अधिकार सहसा दडपला जात नसे. संपत्तीचे स्वरूप सामूहिक मालकीचे होते. त्यातले काही शेअर (भाग) व्यक्तिगत सभासदांना त्यांच्या उपयोगासाठी दिले जात. त्यावर कोणाचाही

संपूर्ण हक्क नसे. स्वत:च्या मार्गदर्शनाखाली स्त्रिया जे सामूहिक उद्योग चालवीत त्यांची आणि मातृवंशीय सामाजिक संस्थांची व्यवस्था या सर्व गोष्टी एकत्र मिळून निरंकुश अधिकार गाजवण्याला प्रतिबंध करीत. जे अधिकारपदावर असत आणि जे व्यापारासाठी दौरे काढून बाहेरच्या जगाशी संपर्क साधीत अशा पुरुषांचे महत्त्व वाढवायला व्यापाराशी संबंधित उद्योग भरीव मदत करीत. तरीही त्यांना निरंकुश सत्ता मिळत नसे. ती व्यक्ती उत्तर भारत, बांगलादेश किंवा पाकिस्तानातल्या एखाद्या गटात किंवा मुस्लिम कुटुंबाशी नाते राखून असलेल्या वस्तीतली असेल तर तिला पितृवंशीय पितृस्थानीय एकत्र कुटुंबातून कुटुंबप्रमुखाच्या जागेवरून दूर सारले जाई. महत्त्वाची गोष्ट अशी, की कार्नवार त्याच्या नात्यातल्या स्त्रियांच्या लैंगिक किंवा प्रजोत्पादन या बाबतीतल्या जगण्यावर ताबा ठेवू शकत नसे. अर्थातच स्वत:च पुढाकार घेणाऱ्या, कार्यक्षमता असलेल्या आणि बेटावरची महत्त्वाची अधिकारपदे गाजवणारे पुरुष यातून काही पुरुषांची सत्ता विशेषत: वाढली. संपत्तीवरून होणारी भांडणे आणि बेटाच्या सल्लागार मंडळाच्या कामकाजाच्या अहवालावरून हे लक्षात येऊ शकेल.

तरवाडच्या मुलामुलींची पहिली लग्ने ठरवण्यात स्त्रियांचा फार मोठा वाटा असे. ही लग्ने लहानपणीच होत. नंतरची लग्ने मात्र संबंधित व्यक्ती स्वत:च्या निवडीनुसार करीत. आई आपल्या मुलींना आणि त्यांच्या नवऱ्यांना/जावयांना आपल्या जबरदस्त प्रभावाखाली ठेवी. घराची आणि स्वयंपाकाची स्वामिनी या तिच्या भूमिकेमुळे तिला या कामात खूपच वाव मिळे. लग्नातल्या भांडणामध्ये एक प्रश्न पुरुषाला हमखास विचारला जाई की, त्याच्याकडे त्याच्या बायकोच्या घरी संध्याकाळच्या जेवणासाठी भरपूर प्रमाणात चांगले अन्न, खास करून मासे आहेत की नाही, अपत्यजन्म, लग्न, मृत्यू, मुलाची सुंता आणि मुलीचे कान टोचणे या बाबतीतल्या धार्मिक कर्मकांडाचे, व्रते आणि समारंभाचे सर्व निर्णय आणि त्यांची प्रत्यक्ष कार्यवाही या सगळ्यात मातृवंशीय गटाच्या स्त्रिया फार महत्त्वाची भूमिका बजावीत. त्यातही वयस्कर स्त्रीच खरी अधिकारी असे. तिचे वय आणि कार्नवारशी असलेल्या तिच्या नात्याचा दर्जा यांच्या आधारावर ती आपला वचक बसवू शके. तरवाड पुरुषांच्या बायकोच्या घरी तांदूळ आणि नारळ पुरविण्याबद्दल वार्षिक रकमेच्या वसुलीचे निर्णय आणि या पुरुषांच्या बायका आणि मुले यांना देण्याच्या भेटवस्तू हे खास स्त्रियांचे अधिकारक्षेत्र. खास करून पुरुषांची स्वतंत्र कमाई नसेल तेव्हा!

Laurel Schwede (1986) यांनी पटवून दिले आहे, की सुमात्रामधील मिनान्गकाबाऊमध्ये (Minangkabau) अधिकार गाजविणे हे सर्वस्वी पुरुषाचे काम आहे, ही कल्पना फोल ठरली आहे. लक्षद्वीप बेटांच्या पुराव्यावरून असे आढळले, की तिथे अशा काही संस्था आहेत ज्यांच्या दृष्टीने रचनात्मक गटांमध्ये अधिकाराचे एकुलते एक स्थान शोधणे याला काहीच अर्थ नाही. याउलट अधिकाराचे जास्तीत

जास्त स्रोत आणि त्यांचा समतोल असण्याची आम्हाला गरज आहे. अधिकार एकाच ठिकाणी केंद्रित नाही तर तो ठिकठिकाणी विस्तृत झालेला, पसरलेला आहे, हे सर्व स्त्रिया आणि अवकाश, वैवाहिक नाती आणि मालमत्तेचे व्यवहार याविषयी चर्चा करताना अधिक स्पष्ट होईल.

४

कालपेनीमध्ये घरादाराचा अवकाश स्त्रियांशी केवळ जोडलेलाच नव्हे, तर तो त्यांच्या मालकीचा होता. स्त्रियांच्या गरजा डोळ्यांपुढे ठेवून घरे बांधली गेली, वाढवली गेली आणि त्यांची पुनर्बांधणी केली गेली. कारण स्त्रियांकडे प्राथमिक रहिवाशी म्हणून बघितले गेले होते. स्त्री तिच्या नवऱ्याला आपल्या घरात घेई आणि तिथे आपल्या मुलाबाळांना वाढवी. घराच्या आसपास ती कितीतरी उत्पादक उद्योग चालवी. सामान्यत: पुरुषांची घराशी कायमची जवळीक किंवा बांधिलकी नसे. ज्यांचे लग्न झालेले नसेल किंवा लग्न मोडले असेल असे पुरुष व्हरांड्यात किंवा श्राम्बीमध्ये (shrambi) झोपत. श्राम्बी म्हणजे नारळ साठवण्यासाठी बांधलेली कोठी; पण तिला खिडक्या पाडून ती सुखसोईंनी युक्त, साईस्कर अशी खोली तयार केली जाई. जोपर्यंत आई जिवंत आहे तोपर्यंत सर्वसाधारणपणे पुरुषाची उत्तम काळजी घेतली जाते, अशी भावना त्यांच्या मनात असे. त्याच्या बहिणी त्याला हवे-नको ते पाहत, त्याची देखभाल करीत; पण त्याच्या बहिणीच्या मुलीही तसेच करतील अशी तो अपेक्षा ठेवू शकत नसे. जर मोठ्या मातृवंशीय गटाची संपत्ती त्याच्या ताब्यात दिलेली असेल, तो तिची देखरेख करीत असेल तरच हे शक्य होत असे. जेथे (uxorilocal) प्रकाराचा निवास असेल तेथे सहजच पत्नीशी घटस्फोट झाला तर किंवा पत्नीचा मृत्यू झाला तर पुरुषाला आपल्या पत्नीचे घर सोडावे लागत असे; परंतु आपल्या मुलांबरोबर या पुरुषाने राहण्याचे ठरविले तर तो तसे करू शकत होता; परंतु ते घर त्याच्या मालकीचे नसे.

याच्या उलट स्त्री मात्र नेहमीच आपल्या मातृवंशीय घरात सुरक्षित होती. तिच्या आईला किंवा मामाला त्यांच्या मनाविरुद्ध तिने लग्न केल्यामुळे त्रास झाला असला किंवा नवऱ्याबरोबर तिचे संबंध कसे असावेत या बाबतीत त्यांचा सल्ला तिने ऐकला नाही, तरी तिला घर सोडून जायला कोणी सांगत नसे. विभक्त होण्याची कोणतीही हालचाल करण्यापूर्वी तिला दुसरे घर घेऊन द्यावे लागे. तरवाडच्या विभागणी संबंधीच्या अहवालात या प्रथेची उदाहरणे स्पष्टपणे आढळतात. तावाझीच्या संदर्भात मालमत्तेच्या विभागणीचे विशिष्ट परिणाम दिसतात - स्त्री सभासदांपासून निघालेल्या शाखा - आणि जिथे जिथे घरगुती गटांमध्ये तुकडे पडत तेव्हा त्यांच्या स्त्री सभासदांसाठी नव्या घरांची व्यवस्था करणे भाग पडे.

स्त्रियांच्या परिस्थितीचे मूल्यमापन करताना प्रत्यक्ष जागा देताना ज्या मार्गांचा

अवलंब केला जाई ते फार महत्त्वाचे ठरतात. कालपेनीमध्ये स्त्रियांचे निवासाच्या अवकाशाशी असणारे नाते वारसाहक्काच्या नियमांशी जोडलेले होते. हे वारसाहक्काचे नियम स्त्रियांना संपत्तीमध्ये अदेय हक्क देत असत आणि त्याचा संबंध ज्या माहेरच्या घरांमध्ये त्या राहत असत त्याचा निवासी साचा त्यामधून ठरत असे. याचा परिणाम असा की कालपेनीतल्या स्त्रियांना सुरक्षितता, आत्मसन्मान आणि स्वायत्तता यांचा आनंद अनुभवायला मिळत असे. उत्तर भारतातील पितृवंशीय मुस्लीम स्त्रियांची अवस्था अगदी दोलायमान किंवा डळमळीत स्वरूपाची दिसून येते. त्यामुळे या आणि कालपेनीतल्या स्त्रिया यांचे जीवन परस्परविरोधी होते. या मुस्लीम स्त्रियांच्या दृष्टीने लग्न म्हणजे माहेरच्या गटातले सदस्यत्व जाणे, नवऱ्याच्या घरी माहेर सोडून राहायला जाणे आणि सतत असुरक्षितपणाची भावना बाळगणे. नवऱ्याच्या घरी राहण्याच्या हक्कासाठी त्याच्या अपेक्षेप्रमाणे जास्तीत जास्त वागणे ही गर्भित अट असल्याचे त्यावरून दिसते. स्त्रीला केव्हाही 'घरातून चालती हो' असे सांगितले जाई. लग्नाच्या करारात असे प्रसंग टाळण्यासाठी काही कलमे असतील आणि सर्वच सामाजिक आणि आर्थिक स्तरात हे घडेलच असे नव्हे. या समाजात सर्वदूर पसरलेली हिंसा आणि अत्याचार बघता कालपेनीतल्या स्त्रिया आणि उत्तर भारतातल्या पितृवंशीय मुस्लीम स्त्रिया यांच्यातली ही तफावत स्पष्टपणे जाणवते.

कालपेनीतल्या जवळच्या नातातल्या मातृवंशीय स्त्रियांची जसे बहिणी, मावश्या, मुली आणि बहिणीच्या मुली यांची घरे जवळजवळ असतात आणि त्यामुळे त्या सगळ्या एकमेकींच्या जवळपासच राहतात. कारण मातृवंशीय गटांच्या जमिनी एकमेकांना लागून असतात. याचा अनेक प्रकारे फायदा होतो. उदा. काथ्या वळण्याच्या उद्योगासारखे उद्योग सामूहिक होते; पण जिथे तरवाड जमिनी विकत घेतल्यामुळे पांगलेल्या होत्या आणि जिथे नवऱ्यांनी बायकोसाठी आणि मुलांसांठी घरे बांधली होती तिथे काही तावाझींची घरे एकमेकांना लागून नव्हती.

मालमत्तेचे स्वरूप आणि कामाची व्यवस्था इथे सुसंगत आणि योग्य दिसतात. मालमत्तेमध्ये प्रामुख्याने नारळाची झाडे, पिकांसाठी जमीन, घरे, घरे बांधण्यासाठी मोकळी जागा, मासेमारीसाठी काढलेले पाट, साली आणि टरफले भिजवण्याचे खड्डे आणि हलवून कोठेही नेता येईल असा दागदागिन्यांसह सर्व माल. स्त्री-पुरुषांमध्ये कामाची व्यापक वाटणी केलेली असे. त्यात पुरुषांचे प्रमुख उद्योग म्हणजे सुके खोबरे तयार करणे, शेती, मासेमारी, घरे आणि बोटी बांधणे आणि अधूनमधून गरजेप्रमाणे व्यापारासाठी बोटीतून दौरे काढणे. खालच्या गटातले पुरुष मलेछेरी - झाडांवरून नारळ उतरवीत आणि ताडी गाळीत. नारळाची साले, टरफले सोलीत आणि ती खड्ड्यात भिजत घालायला मदत करीत. घरकाम आणि मुलांचे पालनपोषण या आद्य कर्तव्यांची जबाबदारी मुख्यत: स्त्रियांची. ती पार पाडून त्याखेरीज स्त्रिया काथ्या वळणे,

व्हिनेगर आणि गूळ तयार करणे यात गुंतलेले असत. काथ्या टप्प्याटप्प्याने वळावा लागे आणि या कामाची व्यवस्था मुख्यत्वे स्त्रियाच बघत. स्त्री-पुरुषांच्या कामाची विशिष्टपणे विभागणी केलेली होती. त्यामुळे मातृवंशीय स्त्री आणि पुरुषांचे गट परस्परांवर अवलंबून असत. कारण हा उत्पादनाचा गट होता.

कामाची अशी परस्परावलंबी विभागणी असली तरी त्यावरून मातृवंशीय नात्याचा पुरुष किंवा अर्थातच तिचा नवरा यांना स्त्रीवर कडक ताबा मात्र ठेवता येत नव्हता. अगदी पितृकेंद्रित (uxorilocal) निवासव्यवस्था असली किंवा नवऱ्याने आपल्या तरवाड संपत्तीतला हिस्सा तिच्या घराला जोडून टाकला असला तरीही संपत्तीवरचा हक्क स्त्रीकडूनच मिळे. घरे त्यांच्या मालकीची होती. त्यामुळे बऱ्याचशा पितृवंशीय समाजातल्या स्त्रियांप्रमाणे या स्त्रियांकडे निराधार, निराश्रित म्हणून पाहण्याचा प्रश्नच उरत नसे. स्त्री गरज असेल तर केव्हाही मदत मिळवू शकत असे. स्त्रीला जेव्हा आवश्यकता असेल तेव्हा मातृवंशीय नातेवाइकांकडून मदत मिळू शकते. तिचा जर घटस्फोट झाला असेल आणि पुनर्विवाह झाला असेल; तर तिच्या संपत्तीसंदर्भात जी पुरुषांची कामे म्हणून नेमलेली असतील ती कामे करण्यासाठी पुनर्विवाहित नवऱ्याकडून मदत घेता येत होती. छोट्या छोट्या आर्थिक व्यवहारांबाबत त्यांना चांगली जाण असे आणि या व्यवहारात प्रत्यक्ष भाग घेण्यासाठी मोकळेपणाने हिंडण्याचे त्यांना स्वातंत्र्य असे.

पडदा आणि स्त्रियांना समाजापासून दूर ठेवण्याची पद्धत इस्लामिक समाजाला चिकटलेली होती. तिला धार्मिक मान्यता आहे असे समजत. मुख्य बेटावरचे, भारताच्या द्वीपकल्पात न राहणारे मुस्लीम आणि बेटावरचे रहिवासी या बाबतीत त्यांच्या अगदी उलट होते. त्यांच्यात पडदा नव्हता. खांद्यावरून पुढे ओढलेला एक कापडाचा तुकडा पुष्कळदा डोके झाकण्यासाठीदेखील वापरला जाई. लग्नाच्या वेळी आणि नंतरही काही विशिष्ट प्रसंगी हे कापड वराने वधूला देण्याची प्रथा होती. इस्लामिक पडद्याचा उद्देश नम्रपणा आणि स्त्रियांचे संरक्षण असा होता. त्याला हा माफक पर्याय असावा असे दिसते. त्याचे स्त्रियांवर कोणत्याही प्रकारे बंधन किंवा दडपण नव्हते. काही स्त्रिया साड्यादेखील नेसायला लागल्या होत्या.

स्त्रिया घरादाराच्या अवकाशात अडकून पडलेल्या नव्हत्या. त्या बेटावर मुक्त संचार करीत काम करीत. खरेदी-विक्री करीत, गाठीभेटी घेत, धार्मिक प्रवचनांना जात आणि वेगवेगळ्या समारंभांत आणि सभांमध्ये भाग घेत. तसेच भांडणे सोडवून तडजोड करीत. कोर्टकचेऱ्यांच्या कारभारातही भाग घेत. अर्थातच हा त्यांचा भाग पुरुषांइतका फारसा मोठा नसे. पुष्कळदा त्यांचे नातेवाईक किंवा मुखत्यार त्यांचे प्रतिनिधित्व करीत. बोटी येण्या-जाण्याच्या वेळी त्या किनाऱ्यावर मोठ्या संख्येने जमत. घरात किंवा घराबाहेर त्यांना समाजापासून दूर ठेवलेले कधीच दिसून येत नसे. अगदी परक्या

माणसांपासूनसुद्धा स्त्रिया स्वतःला झाकून ठेवण्याचा प्रयत्न करत नसत. असे असले तरी जेव्हा कुटम (Kootam) असे (तंटे सोडविण्यासाठी घेतलेली सभा) तेव्हा ज्यांना प्रश्न विचारले जात त्या स्त्रिया आतल्या खोलीत दाराआड उभ्या राहत. काझीच्या लिखापढीसमोर येत नसत. 'कचेरी'मध्येसुद्धा स्त्रिया सभांमध्ये हजर राहू शकत आणि त्यांची मते मांडीत असत; पण हे काम प्रामुख्याने उघडपणे आणि मोठ्याने बोलणाऱ्या वयस्कर स्त्रियाच करीत.

फारच थोड्या उत्पादनाचे उद्योग घराच्या चार भिंतींआड चालत. काथ्या वळण्याच्या सामूहिक उद्योगासाठी अगदी जवळ घराबाहेरची जागा वापरली जात असे. गूळ बनवण्याची भट्टी घराबाहेरच असायची. यात काम करण्याच्या जागा बंदिस्त नसत. पुरुष जिथे सुके खोबरे तयार करीत त्या जागांवरदेखील स्त्रियांना मज्जाव नसे. आधुनिक शिक्षणाच्या सुविधा मिळायला सुरुवात झाली तेव्हा मुलींना शाळेत जाण्यापासून कोणी अडवले नाही. शिक्षणाचा मूळ हेतू नोकऱ्या मिळणे ही कल्पना केवळ मुलांना नव्हे तर मुलींनाही लागू केली जाई. आणि काही तरुण स्त्रिया मुख्य प्रदेशात मेनलँडमध्ये शिक्षणासाठी जाऊ लागल्या होत्या.

तरीही सामान्यतः बेटाबाहेरचा अवकाश स्त्रियांना कामासाठी मिळत नसे. खोल समुद्रातली मासेमारी हे पुरुषांचे काम होते. जास्त महत्त्वाची गोष्ट म्हणजे मेनलँडमध्ये व्यापारासाठी फक्त पुरुषच जात असत. स्त्रिया मागे राहत आणि ते सुरक्षित राहू देत म्हणून प्रार्थना आळवीत. कित्येक पुरुष मेनलँडमध्ये कधीच बोटीतून जात नसत. त्याचे मुख्य कारण हे की त्यांच्या जवळ साधने नसत. स्त्रियांना मेनलँडमध्ये नेले जाई ते वैद्यकीय उपचारांसाठी आवश्यक म्हणून किंवा मक्केला जाण्याच्या वाटेवर म्हणून. बेटापासून दूर किंवा परक्यांमध्ये मिसळताना त्यांना मार्गदर्शनाची आणि संरक्षणाची गरजच आहे, अशा दृष्टीने त्यांच्याकडे पाहिले जात असे.

## ५

स्त्रियांची सापेक्ष स्वायत्तता आणि त्यांना फायदा मिळवून देणारे त्यांचे स्थान लग्न आणि घटस्फोट यांच्या बाबतीत स्पष्टपणे दिसून येत असे. या क्षेत्रात उपखंडातल्या मुस्लीम समाजातल्या स्त्रिया खास करून बळी पडत. कालपेनीतली लग्ने शरिआप्रमाणे होत असत. ती धर्मग्रंथ आणि कायदा यांनी आखून दिलेल्या आवश्यक अटी पूर्ण करीत तरीही लग्नात ज्या गोष्टी इस्लाम डोळ्यांसमोर ठेवून त्यावर भर देत असे त्यापेक्षा मूलतः प्रत्यक्षात त्यांचे स्वरूप वेगळे होते.

लग्नामध्ये हक्क आणि कर्तव्ये यांचा फारच थोडा समावेश केलेला असायचा. कौटुंबिक गटांची अदलाबदल झाल्यामुळे घरातच लग्न होण्याची परंपरा टिकून राहिली नाही. या आधी म्हटल्याप्रमाणे स्त्री आपल्या स्वतःच्या घरात सुरक्षित असे. तिच्याकडे

'देऊन टाकण्याची वस्तू', 'वडिलांच्या घरची पाहुणी' किंवा 'वाटेवरचा पक्षी' अशा तऱ्हेने बघितले जात नसे. उपखंडातल्या हिंदू आणि मुस्लीम मुलींसाठी ही सांस्कृतिक भाषा सरसकट सारखीच वापरली जायची. या कल्पनांतून नात्यानात्यातली लग्नेदेखील वगळली जात नसत. वालीची (Wali) भूमिका एक धार्मिक उपचार होता आणि मेहेर ही धार्मिक ग्रंथांची औपचारिक संमती मानली जाई. मेहेरची रक्कम क्षुल्लक असे आणि त्यात पुरुषाचा आपल्या बायकोवर कोणत्याही प्रकारे अधिकार प्रस्थापित होऊ शकत नसे. काझीच्या विवाहविषयक नोंदणीबुकात तर मेहेरचा थोडा भाग दिला जाई किंवा कधी कधी मुळीच दिला जात नसे.

इस्लामिक कल्पनेप्रमाणे बायको आणि मुले सांभाळण्याची जबाबदारी नवऱ्याची असते. ती तोंडी मान्य केलेली असली तरी याची तरतूद केली जात असे. खरं तर लग्नामुळे ही कल्पना पुरेशी स्पष्ट होण्यास काही मदत होत नाही. लग्न टिकून राहते तोपर्यंत नवरा रीतीप्रमाणे बायकोच्या दारी वार्षिक वेतन देत राहतो. हे वेतन म्हणजे तांदळाच्या दोन किंवा तीन गोणी आणि २० ते ५० नारळ. मेनलँडशी मोठ्या प्रमाणावर संबंध जोडले गेले तर चहा, साखर आणि साबण यांची तांदूळ आणि नारळात भर पडे. त्याच्याकडून आणखी अपेक्षा असे ती त्याने बायकोला कपडे, सौंदर्यप्रसाधने भेट द्यावीत. तसेच गरोदरपणात आणि मूल जन्मल्यावर कोंबडीसारख्या खास गोष्टी द्याव्यात. तसेच खास उत्सवप्रसंगी किंवा मेनलँडहून परतल्यावर बाप मुलांना बहुधा भेटी आणीत असे. सांस्कृतिकदृष्ट्या या प्रथेची कल्पना तशी अस्पष्टच होती. आम्ही तांदूळ आणि नारळ यांचे भेटवस्तू म्हणून आधीच वर्णन केले आहे. पण मल्याळम भाषेचा आधार घेतल्यास बेटावर या भेटवस्तूंना चिलाव (Chilav) म्हणजे खर्च असे म्हणत.

इस्लामने आदेश देऊन देखभालीचे जे कर्तव्य सांगितले होते त्याची प्रतीकात्मक पूर्तता अशा खर्चातून होत असे. जरी व्यवहारामध्ये या खर्चाचा अर्थ बायकोच्या घरादाराने, वेळोवेळी भेट देणाऱ्या नवऱ्याच्या सायंकाळच्या जेवणासाठी किंवा बऱ्याच वेळा त्याच्या न्याहारीसाठी केलेल्या खर्चाची भरपाई म्हणून पाहता येईल, परंतु 'चिलाव'मधून धार्मिक कायद्याचा अर्थही सूचित होतो.

स्त्रीच्या श्रमांचा अपहार किंवा मुलांवर तिचा असणारा हक्क नवऱ्याने किंवा नवऱ्याच्या नातेवाइकाने हिसकावून घेणे यातले येथे काहीच दिसत नाही. नवरा-बायको स्वतंत्र व्यक्ती म्हणून अस्तित्वात असतात.

त्यापैकी कोणाचाच दुसऱ्याच्या उत्पादक श्रमावर अधिकार नव्हता. वैवाहिक नात्यांचा एक वेगळाच भाषार्थ होता. बायकोने नवऱ्याच्या हो ला हो म्हणण्याची अपेक्षा नव्हती आणि नवऱ्याची व्यक्तिगत सेवा करणे हे बायकोचे नैतिक कर्तव्य आहे, या कल्पनेचा थांगपत्ताही तेथे नव्हता.

स्त्रीशी संभोगाचा नवऱ्याला खास हक्क असला तरी एखाद्या स्त्रीने त्या बाबतीत

त्याचा उपमर्द केला म्हणून तिचा शारीरिक छळ करण्याचा किंवा तिच्या गरजा नाकारण्याचा त्याला हक्क नव्हता आणि तशी साधनेही नव्हती. बायकोच्या प्रामाणिक-पणामुळे एखाद्या पुरुषाचा अभिमान डिवचला गेला तर तिच्यावरच्या शारीरिक अत्याचार ही त्याची नैसर्गिक प्रतिक्रिया मानली जाते आणि ती कुराणसंमत आहे, ही गोष्ट बेटांच्या विचारात कोठेच बसत नाही. हे जरी या शब्दात स्पष्ट मांडले गेले नसले तरीही एखाद्या विवाहित स्त्रीचा विवाहानंतर तिचा स्वत:च्या शरीरावरचा हक्क संपत नसे. अन्याय झालेला नवरा त्यातल्या त्यात फक्त घटस्फोटाचा आधार घेऊ शकत होता, परंतु असा घटस्फोटही स्त्रीला हवा आहे म्हणून घेतला जाई. असे केल्याने तिला मिळणाऱ्या अनेक फायद्यांपासून मुकावे लागले तरी तिची इच्छा महत्त्वाची ठरे.

एकाच वेळी सैद्धांतिक पातळीवर पुरुषाला नवरा म्हणून चार बायका करण्याचा अधिकार असल्याने बायकोला लैंगिकदृष्ट्या नवऱ्यावर सर्वस्वी हक्क सांगणे शक्य नव्हते. पुरुष काही वेळा या सवलतीचा फायदा घेत असत, पण नवऱ्यांच्या इतर लग्नांबद्दल किंवा विवाहबाह्य लफड्यांबद्दल स्त्रियांची फारच तिखट प्रतिक्रिया होती. ही परिस्थिती घाईघाईने, सहज घटस्फोट घ्यायला उद्युक्त करीत असे. द्विपत्नीत्व बहुतांशी अल्पजीवी ठरे. बहुपत्नीत्व (polygyny) क्वचितच दीर्घकाळ टिके. कालपेनीची १९६१-६२ मध्ये शिरगणती झाली. त्यात असे आढळले, की त्या वेळी नुकत्याच लग्न झालेल्या ६७० पुरुषांपैकी फक्त ६ पुरुषांना एकापेक्षा जास्त बायका होत्या आणि माझ्या १९६९ मधल्या पाहणीप्रमाणे १७८ विवाहित पुरुषांमध्ये फक्त दोघे बहुपत्नीक होते. आपण जर अशा विवाहांमधील निवासाची रीत पाहिली तर सवतींना घरामध्ये वाटा दिला पाहिजे किंवा स्वयंपाकाची भांडी दिली पाहिजेत असे दिसत नसे. त्याप्रमाणेच लैंगिक जीवनामध्ये त्यांचा जो सहभाग असतो, तसेच वेळोवेळी मिळालेल्या भेटी घेऊन येणाऱ्या म्हणून सवतींची जी भूमिका असते, त्याकडे फारसे कनवाळूपणे पाहिले जात नसे.

निकाहामुळे मुलांचे पितृत्त्व सिद्ध होई. वंशावळ आणि सामाजिक ओळख उपजीविकेची साधने, आसरा मिळणे आणि दैनंदिन जीवन या बाबतीत मात्र मूल त्याची आई आणि मातृवंशीय गटांचे ठरत असे. बापाचा आपल्या मुलांवर फारच थोडा हक्क होता. परंपरेने त्यांच्या पालनपोषणाची त्याच्यावर कायदेशीर जबाबदारीही नव्हती. त्याची क्षमता आणि मुलांशी त्यांची खूप जवळीक असली तर तो पुरुष त्यांचे शिक्षण, कपडालत्ता आणि इतर गरजा यांच्यावर पैसे खर्च करी. मेनलँड आणि विस्तृत इस्लामिक जगाशी वाढता संपर्क आल्यामुळे पुरुषाने मुलांची जबाबदारी स्वीकारावी ही कदाचित धर्माज्ञा असावी, अशी भावना वाढीस लागली होती. बेटावरच्या मातृवंशीय संस्कारांना हे अजूनही परकीय वाटत होते. बायकोने घटस्फोट घेतल्यानंतर तिच्या मुलांच्या पालनपोषणासाठी एखाद्या पुरुषाने खर्च करण्याचा किंवा त्यांच्यावर त्याचा हक्क असण्याचा प्रश्नच उद्भवत नव्हता.

समाजाने मान्य केलेली बापाची भूमिका सामाजिक – धार्मिक होती. मुलांच्या जीवनचक्रातील समारंभामध्ये त्याचा निश्चित सहभाग होता. त्यासाठी त्याने भरघोस मदत करावी अशी त्याच्याकडून अपेक्षा असे. हे समारंभ म्हणजे जन्म, मुलांच्या सुंता, मुलींचे कान टोचणे आणि लग्न. पुरुषाचा मातृवंशीय गट त्याच्या मुलांच्या अशा समारंभात प्रत्यक्ष गुंतलेला असायचा. बापाने आपल्या मुलांसाठी भेटी आणाव्यात ही अपेक्षा होती. बापाने आपल्या मुलांबद्दलचे प्रेम अशा तऱ्हेने व्यक्त करण्यास बंदी नव्हती.

कालपेनीतले लग्न आणि नवरा-बायकोचे नाते अर्थपूर्ण आणि वेगळेच होते. हे स्पष्टपणे समजून घेण्यासाठी विवाहविच्छेद किंवा लग्न मोडणे हे एक आश्चर्यच होते याकडे पाहिले पाहिजे. इस्लाम तत्त्वत: पुरुषाला बायकोपासून स्वत:च्या इच्छेप्रमाणे घटस्फोट घेण्याची अनिर्बंध सवलत देतो. त्यासाठी कारणे द्यावी लागत नाहीत; पण स्त्रीला घटस्फोटाची मागणी करण्याचा हक्क नाकारला जातो. अगदी तिला कायदेशीर कारवाई करण्याची परवानगी दिल्याचे अपवादात्मक उदाहरण असले तरीही कालपेनीमध्ये मात्र तलाकची (कायदेशीर कारणे न देताही मिळणारा घटस्फोट) सुविधा स्त्री-पुरुष दोघांनाही मिळते. पुरुष पाठोपाठ तीन वेळा 'मी तुला तलाक देतो' असे जाहीर करतो आणि तो तलाक वज्रलेप ठरतो. स्त्री काही झाले तरी स्वत:च्या घरात राहिलेली असते. ती घटस्फोटाची जाहीर घोषणा करू शकत नाही, पण ती नवऱ्याला सांगू शकते की 'यापुढे तू मला भेटायला यायचे नाही' आणि तिला हवा असलेला घटस्फोट देण्याशिवाय त्याच्यापुढे पर्याय उरत नसे. तो घटस्फोटाची घोषणा लांबवू शकतो किंवा आपली देणी द्यावी लागू नयेत, त्यातून सोडवणूक व्हावी म्हणून बोलणी करू शकतो. काही उदाहरणे अशीही आहेत, की त्यामुळे हे स्त्रीने आपले स्वातंत्र्य विकत घेतल्यासारखे होते. या प्रक्रियेला 'खुला' (khula) म्हणतात.

सामान्यत: घटस्फोट वारंवार घेतला जाई. बेटावरच्या पुरुषांनी आणि स्त्रियांनी एकापेक्षा जास्त लग्ने केली होती आणि पुष्कळांनी कितीदा तरी लग्ने केली होती. लग्ने ढिसाळ होती आणि घटस्फोट सहज मिळत होता. पुनर्विवाह करण्यात पुरुषांचे प्रमाण खूपच जास्त होते. आधीचे लग्न अस्तित्वात असतानाही ते लग्न करू शकत आणि इद्दतची तीन महिन्याची मुदत संपेपर्यंतदेखील त्यांना थांबावे लागत नसे. घटस्फोटित जोडप्यांना पुन्हा लग्न करण्याची इच्छा असणारी कितीतरी उदाहरणे होती. ते फक्त स्त्रीने दुसऱ्या माणसाशी लग्न केले असेल आणि त्याने तिला घटस्फोट दिला असेल तरच शक्य होत असे.

मी दुसरीकडे एकदा चर्चेत म्हटले होते, की लग्न जर नवरा-बायकोला एकत्र राहायला भाग पाडत नसेल किंवा ते सामाजिक-आर्थिक क्षेत्रात एकमेकांना सहकार्याने काम करीत नसतील किंवा परस्परांवर अवलंबून नसतील, इतकेच नव्हे तर त्यांच्या

मुलांची जबाबदारी वाटून घेत नसतील तर लग्न मोडण्याचा परिणाम म्हणून ते परस्परांना दुरावणार नाहीत. बऱ्याचशा पितृवंशीय मुस्लीम जगतात होते, तसा आई आणि मुले यांचे बंधन तुटण्याचा धोकाही संभवत नाही. बापाने मुलांच्या आईकडून घटस्फोट घेतला तरी त्याची मुलांसंबंधीची सामाजिक-धार्मिक कर्तव्ये कायमच राहतात. मुलांना भेटण्याची त्याची इच्छाही नाकारली जात नाही. मुलांवरचा ताबा हा प्रश्नही उद्‌भवत नाही. जर बापाने पुन्हा लग्न केले तर त्याच्या आणि मुलांच्या नात्याच्या स्वरूपात थोडा बदल होईल, पण पालकांचे लग्न मोडले म्हणून बाप आणि मुले यांची जन्मभराची फारकत होत नाही.

कालपेनीमध्ये विवाहाचे बंधन राखणे किंवा तोडणे हा एकतर्फी मामला नव्हता, यावर मला भर द्यावासा वाटतो. आपण पाहिलेच, की स्त्री आपल्या अंत:स्फूर्तीने पुढाकार घेऊन तलाकबद्दल निर्णय घेऊ शकत होती. एवढेच नव्हे तर स्त्रियांना या बाबतीत बंधने आणि धोके सहन करावे लागत नव्हते. उपखंडातल्या पितृवंशीय मुस्लीम स्त्रियांना मात्र या गोष्टींना तोंड द्यावे लागे : वंचितता, बेघरपणा, मुलांपासून दुरावणे, काळिमा लागणे आणि कधी कधी पुनर्विवाहाच्या मोजक्याच संधी मिळणे.

६

संपत्तीचे व्यवहार हा बेटावरचा एक महत्त्वाचा उद्योग होता. मातृवंशीय समाजात पुरुष आणि स्त्रिया यांची परिस्थिती आणि हितसंबंध यांच्यातला फरक समजण्यासाठी त्याकडे बारकाईने पाहणे अत्यंत कळीचे आहे. संपत्ती दोन प्रकारची होती, फ्रायडे (Friday) किंवा मातृवंशीय सामूहिक संपत्ती आणि मण्डे (Monday) किंवा स्वोनथम (Swonthan) व्यक्तिगत स्वकष्टार्जित संपत्ती. स्त्री-पुरुष दोघांनाही मातृवंशीय संपत्तीचे अदेय हक्क होते. मातृवंशीय संपत्ती देऊन टाकण्याचे हक्क नव्हते पण मुलांचा संबंध असेल तर पुरुषांच्या हक्कांना काहीच भविष्य नव्हते. त्यांच्या मृत्यूनंतर त्यांच्या अगदी जवळच्या मातृवंशीय नातेवाइकांकडे ते परत जात. याउलट मण्डे संपत्तीची विल्हेवाट मालक आपल्या इच्छेप्रमाणे लावू शकत असे. ही संपत्ती स्वत:च्या कमाईतून किंवा मिळणाऱ्या भेटींच्या रूपाने किंवा स्वत:च्या पालकांकडून वारसाहक्काने किंवा मण्डे मातृवंशीय नसलेल्या नातेवाइकांकडून मिळवली जात असे. ही संपत्ती मिळविण्याची महत्त्वाची रीत म्हणजे फ्रायडे संपत्तीचे या संपत्तीत रूपांतर करणे. मात्र, ही संपत्ती ज्या मातृवंशीय गटाची असे त्या गटातल्या सर्व प्रौढ सभासदांची संमती असेल तरच असे करता येई.

फ्रायडे संपत्तीची विभागणी आणि तिचे व्यवहार रूढी आणि परंपरांना धरून नियमित केले जात, तर मण्डे संपत्ती शरीयानुसार नियमित करावी लागे. याशिवाय मृत्युपत्र न करता तिची विल्हेवाट लावण्याचा दुसरा मार्ग होता. अशी संपत्ती केव्हाही भेटीदाखल

म्हणून एखादी व्यक्ती देऊन टाकू शकत असे. त्याचे लाभधारक निश्चित करून इच्छापत्र करणेही शक्य असे भेटीदाखल देणे किंवा इच्छापत्र करणे या दोन्ही गोष्टींना इस्लामिक कायद्याची मान्यता असल्याचे समजले जाई. बेटाच्या सामाजिक पद्धतीच्या संदर्भाप्रमाणे या दोन्ही पद्धती एखाद्या माणसाला काही थोडी संपत्ती आपल्या मुलाबाळांना (आणि त्याच्या बायकोला) द्यायची असेल तर तशी धर्माने तरतूद केली आहे, अशा दृष्टीने त्याकडे बघितले जाई. स्वत:ची स्वतंत्र कमाई करण्याचे मार्ग मुळातच फार कमी असल्याने सामूहिक मातृवंशीय संपत्तीच्या काही भागांचे स्वोनथम संपत्तीत असे परिवर्तन करण्याचे प्रयत्न सतत चालू असत. त्यामुळे  यात पुष्कळदा मातृवंशीय नातेवाइकांवर दडपण आणणे, गोड बोलून फसवणे आणि डावपेच लढवणे या गोष्टींचा अवलंब केला जाई.

संपत्ती आणि तिचे व्यवहार प्रत्यक्षात पुरुषच पार पाडीत. पण त्यांना त्या वेळी त्यांची मातृवंशीय स्त्री नातेवाईक बरोबर न्यावी लागे. शिवाय मातृवंशीय संपत्तीचा संबंध असला, की असा मुद्दा नि:संशय मांडला जाई, की स्त्रिया आणि असहाय मुलांना कायदेशीर हक्क डावलणे चुकीचे आहे. काहींचे म्हणणे असे, की तरवाड संपत्ती ही एक प्रकारे वक्फची संपत्ती असते. ती मातृवंशावळीतल्या स्त्रिया आणि मुले यांच्या फायद्यासाठीच निर्माण केलेली असते, खरे तर त्यातल्या सर्व सभासदांसाठीच असते.

संपत्ती पुढच्या पिढीकडे हस्तांतरित व्हावी यासाठी स्त्रिया नावाचा दुवा होता. अर्थातच त्यांना स्वत:च्या हक्काबरोबरच आपल्या मुलांचे हक्क अबाधित राहतील, याची काळजी घ्यावी लागे. ती एक अखंड चालू राहणारी साखळी होती. फ्रायडे संपत्तीच्या बाबतीतले कोणतेही निर्णय घेताना त्यांची संमती अत्यावश्यक होती. कोणतेही अपील किंवा लेखी करार, खास करून शाखांच्या आद्य प्रवर्तक प्रौढ स्त्री सभासदांच्या सह्यांखेरीज पूर्ण होत नसे.

संपत्तीचे व्यवहार करणारे म्हणून पुरुषच प्रमुख का असत? या प्रश्नाचे उत्तर स्त्री-पुरुषांच्या वेगवेगळ्या हक्कांप्रमाणे त्यांच्या भूमिकांच्या संदर्भात द्यावे लागेल. संपत्तीची व्यवस्था पुरुष बघत आणि मुख्य आर्थिक व्यवहारही तेच सांभाळीत. व्यवस्थापन आणि निवाडा करणे ज्यांच्या हाती होते त्या बेटावरच्या कौन्सिलमध्ये पुरुष आणि सर्व धार्मिक कर्मकांड आचरणारेही पुरुषच होते. अशा तऱ्हेने त्यात गुंतवून घेण्यात पुरुषांचा निश्चितच फार मोठा उद्देश होता. मातृवंशीय पद्धतीत स्त्रीची मुले तिचे हक्कदार वारस ठरत, तर पुरुषाच्या बहिणीची मुले त्याचे वारस ठरत. ती नसतील तर मातृवंशीय संपत्ती पुन्हा मूळपदावर असलेल्या वारसांकडे परत जात असे. अशा तऱ्हेने पुरुष स्त्रियांपेक्षा वेगळ्या परिस्थितीत होते. त्याचबरोबर इस्लामने बापांना स्पष्ट मान्यता दिल्यामुळे मातृवंशीय तत्त्वांमध्ये थोडी लवचिकता आली होती. संपत्तीच्या 'स्वोनथम' कोटीक्रमामुळे एखाद्या पुरुषाला आपल्या मुलांसाठी काही करावेसे वाटले तर ते कायदेशीर होई आणि त्याला धार्मिक मान्यता मिळे.

काही असो, फ्रायडे संपत्ती स्वोनथम संपत्तीत बदल न केल्याच्या हालचालीविरुद्ध लढणारे प्रामुख्याने पुरुषच होते. तेच गट वेगळ्या परिस्थितीत आपला लाभ कशात आहे, ते पाहून अगदी उलट भूमिका बजावीत. बाप मातृवंशीय संपत्ती आपल्या व्यक्तिगत मालकीमध्ये घालायचा प्रयत्न करी आणि कार्नवार किंवा तरवाड सभासद मातृवंशीय वारशाचे पावित्र्य राखण्याचा तसेच गटातल्या निरागस आणि असहाय सदस्यांच्या हक्कांचे रक्षण करण्याचा आव आणीत. हे विसंगत वाटायचे. पण या दोन्ही भूमिका वेगवेगळ्या संदर्भात तोच पुरुष करायचा आणि या दोन्ही भूमिका बेटाच्या संस्कृतीचा भाग होता.

आणखी एक मजेशीर गोष्ट म्हणजे, या संपत्तीच्या विभागाच्या संदर्भात वेळ येईल त्याप्रमाणे पुरुष वेगळी नीती आणि मूल्ये यानुसार व्यवहार करण्याची शक्यता असे. तरवाडच्या मातृवंशीय सामूहिक संपत्तीचा काही भाग बदलून थोडी स्वोनथम संपत्ती मिळवण्यात यशस्वी झाल्यानंतर ती संपत्ती आपली बायको आणि मुले यांच्या व्यक्तिगत मालकीची करण्यापेक्षा आपल्या बायकोच्या शाखेमध्ये सामूहिक तावाझी–तरवाड संपत्ती म्हणून सामील करण्याचे पुढचे पाऊल उचलले जाई. मातृवंशीय तत्त्वांवर खंबीर श्रद्धा असल्याचे ते द्योतक होते. तेव्हा तो इतर तत्त्वांचा फायदा घेण्यासाठी मूलतत्त्वांचा रुळलेला मार्गदेखील सोडीत असे. अशा तऱ्हेने संपत्तीचे परिवर्तन आणि नंतर ती भेटीदाखल देण्याची कितीतरी उदाहरणे होती.

इस्लामची मान्यता आहे, हे गृहीत धरून बघितल्यावर असे आढळले, की संपत्तीचे गट आणि मातृवंशीय पद्धतीतले मातृवंशीय गट यांच्या विकासाच्या चक्रात एक प्रकारे हे सगळे रुजलेलेच होते. त्यामध्येच पुरुष सभासदांचे प्रारब्ध गुंतले होते. एखाद्या माणसाला आपली संपत्ती आपल्या मुलांना भेट म्हणून देऊन टाकावी, अशी इच्छा असेल, तर ते तर्कशुद्ध आणि योग्यही मानले जात असे. पुरुषाला आपल्या संस्कृतीची जाणीव होती. त्यामुळे  आपली आई आपली काळजी घेईल, याची त्याला खात्री वाटत होती. जोपर्यंत त्याच्या बहिणी, खास करून त्याच्यापेक्षा मोठ्या वयाच्या, कर्त्यासवरत्या असतील तोवर त्याची देखभाल करण्याचे काम चालूच ठेवीत. जेव्हा भाच्या आणि भाचे यांच्यावर अवलंबून राहण्याची वेळ येई, तेव्हा तो आपली बायको आणि मुले यांच्याच भरवशावर राही. म्हणूनच म्हातारपणी आपल्या मुलांनी आपल्याकडे बघावे असे वाटल्यास आपल्या मुलांच्या कुटुंबासाठी काही मालमत्ता द्यावीशी वाटली, तर ते परिस्थितीच्या तर्काला धरून गैर ठरत नसे. मातृवंशीय नात्यागोत्याचे तत्त्व किंवा त्याचा मूळ एकजिनसीपणा यांचे विश्लेषण केल्यावर या प्रक्रियेमध्ये ते स्पष्टपणे सिद्ध होते. पुन्हा म्हणावेसे वाटते, की बाप–मुलाच्या नात्याला धर्माने काही प्रमाणात कायदेशीरपणा दिलेला आहे. या सवलतीमुळे पुरुष स्त्रियांना आपल्यावर अवलंबून राहायला लावीत नाहीत हे महत्त्वाचे आहे.

## ७

अशा प्रकारे निवासाच्या बाबतीत निवाऱ्याचे आश्वासन, अवकाशाचे हक्क, संपत्ती, जीवनावश्यक सामग्री, मुले यांच्यावरचे हक्क तसेच आपल्या निवडीप्रमाणे लग्न करता येणे आणि ते मोडणे या बाबतीत कालपेनीतल्या स्त्रिया आणि उरलेल्या प्रांतातल्या मुस्लिम स्त्रिया यांच्या परिस्थितीत विरोधी चित्र दिसून येते. येथे लक्षात येते की, पितृवंशीय किंवा पुरुषकेंद्री व्यवस्थेमधून पुरुषांना संपत्तीवर आणि स्त्रियांच्या लैंगिकतेवर, तसेच जननक्षमतेवर नवरा म्हणून किंवा नात्यातील पुरुष म्हणून नियंत्रण मिळते. बऱ्याच वेळी त्याला धार्मिक समर्थनही मिळते. असे नियंत्रण मातृवंशीय संबंधातून निर्माण होणाऱ्या पुरुषांच्या गोतावळ्याला उपलब्धच नव्हते.

अधिकाराची रांग (line) आणि उतरंड यांच्यात परस्परसहकार्य नव्हते, हे विधान – अधिकार हे क्षेत्र पुरुषाचे आणि गटात स्थान मिळणे हे स्त्रीचे कार्यक्षेत्र – हे मातृवंशीय पद्धतीचे वैशिष्ट्य आहे. (Schneider; 1961) आणि 'मातृवंशीयत्वाचे कोडे' (matrilineal puzzle : Richards, 1950) या कल्पनेचा पुनर्विचार करण्याची गरज आहे. आपापसात संघर्ष निर्माण झाल्यामुळे मातृवंशीय पद्धत खिळखिळी झाली, असे या दोन्ही विद्वानांनी म्हटले आहे. मातृवंशीय समाजाच्या बहुतांश विश्लेषणावर त्यांच्या युक्तिवादाचा प्रभाव पडलेला दिसतो. मानवशास्त्राच्या स्त्रीवादी चिकित्सकांमध्ये इतर अनेकांमध्ये Poewe (1979), Schwede (1986, 1989, 1991) आणि Weiner (1976, 1979, 1980) यांचाही समावेश होतो. स्त्रीवाद्यांनी नुकत्याच केलेल्या संशोधनामधून असे दिसून येते, की पुष्कळशा मातृवंशीय समाजात स्थिरता ही स्त्रियांशी जोडलेली आहे. कारण त्याच जमिनीवर राहतात आणि जमिनीचा उपयोग करतात. व्रतवैकल्ये सांभाळतात आणि पुढच्या पिढीचे संगोपन करतात. John Byron Thomas (1980) यांची तक्रार आहे, ती हे गृहीत धरण्याबद्दल की, मातृवंशीय उतरंडीतल्या गटामध्ये अधिकार मुख्यत्वे पुरुषांच्या हाती होता, कौटुंबिक गटात पुरुषाचा आपली बायको आणि मुलांवरचा अधिकार, उतरंडीच्या मातृवंशीय गटातील नातेवाइकांना असलेला अधिकार यांच्यात समतोल राखण्याबाबत सतत समस्या निर्माण होत असत. 'मातृवंशीय कोड्याचे' उत्तर त्यांनी Nemonuito (Near Truk) बेटाचे उदाहरण देऊन सिद्ध केले. तिथे जमिनीवर पहिला हक्क स्त्रियांचा होता. 'कारण त्या जमिनीवर त्याच राहत आणि मुलाबाळांना सांभाळीत. म्हणजे खास करून त्यांच्या वंशाने/कुळाने ज्या जमिनी मिळवल्या किंवा सोडून दिल्या त्यांच्या सीमा आणि इतिहास या विषयीच्या 'गुप्त ज्ञानाच्या' त्या अधिकृत स्रोत आहेत.

सर्व समाजात अधिकार चालवणारे पुरुषच असतात, असा मुद्दा मांडला जातो. पितृवंशीय पद्धतीत अधिकाराच्या रांगा आणि उतरंड मिळत्याजुळत्या असतात. पुरुष

अधिकार चालवतात आणि उतरंडीचे दुवेही असतात. मातृवंशीय पद्धतीत त्यांच्या बहिणींवर आणि इतर मातृवंशीय नातलगांवर किंवा त्यांच्या बायका आणि मुलांवर जरी पुरुष अधिकार चालवीत असले, तरी उतरंडीचा शोध स्त्रियांमधूनच घेतला जातो. अशा रीतीने उतरंडीची रांग स्त्रियांमधूनच जाते, तर अधिकाराची रांग पुरुषांमधून जाते. पुरुषाला आपल्या मामाकडून अधिकार मिळतो आणि ते त्याचे नाते आईकडूनच असते.

त्याचा अधिकार त्याच्या स्वत:च्या मुलाकडे न जाता त्याच्या बहिणीच्या मुलाकडे जातो. यामुळेच संघर्ष निर्माण होतो. 'मातृवंशीय कोडे' याचा संदर्भ याच परिस्थितीशी आहे. कारण त्यात पुरुषाचा, बाप म्हणून आणि आईचा भाऊ म्हणून या दोन भूमिकांमध्ये संघर्ष निर्माण होतो. स्त्रियांना आणि मुलांना या दोन्ही प्रकारच्या अधिकारांना शरण जावे लागते. एक म्हणजे नवऱ्याच्या/बापाच्या आणि उतरंडीच्या गटातल्या मातृवंशीय नातलगाच्या. याचा परिणाम म्हणजे मातृवंशीय पद्धती अस्थिर असतात, असा तर्क केला जातो.

अधिकार हे नेहमीच पुरुषाचे कार्य असते का? अधिकार यातून आणखी काय 'ध्वनित होते? मातृवंशीय पद्धतीत अधिकार अनेकांमध्ये पसरलेला दिसतो. कालपेनीतदेखील पुरुष मालमत्तेची व्यवस्था पाहत असले तरी अधिकार एकाच व्यक्तीमध्ये किंवा फक्त पुरुषांमध्येच केंद्रित होता, असा पुरावा मिळत नाही. विशेषत: आदरणीय नात्याचा दर्जा असलेल्या स्त्रियांचे – जशा आईकडून आईकडे आणि आईकडून बहिणीकडे – यांचा प्रभाव आणि महत्त्व लक्षणीय असते. याचे नमुनेदार उदाहरण म्हणजे मातृवंशीय पुरुषाला आपल्या बहिणीच्या मुलांवर संपूर्ण अधिकार गाजवणे कठीण जाते. पितृवंशीय पद्धतीमध्ये बाप ज्याप्रमाणे आपल्या मुलांना मुठीत ठेवतो तसे याला करता येत नाही. आई आणि आईचा भाऊ आणि बहिणी आणि बहिणींची मुले हे नाते प्रत्यक्ष नसते. प्रत्येक स्त्रीच्या मध्यस्थीतून हे नाते ठरते.

असे दिसते की, मातृवंशीय पद्धतीत स्त्रियांच्या लैंगिकतेवर तिच्या आईकडच्या नातलगांचा किंवा तिच्या नवऱ्याच्या गटाचा ताबा तिला दडपून टाकण्याइतका नसे. मातृवंशीय जातींमधील नायर जातीसारख्या गटामध्ये, जातिव्यवस्थेचा जो आवश्यक गुणधर्म मानला जातो, तो म्हणजे जातीची सीमारेषा सांभाळणे, त्याचे अनुकरण केले जाते. नायर जातीमध्ये हे लागू होत असल्याने तेथे मात्र आपल्या जातीतील स्त्रियांनी आपला पुरुष निवडताना जातीच्या पातळीवर स्वीकारार्ह होईल असाच पुरुष निवडावा, यासाठी निश्चित यंत्रणा निर्माण केलेल्या दिसतात. म्हणूनच त्यांची लैंगिकता ताब्यात ठेवावीच लागे. त्यांच्या स्वातंत्र्यावर मर्यादा घातल्या जात आणि त्यांना मातृवंशीय पुरुषाच्या अधिकाराखाली राहावे लागे. सर्वसामान्यत: अशी ठाम समजूत होती, की मातृवंशीय स्त्रिया जबरदस्त दडपणाखाली नसत. ते खरेही असावेसे दिसते. दोन लिंगांमधील अत्यंत जवळकीची जी नाती असतात ती म्हणजे बायको आणि नवरा हे

नाते होय. हे नाते सर्वसामान्यत: ज्याप्रमाणे पुरुषाच्या अधिकार आणि नियंत्रण यातून अधोरेखित केले जाते. तसे येथे होत नाही. इतकेच नाही तर त्याबरोबरच स्त्रीला मतभेद दाखविण्याचा वावही असतो. बहुतांशी विषमता आणि दडपणूक यांना त्यात स्थान नसते.

पितृवंशीय पद्धतीही संघर्ष आणि आंतरविरोधाने घेरलेली होती. इतकी की जीवशास्त्रानुसार स्वीकारलेल्या पालकाचा, मुलांना गटात स्थान देण्यामध्ये काहीच संबंध नसे. पितृवंशीय पद्धती कोणाच्या जिवावर कार्य करतात किंवा टिकून राहतात? निश्चितच स्त्रियांच्या जिवावर. स्त्रियांचे आपल्या माहेरच्या गटाच्या परिघातले सभासदत्व, नवऱ्याच्या गटात परिवर्तित होणे – तिथे त्या बऱ्याच मोठ्या कालावधीत परक्या म्हणून राहतात, संशयित म्हणून राहतात – आणि त्यांच्या नातलगांच्या गटासाठी, केवळ त्यांच्यासाठी मुलांना जन्माला घालणारे एक यंत्र एवढीच त्यांची किंमत केली जाते. या सगळ्या गोष्टीत नक्कीच 'गुंतागुंत' आहे. मालमत्तेवर उपजीविकेच्या साधनांवर आणि मुलांवर त्यांचा हक्क नसतो. त्यामुळे त्या वेगवेगळ्या प्रकारच्या दडपणांना बळी पडतात. घरातील बाई आणि घराबाहेरची बाई, मुलींच्या सामाजिकीकरणाच्या प्रक्रियेमधून त्यांच्या लैंगिकतेवर नियंत्रण ठेवण्यासंदर्भात जो भर दिला जातो त्यामुळे येणारे ताण; भाऊ आणि बहीण यामधील विषमता आणि नवरा-बायकोमधील विषमता; भूमिकांचे आणि विचारप्रणालींचे आंतरिकीकरण तसेच स्त्रियांच्या जगण्यावर मर्यादा घालणारी आणि अवमूल्यन करणारी विचारप्रणाली, या साऱ्यांच्या बरोबरीनेच अनेक पूरक युक्त्या-प्रयुक्त्या योजलेल्या असतात. त्याचबरोबर त्याची भरपाई करणाऱ्या काही युक्त्याही योजल्या जातात. स्त्रियांशी चेटूक आणि दुष्ट वा पापी नजर यांचा सांस्कृतिक संबंध जो जोडला जातो त्यातून आपल्याला अत्यंत प्रबळ अशा पितृवंशीय व्यवस्थांमधील नेमके संघर्ष कोणते आणि आंतरविरोध कोणते, हे ध्यानात येते.

मालमत्तेसंबंधातली कितीतरी म्हणी पितृवंशीय पद्धतीतली चढाओढ, स्पर्धा आणि संघर्ष यांकडे बोट दाखवतात/ निर्देश करतात. पितृवंशातली समांतर नात्याची चुलतभावंडे, बापाचा भाऊ आणि भावाचा मुलगा एवढेच काय पण भाऊ-भाऊ यांच्यातदेखील संघर्ष असतात. बाप-मुलगा मालमत्तेवरून पितृसत्ताक नात्यात होणारी भांडणे यांच्या नोंदी आणि विश्लेषण मानवशास्त्रज्ञांनी आणि इतिहासकारांनी केले आहे. हे त्यांच्या सामाजिक जीवनाचे सर्वत्र सारखेच दिसणारे चित्र आहे, यात शंका नाही. मातृवंशीय पद्धतीशी त्यांची तुलना केली असता पितृवंशीय पद्धती निश्चितपणेच सुरळीतपणे काम करीत नाहीत.

तरीही एक फरक आहे आणि त्याचे सूक्ष्म निरीक्षण करण्याची आवश्यकता आहे. संपत्तीवरून आणि उदरनिर्वाहाच्या साधनांवरून पितृवंशीय नात्यात होणाऱ्या स्पर्धा आणि भांडणे यामुळे पितृवंशीय तत्त्वाच्या गाभा सहसा उद्ध्वस्त होत नाही. हक्कदार म्हणून मुख्य केंद्रस्थानी असणाऱ्या उतरंडीतल्या पुढच्या पिढ्या काही झाले तरी त्याच

वंशावळीमधल्या असतात. इतकेच नव्हे, तर ज्या स्त्रीला नवऱ्याच्या घरात किमान हक्क असतो, तीदेखील पितृवंशीय तत्त्व उखडून टाकू पाहत नाही, तर तिच्या नवऱ्याच्या नंतर वंशपरंपरेचा आधार असलेल्या मुलांचा अधिकार ती जपून ठेवते.

दुसऱ्या बाजूने पाहता, मातृवंशीय पद्धतीत बापाची आपल्या मुलांमध्ये असणारी गुंतवणूक अभिव्यक्त झाली तर मातृवंशीय उतरंड आणि वारसाहक्क या तत्त्वाची मोडतोड होऊ शकते. कारण त्याची मुले त्यांच्या आईच्या गटातली असतात. त्यांचे सभासदत्व आणि (1980) मालमत्तेवरचा हक्क तिकडेच प्रस्थापित झालेला असतो, बापाच्या स्वत:च्या गटात नाही. परंतु हे असे किती वेळा घडते? एलिझाबेथ कॉलसन (1980) यांनी म्हटले आहे की, पित्याच्या हक्कासंदर्भात उपेक्षा याच्याशी मातृवंशीयतेचे नाते जोडता कामा नये आणि कालपेनीतली परिस्थिती या विधानाला पुष्टी देते. मातृवंशीय पद्धती सगळ्या एकसारख्या नाहीत. तेव्हा त्यातले बापाचे स्थान निश्चित करण्यासाठी तसेच त्यात व्यवस्थात्मक संरक्षकता असू शकेल, हे पाहण्यासाठी त्यावरून पुन्हा एकदा नजर फिरवणे आवश्यक आहे.

## ८

इ. स. १९५६ मध्ये लक्षद्वीप बेटे प्रांत म्हणून ओळखली जाऊ लागली आणि त्यांचा कारभार स्वायत्त सरकार चालवू लागले. त्यानंतर कालपेनीच्या मातृवंशीय पद्धतीत घडलेले बदल आणि सातत्य या विषयाला मी आता स्पर्श करणार आहे. यात बेटे इतिहासापासून सुटून निघाल्याची खूण पटते. बेटाला एक टपाल कचेरी, एक दवाखाना, एक डाकबंगला, शाळा आणि काही काळाने आगबोटीची सेवाही मिळाली. इतर बेटे आणि मेनलँड (इथे शिष्यवृत्त्या दिल्या जात असत.) इथे उच्च शिक्षण आणि तंत्रशिक्षणाच्या सुविधादेखील मिळू लागल्या. काथ्याचे एक केंद्र आणि मत्स्य खातेही स्थापन झाले. वीज आणि प्रसारमाध्यमे आली. रोजगाराच्या कितीतरी नव्या संधी अस्तित्वात आल्या आणि जमीनसुधारणा अमलात येऊ लागल्या. राष्ट्रीय संसदेमध्ये प्रांताने आपला एक सदस्य पाठवला. तसेच व्यवस्थापकीय आणि राजकीय ढाचा बदलला. विशेषत: अमीन आणि त्याचे सल्लागार मंडळ यांचे अधिकार कमी केले गेले. १९६२ मध्ये सहकारी संस्था स्थापन झाली आणि तिने नारळ आणि सुके खोबरे यांची विक्री आपल्या ताब्यात घेतली. तसेच तांदूळ आणि विविध प्रकारच्या ग्राहकोपयोगी वस्तू मिळण्याची सोय केली.

याचा परिणाम म्हणून त्यांना बाहेरचे जग मोठ्या प्रमाणात खुले झाले. तिथे नेमणुका झालेले मुस्लीम आणि बिगरमुस्लीम अधिकारी बेटावरच्या रहिवाश्यांच्या पद्धतींची चेष्टामस्करी करू लागले. शिक्षण, प्रसारमाध्यमे, राष्ट्रीय राजकारणातील सहभाग यामुळे मेनलँडकडे होणाऱ्या प्रवासात भर पडली. तिथे वस्ती केल्याने देवाणघेवाणीची

परिणामकारक साधने निर्माण झाली. १९६० च्या सुरुवातीला बेटाच्या सामाजिक संरचनेविषयी लोक प्रश्न विचारू लागले आणि गैरइस्लामी समजल्या जाणाऱ्या स्वरूपाविरुद्ध त्यांनी आवाज उठवला. काही जणांचा मेनलँडच्या पद्धतींशी जास्त परिचय झाला, त्यातले गुणदोष समजून येऊ लागले. त्यांनी पित्याकडून येणाऱ्या संपत्तीच्या बाबतीत 'शरिया' अनुसरावा असा आग्रह धरला आणि व्यक्तीची स्वोनथम (स्वकष्टार्जीत) संपत्ती त्याच्या मुलांच्या तावाझी – तरवाड सामूहिक संपत्तीत फिरवून घेण्याच्या कृतीबद्दल ते संताप व्यक्त करू लागले. आपल्या व्यक्तिगत संपत्तीच्या बाबतीत वडिलांनी इस्लामिक कायदा पाळला तर ज्यांचा फायदा होणार होता, अशी मंडळी यात सामील झाली. बेटावरचे रहिवासी लग्न आणि घटस्फोट या विषयाकडे ज्या 'सहज'पणे पाहत असत, त्यालाही त्यांनी विरोध दर्शविला होता. तसेच घटस्फोटाचे प्रमाण कमी करण्यासाठी व्यवस्थापनाने त्यासाठी जे कायदेशीर उपाययोजना करण्याचे प्रयत्न चालवले होते, त्याला त्यांचा पाठिंबा होता. असे लोक फार नव्हते, पण आर्थिक क्षेत्रात सतत होत असलेले बदल आणि जागतिक इस्लामी (पॅन इस्लामिक) चळवळी स्पष्ट दृष्टिपथात येत असल्याने हे विचार जास्त दृढ होऊ शकले असते.

जमीन सुधारणा, मजुरी आणि नोकऱ्या यातून स्वतंत्र कमाईसाठी वाढत्या वाटा निर्माण झाल्या. मत्स्यव्यवसायाच्या पद्धतीत बदल झाले आणि सहकारी संस्था स्थापन झाल्या. यामुळे मोठ्या मिळकत गटांवर आणि मातृवंशीय गटांवर व्यक्ती आणि व्यक्तिगत कुटुंबे कमी अवलंबून राहतील, असे दिसू लागले. परंपरागत आर्थिक उद्योगात छोट्या गटांच्या उद्योगांना स्वातंत्र्य मिळण्याच्या प्रयत्नांना जास्त उत्तेजन मिळू शकेल, असेही लक्षात येऊ लागले. याशिवाय नव्या व्यवसायांच्या संधीमुळे लोकांचे पारंपरिक अर्थव्यवस्थेवर अवलंबून राहणेही कमी होण्याची शक्यता निर्माण झाली. बेटाबाहेर नोकऱ्या मिळाल्यामुळे निदान काही लोकांची भौगोलिकदृष्ट्या वाताहात होण्यासारखी परिस्थिती निर्माण झाली असती. कारण त्यामुळे त्यांना द्विस्थानीय पद्धतीने राहता येणे शक्य झाले नसते. या सगळ्यामधून पती, पत्नी आणि मुले अशा प्रकारचे वैवाहिक एकक (युनिट) तयार व्हायला उत्तेजन मिळण्याची शक्यता होती. बेटाच्या सामाजिक पद्धतीतल्या विसंगतींची जाणीव वाढली. इस्लामी आदर्श आणि आज्ञा यांचा परिणाम म्हणून पूर्वापार चालत आलेल्या मातृवंशीय पद्धतीबद्दल एकतर उदासीनता वाटली असती किंवा तिला विरोध झाला असता. यातून असे अनुमान काढले गेले, की आधीच अस्तित्वात असलेल्या, तसेच संस्थात्मक स्वरूपाच्या आणि इस्लामने पाठिंबा दिलेल्या पिता–पुत्रांच्या बंधनाने या प्रक्रियेला मदत होईल.

नंतरच्या घडामोडींवरून असे दिसले, की कालपेनीच्या मातृवंशीय पद्धतीत आम्ही डोळ्यांसमोर ठेवलेले अपेक्षित बदल घडून आले नाहीत. व्यवस्थापकीय अधिकाऱ्यांच्या अध्यक्षतेखाली प्रौढ सल्लागार मंडळाच्या आणि इतर काही जणांच्या उपस्थितीत १९६२

मध्ये एक ठराव मांडण्यात आला होता. तो असा, की जो माणूस आपल्या बायकोला घटस्फोट देईल त्याने एक वार्षिक दंड भरलाच पाहिजे. तो त्याच्या मुलाबाळांच्या भरणपोषणासाठी खर्च केला जाईल. पण या ठरावाचा काहीही परिणाम १९६९ पर्यंत दिसून आला नाही. सैगल (१९९०) हे लक्षद्वीपमध्ये 1982-85 या काळात प्रशासक होते. त्यांच्या म्हणण्याप्रमाणे केरळ आणि कर्नाटकमधल्या मातृवंशीय समाजाने जे बदल आणि सुधारणा घडवून आणल्या त्याच धर्तीवर बेटावरसुद्धा त्या विचारात घेतल्या गेल्या होत्या. त्या ज्यांना त्याचा प्रत्यक्ष फायदा मिळू शकणार होता त्यांच्याकडून नव्हे.

वारसाहक्काची पद्धत कितपत व्यवहार्य आहे, याचा अभ्यास करण्यासाठी १९७१ मध्ये स्थानिक अधिकाऱ्यांनी कायद्याच्या अधिकाऱ्यांची एक समिती नेमली होती. या समितीने या पद्धतीचा विकास कसा होत गेला, याचा अभ्यास करून ७९ लोकांच्या मुलाखती घेतल्या. त्यातून असे निष्पन्न झाले, की बहुतांश लोकांना बदल नको आहेत. अनद्रोथ (Androth) आणि कालपेनीतल्या तरुण पिढीनेदेखील या बदलांना विरोध केला. प्रचंड संख्येने लोक अस्तित्वात असलेली तरवाड संपत्तीचा उपयोग घेण्याची आणि वारसाहक्काची पद्धतच कायम ठेवण्याबद्दल आग्रही होते. लोकमताला डावलून टाकणे असंमजसपणाचे होईल असे समितीला वाटले. नागरिकांच्या सल्लागार मंडळापुढे १९८२-८३ मध्ये अस्तित्वात असलेली पद्धत रद्द करण्याचा ठराव त्यांच्या विचारार्थ मांडला गेला तेव्हा फारसा कोणालाच निर्णय घेता आला नाही आणि तो ठराव चक्क बासनात बांधला गेला.

लक्षद्वीपच्या समाजाने मातृवंशीय पद्धतीचे स्थितिस्थापकत्व आणि पितृवंशीय पद्धतीवर भर देणारा धर्म स्वीकारण्याच्या बाबतीतली क्षमता यासंबंधी एक उदाहरण दाखवून दिले. मातृवंशीय पद्धत आणि इस्लाम यांच्यातील परस्परप्रतिक्रिया/अन्योन्य संबंध आणि दोहोंमधील निवास आणि तडजोड यांचे इतर ठिकाणी आम्ही प्रात्यक्षिक दाखवून दिले होते. आम्ही असा तर्क मांडला होता की, कालपेनीतल्या मातृवंशीय पद्धतीत इस्लामने मोठ्या प्रमाणावर लवचीकता आणली होती. ती पद्धत कायम राखायला त्याची मदत झाली होती. काहीतरी संघर्ष असणे हे सगळ्याच सामाजिक पद्धतींचे वैशिष्ट्य असते. त्याचे स्वरूप आणि त्याचे चढउतार वेगवेगळे असू शकतात. दोन्ही प्रकारच्या एकरेषीय गोतावळाव्यवस्थेमध्ये संघर्ष हा अटळ आहे. काही प्रमाणात बाहेरची दडपणे किंवा अंतर्गत संघर्ष यामुळे मातृवंशीय पद्धतीचा तोल ढासळेल हा मुद्दा तितकासा योग्य नाही. पुष्कळशा मातृवंशीय समाजात स्थिरतेचा संबंध स्त्रियांशी जोडलेला आहे. कोलसन यांना असे आढळले, की प्लॅटो (Plateau) आणि टोंगा (Tongo) यांनी आर्थिक आणि राजकीय बदल स्वीकारण्याची फार मोठी क्षमता असल्याचे दाखवून दिले. आणखी एक गोष्ट गृहीत धरली जाई, ती म्हणजे उतरंडीची पद्धत काहीही असली तरी अधिकार नेहमीच पुरुषांच्या हाती असत. त्यामुळे उत्पादन

किंवा निवास या गोष्टींमध्ये अधिकार चालवणारा पुरुषच लागायचा. याविषयी आम्ही शंका काढली होती. कालपेनी पद्धतीत परिवर्तन घडवून आणण्याचा बाबतीत कालपेनीच्या लोकांची अनिच्छा समजून घेण्यासाठी मातृवंशीयता, अधिकार आणि अशाच इतर गोष्टींबद्दल सार्वत्रिक समजुतींबद्दलचा आमचा स्वत:चा भ्रम आम्ही प्रथम दूर केला पाहिजे.

सैगल यांना असे दिसले की, तरवाड पद्धत आणि त्यात सुचवलेले बदल या बाबतीत स्त्रियांची मते कोणी विचारलीच नाहीत. बेटावर कार्यरत असणारी मातृवंशीय पद्धत पसंत असणारे सगळे मोठे पुरुषच होते. अगदी तरुण मुलगेही होते. अशा प्रकारच्या पद्धती स्त्रियांना फादेशीर असतात आणि पुरुषांचे सर्वतोपरी नुकसान होते, हे मत पुन्हा तपासून बघायला हवे होते. कारण त्यामुळेच पुरुषांना अगदी किंचितशी संधी मिळाल्यास मातृवंशीय पद्धत रद्द करावी असेच वाटेल. कालपेनीमध्ये स्त्रिया आणि पुरुष यांना तरवाड संपत्तीत मूलत: समान अधिकार असतात. फरक इतकाच, की स्त्रियांच्या हक्कांचा वारसा तिच्या मुलांकडे जातो. पुरुषाच्या मृत्यूनंतर त्याचा हिस्सा त्यांच्या नातलग गटांकडे वळविला जातो. इस्लामने ही पद्धत अशी सौम्य केली, की त्यायोगे पुरुष आपली स्वत:च्या मालकीची संपत्ती आपल्या बायकोला आणि मुलांना देऊ शकेल. स्वतंत्र नोकऱ्या आणि मजुरी यांच्यामुळे कमाईच्या संधी वाढल्या आणि पुरुषांची परिस्थिती सुधारली. त्यांना त्यांच्या मातृवंशीय गटात निर्विवाद हक्क होते. त्याचप्रमाणे आपली स्वकष्टार्जित कमाई स्वत:जवळ ठेवण्याच्या हक्काला मान्यता होती. हा हक्क त्यांना मिळाला त्या वेळी अशा कमाईला फारच थोडा वाव होता.

अशा परिस्थितीत तरवाडचा सदस्य म्हणून पुरुषाला सुरक्षितपणाचा जो आनंद मिळायचा तो सोडावा असे त्याला का म्हणून वाटावे? ही सुरक्षितता भौतिक आणि मानसिकही होती. त्यात त्यांना स्वत:ची ओळख सापडे आणि आपण एका मोठ्या गटाचा भाग आहोत, हेही जाणवत असे. त्यांना महत्त्वाच्या स्थानांवर वारसाहक्कही मिळे. मेनलँडवर नोकऱ्या करणारे पुरुष आपली अस्मिता तरवाडमधूनच मिळाली असल्याचे ठामपणे सांगत. आपली मुळे उखडली गेली आहेत, या भावनेतून सुटका करून घेण्यासाठी तिथेदेखील तरवाडमधून मिळालेल्या आपल्या अस्मितांचा संदर्भ देत.

बेटावरच्या संपत्तीचे आणि साधनसामग्रीचे स्वरूप कसे होते, हे पाहणे आवश्यक आहे. कारण त्यावरूनच तरवाडच्या ओळखीचा भौतिक पाया तसेच लग्नानंतरची घरे आणि इस्लामिक कायदा यांचा स्वीकार करण्यासाठी आपली पद्धत टाकून द्यायला लोक का तयार नव्हते, ते समजू शकेल. त्यांना महत्त्वाची साधनसामग्री मिळत होती. नारळांच्या रूपाने नारळ दीर्घकाळ टिकत आणि त्यांची वाटणी करता येत असे, हा त्यांचा गुण बेटापेक्षा पूर्णपणे वेगळा होता. नारळ एका ठरावीक संख्येने दिले जात. त्यांचे वापट आणि पुनर्वाटप होत असे. मातृवंशीय नातलग किंवा एखाद्याची बायको

आणि मुले यांना मिळालेल्या नारळातून ते स्वंत्रपणे किंवा सामुदायिकरीत्या लुबाडणे शक्य होत असे. सामूहिक मातृवंशीय तरवाड संपत्तीच्या कल्पनेला अशा विभागणीमुळे धक्का पोहोचत नसे. या पायाभूत साधनसामग्रीच्या लवचीकपणामुळे नाममात्र पद्धतीने ही फिरवाफिरव केली जाई. पुन्हा जोडली जाई आणि पुन:पुन्हा जोडली जाई. तरवाडच्या अशा विभागणीमुळे कोणतीही समस्या निर्माण होत नसे आणि पुरुषाने आपल्या बायकोच्या घरी राहायला जाण्यानेही समस्या निर्माण होत नसत.

आम्हाला या सगळ्यामधल्या काही संबंधित गोष्टींच्या शक्यता तपासून बघायला हव्यात. त्या म्हणजे नवरा-बायकोची वैवाहिक एकक जास्त प्रमाणात निर्माण करणे आणि मोठ्या मातृवंशीय एककाच्या सहकारी कारभारावर अवलंबून राहणे कमी करणे, याच्याशी संबंधित असलेल्या शक्यता. बऱ्याचशा समाजात सुरुवातीला वैवाहिक जीवनाकडे प्रायोगिक टप्प्याच्या दृष्टीनेच पाहिले जाई. नवऱ्याने आपली बायको आणि मुले यांची संपूर्ण जबाबदारी घेतली पाहिजे या कल्पनेचा संबंध कित्येक समाजात प्रौढत्व पुरुषी पुरुष आणि परावलंबी बायको यांच्याशी लावला जाई. मातृवंशीय घरामुळे मिळणारे संरक्षण गमवायला पुरुष इतक्या ठामपणे का नाखूष असत, याचे उत्तर सापडेल, अशी काही सांस्कृतिक जडणघडण कालपेनीत नव्हती. बायको आणि नवरा यांची स्वत:ची स्वतंत्र कमाई असेल तर आपली उपजीविकेची साधने ते एकत्र करतील आणि शिवाय या नव्या व्यवस्थेत पुरुष ही अधिकारी व्यक्ती असेल, हेही आपल्याला गृहीत धरून चालणार नाही. Pat Caplan (१९८४) यांनी आफ्रिकेच्या पूर्व किनाऱ्याविषयी दाखवून दिल्याप्रमाणे दोघांनाही आपल्या कमाईचे स्वतंत्र प्रवाह चालू ठेवणे शक्य आहे. सरतेशेवटी भौगोलिकदृष्ट्या परस्परांपासून दूर होण्याचा या पद्धतीवर परिणाम होऊ शकत नाही. त्याचे एक कारण म्हणजे पुरुष घरापासून फार काळ दूर राहत नाहीत. दुसरे असे की बेटापासून दूर वैवाहिक एकक निर्माण झाले तरी स्त्रियांना मातृवंशीय संपत्तीतले आपल्या मुलांचे हक्क गमावण्याची इच्छा नसते. याच्या उलट काही किरकोळ उदाहरणे दिसून आली तरी आतून संरचना कोसळून पडेल, असे दिसत नाही.

प्रौढ वयाच्या गटांमध्ये पुरुषकेंद्री व्यवस्थेला चिकटून राहण्याची प्रवृत्ती अधिक आढळते. संपत्तीवरून होणाऱ्या भांडणांचे तपशील किंवा वृत्तान्त आणि भोवतालचे बदलत्या शतकातले व्यवहार हेही वयस्कर पुरुष आपल्या बायका-मुलांकडे राहायला जाणे पत्करतात, त्याला निमित्त ठरत असावे. काही विशिष्ट वयानंतर पुरुषकेंद्रित पद्धतीला काही प्रमाणात सांस्कृतिक मान्यता मिळते, असे दिसते. बदलत्या परिस्थितीत पुथिया स्वोत् (Puthia Swottu) आणि देय वैयक्तिक साधनसामग्री या गोष्टींचे प्रमाण वाढले असावे. त्यामुळे पुरुषकेंद्रितता आणि नवीन वसाहत यांना उत्तेजन मिळाले. लग्न आणि घटस्फोट याविषयी मी १९६९ मध्ये गोळा केलेल्या माहितीचा रोख असा दिसतो की, काही प्रमाणात पुरुषकेंद्रितता आणि नवीन वस्ती अगदी तरुण वयातदेखील स्वीकारल्या

जातात. त्याचे कारण इतर बेटांवरच्या सरकारी नोकऱ्या आणि स्वतंत्र कमाई हे असावे. तीदेखील अधूनमधून जाऊन राहण्याची निवासपद्धती असावी. पण हेसुद्धा आपली वैयक्तिक हक्काची संपत्ती सामूहिक मातृवंशीय संपत्तीत बदलण्यापासून लोकांना रोखू शकत नव्हते. इस्लामिक पद्धतीत परंपरेने चालत आलेल्या साधनसामग्रीचे तुकडे पाडण्याचा धोका यात टळेल हे स्पष्ट दिसत होते. सामूहिक मातृवंशीय संपत्तीमधल्या सुरक्षिततेपेक्षा असलेली भिन्नता ही येथे लक्षात येत होती.

## ९

या विवेचनामुळे इस्लाममधले इबादत आणि मुआमलत, उपासना आणि ऐहिक गोष्टी यांच्यातला फरक माझे लक्ष वेधून घेतो. कालपेनी बेटावरच्या रहिवाशांची मुळे इबादतमध्ये खोल रुजलेली होती. ते स्वतःला खरे मुसलमान मानीत होते. जन्म, सुंता, लग्न आणि मृत्यू या बाबतीत ते इस्लामिक आज्ञा पाळीत. अदेय अशा सामूहिक संपत्तीचा प्रश्न निघाला, की ती वक्फ संपत्तीला जोडून देत. संपत्तीच्या वादावादीत या फरकाचा संदर्भ दिला जात असे. मग तुलनेने इस्लामची ताठर लिखित वचने सौम्य होण्यास मातृवंशीयत्व मदत करीत, असे म्हणता येईल. कळीचा मुद्दा हा की, इस्लाममध्ये सामूहिक मालकीची वंशपरंपरागत संपत्ती असे काही अस्तित्वातच नव्हते. सगळीच संपत्ती व्यक्तिगत मालकीची होती. इतकेच काय पण विवाहित जोडप्याची संपत्तीदेखील तत्त्वतः विभक्त असे. घटस्फोटानंतर ती विभक्त केली जात असे. नात्याच्या वेगवेगळ्या दर्जाप्रमाणे कुराणाकडून व्यक्तींना हिस्से दिले जात. मुलांना जन्मतःच संपत्तीत हक्क दिला जात नसे. एखादा पुरुष आपल्या ताब्यातल्या संपत्तीचे स्वतःच्या इच्छेनुसार काहीही करू शकत असे. अर्थात इस्लामिक कायद्याप्रमाणे लादलेल्या काही मर्यादा त्याला पाळाव्या लागत. मग इतरांनी त्या संपत्तीत भर घातली असेल किंवा ते त्यावर अवलंबून असतील तरीही! संपत्ती ही नात्याच्या गटांच्या सामुदायिक हितासाठी असते, अशी कालपेनी बेटावरच्या लोकांची धारणा होती. त्याच्याशी वर उल्लेखिलेल्या गोष्टीचे स्वरूप तीव्र विरोध दाखवणारे होते. एखादा कार्नवार अधिकार असूनही सामर्थ्यशाली आणि धाडसी नसेल तर तो प्रत्यक्षात एक सामान्य व्यवस्थापकच असायचा.

आपली मातृवंशीय पद्धत आणि इस्लाम यांच्यातले हे विरोध इतक्या स्पष्टपणे बेटावरच्या रहिवाशांना जाणवत होते की नाही, हे सांगणे कठीण आहे. ते आपल्या परंपरेला चिकटून होते आणि स्वतःला खरे मुस्लीम समजत असत. सुरक्षितता आणि असुरक्षितता, सामूहिक हित आणि व्यक्तीची एकाधिकारशाही आणि कोणालाही देऊन न टाकता येणारे हक्क आणि बापावर पूर्णपणे अवलंबून असणे या सगळ्या गोष्टी सूर्यप्रकाशाइतक्या स्वच्छ आणि स्पष्ट दिसत होत्या की त्या लक्षात न येणे अशक्यच होते.

६

## दक्षिण आणि दक्षिण–पूर्व आशियातील नातीगोती आणि लिंगभाव : नमुने आणि विसंगती

अलीकडच्या काळात आपण यापूर्वी कोणतेही मूलभूत प्रश्न न विचारता जी पुरुषी वर्चस्व आणि लिंगभावात्मक विषमतेला सर्वव्यापी मानून गृहीते मांडली त्यांना प्रश्न विचारण्यास आता सुरुवात केली आहे. वेगवेगळ्या संस्कृतींमध्ये लिंगभावाची नाती वेगवेगळ्या प्रकारे बांधली जातात, हे आता कळून चुकले आहे. सांस्कृतिक विविधतेचे स्त्रियांच्या परिस्थितीशी काय स्वरूपाचे नाते आहे, हे समजून घेण्याची गरज आहे. सांस्कृतिक विविधतेचे मुख्य क्षेत्र आहे नातीगोती. त्यात लग्न आणि कुटुंबसंस्थेचा अंतर्भाव होतो. लिंगभावाची नाती प्रस्थापित केली जातात. त्यात नात्यागोत्यांचा फार महत्त्वाचा संदर्भ असतो. लिंगभावाच्या अभ्यासात नातीगोती थेट विचारात घेतली जात नाहीत. याचे कारण ती सुसंगत नसतात किंवा पुष्कळदा न बदलणारी किंवा काही बाबतीत अढळ अशी मानली जातात. एखाद्या विशिष्ट वर्तुळाकृती आणि कठीण भाषेत सांगितलेली असतात. वास्तव बघितले तर ते आपल्या आयुष्याच्या अगदी निकट असते. स्त्रियांची परिस्थिती समजून घेताना सुसंगत वाटते. गोतावळ्याकडे आपण मूठभरांना कळेल अशी, गूढ स्वरूपी वस्तू म्हणून बघता कामा नये. गटांमधले स्थान, सामाजिक ओळख, वारसा आणि जीवनावश्यक साधनसामग्रीची वाटणी, सामाजिकीकरण, विवाहानंतरचे निवासस्थान, स्त्रियांच्या स्थानाशी त्याचे नाते, नात्याच्या मूळ गटांची स्थापना, लग्न आणि वैवाहिक नाती, अधिकार आणि सत्ता आणि मुलांवरचे हक्क या बाबतीत गोतावळा व्यवस्थापकीय तत्त्वे पुरविणारी असतात, अशा दृष्टीने त्यांच्याकडे बघितले पाहिजे. अन्न, आरोग्य आणि आहार अशा विविध उपजीविकेच्या साधनांवरचा हक्क असणे आणि उदरनिर्वाहाच्या व्यवहारात गटांच्या सदस्यांवरची बंधने आणि त्यांची जबाबदारी हे समजून घेण्यासाठी गोतावळ्याची व्यवस्था या सर्वांसाठी विशिष्ट भाषा आणि त्याला अधिकृतता मिळवून देते हे वास्तव डोळ्यांपुढे ठेवले पाहिजे. गोतावळ्याच्या व्यवस्था निरुपद्रवी नाहीत किंवा अपरिवर्तनीय नाहीत. त्या

आत्मनिर्भरही नाहीत. त्यांची कार्यवाही भौतिक नात्यांमधूनच चालते; पण मूल्ये आणि विचारप्रणाली यातून ती जास्त परिणामकारकरीत्या स्वत:चे स्वरूप स्पष्ट करतात. बहुधा धर्मामुळे ती सौम्य बनतात. तसेच व्रतवैकल्ये आणि सामाजिक समारंभ यांतून त्यांना बळ मिळते असे दिसते. त्यामुळे लोकांचे वागणे आणि बोलणे यांच्या मुळाशी काय गृहीत धरले जाते किंवा स्वीकारले जाते, त्याचे मूल्यमापन करण्याची आम्हांला गरज वाटते. मला असा मुद्दा मांडावासा वाटतो, की पारंपरिक कायदापद्धती आणि रूढींचे कायदे यामध्येच नव्हे, तर नव्या कायद्यांचे स्वरूप आणि त्यातला आशय वरवर पाहता खास स्त्रियांच्या फायद्याचा आहे असे दिसते. तरीही गोतावळ्याची व्यवस्था आणि विचारप्रणाली यांचा त्यांच्यावर स्पष्ट उमटलेला ठसा कोणालाही स्पष्टपणे दाखविता येतो.

लिंगभाव कृतीत आणण्याच्या भिन्न पद्धतींमधले समाजातले जे काही महत्त्वाचे फरक आहेत, त्याचा खुलासा गोतावळ्याच्या व्यवस्था आणि कुटुंबाच्या संरचना यातून होतो. आपण विचारात घेत आहोत अशा समाजात लिंगभाव कृतीत आणण्याच्या चालीरीतींमधील विषमता आणि समानता यांचे स्पष्टीकरण त्यांच्या गोतावळ्याच्या व्यवस्थेमधूनच अंशत: का होईना मिळते. मला माझाच मुद्दा पुढे चालू ठेवायचा आहे तो म्हणजे मानवी जीवनात गोतावळ्याची तत्त्वे कोठवर पोहोचली आहेत, तसेच बाह्यत: त्यांचा काही संबंध नसला तरी त्या क्षेत्रात गोतावळ्याची संभाव्य भूमिका काय आहे, हे आपण समजून घ्यायला हवे. हे खास करून दक्षिण आणि दक्षिण–पूर्व आशियाच्या दृष्टीने फार महत्त्वाचे आहे. कारण तिथे गोतावळ्याचा एक शक्ती म्हणून विलक्षण प्रभाव दिसून येतो. एखादी विशिष्ट परिस्थिती किंवा अभूतपूर्व घटना आणि नातीगोती व कुटुंबाचे स्वरूप यांची मी घातलेली सांगड अटळ किंवा अपरिहार्य आहे, असा मी दावा करीत नाही. मला एवढेच आवर्जून सांगायचे आहे की, मला स्पष्टपणे दिसलेले संबंध आणि त्यांची सांगड यांचा गंभीरपणे विचार व्हावा इतके ते मोलाचे नक्कीच आहे.

विविध नमुन्यांमध्ये साम्य आणि विरोध आणि त्यांचे बाह्य स्वरूप याची तुलना केल्यास लिंगभावातल्या फारकतीतली नैसर्गिकता आणि विशिष्ट सामाजिक स्वरूप, नमुने, सामाजिक नियमातले चांगलेपण, नात्यागोत्यांची पद्धत अपरिवर्तनीय असते ही त्यावरची गर्भित श्रद्धा यामुळे या सगळ्या बाबतीत शंका उपस्थित करायला आपल्याला अधिकार प्राप्त होतो. एखाद्याची सांस्कृतिक अस्मिता जपण्यासाठी रूढीने चालत आलेल्या प्रथा आणि व्रतवैकल्ये यामध्ये किती धोके संभवतात, हे दाखवून देता येते. पापानिक (Papanek : 1991) यांच्या म्हणण्याप्रमाणे हक्काबद्दलच्या कल्पना शिकल्या आणि शिकविल्या जातात. त्याचबरोबर त्या अंगाबाहेरही टाकल्या जाऊ शकतात, असाही अर्थ निघू शकतो. त्यांचा असा त्याग करण्यासाठी स्वत:च्या गोतावळ्याच्या व्यवस्थेची तत्त्वे कोणती, या त्यांच्या मुळांपर्यंत पोहोचायला हवे आणि तुलनेने त्यांची

सापेक्षता निश्चित केली पाहिजे. असे केले तरच त्या अपरिवर्तनीय आहेत आणि आपल्या पद्धतींच्या बदलाला विरोध आहे, या कल्पनेबद्दलचा भ्रम दूर होईल. त्यात परिवर्तन करण्याचे परिणामकारक मार्ग आपण शोधून काढू शकू. हे काम सोपे नसले तरी तितकेच महत्त्वाचे आणि आवश्यक आहे. इथे गोतावळा, धर्मसंस्था, अर्थव्यवस्था आणि राज्यसंस्था यांच्या परस्परात गुंतलेल्या दुव्यांकडे दुर्लक्ष करून चालणार नाही. हे दुवे विश्लेषण करून बदलणे शक्य होणार नाही असे वाटण्याइतके परस्परात गुंतलेले आहेत.

आशियाने गोतावळाव्यवस्थेच्या तीन प्रकारच्या प्रमुख पद्धतींना आश्रय दिलेला आहे. पितृवंशीय, मातृवंशीय आणि द्विपक्षी. दक्षिण आशिया मुख्यत्वे करून पितृवंशीय आहे. त्यात दोन मातृवंशीय महत्त्वाचे कप्पे आहेत. दक्षिण–पश्चिम आणि उत्तर–पूर्व खंडात आणि द्विपक्षी श्रीलंकेत ते स्पष्टपणे आढळतात. दक्षिण–पूर्व आशिया हा प्रामुख्याने द्विपक्षीय आहे. ज्यामध्ये दोन्हीं पालक गोतावळ्यामध्ये स्थान मिळविण्यासाठी महत्त्वाचे ठरतात. पश्चिम सुमात्रामधील मिनांगकाबाऊ (Minangkabau), मलेशियातील नेनगेरी सेंबिलन (Nengeri Sembilan) लोकांत आणि काही पितृवंशीय समाजात मातृवंशीयत्वाचे प्रमाण लक्षणीय आहे. दक्षिण आणि दक्षिण–पूर्व आशियात फिलिपिनच्या (Philipines) पश्चिमेकडे अफगाणिस्तानमधल्या देशांचा अंतर्भाव होतो. भारत, बांगलादेश, मलेशिया, नेपाळ, पाकिस्तान, फिलिपिन्स आणि थायलंड इथली काही लोकसंख्या उदाहरणादाखल घेऊन तिथे लिंगभावाच्या दृष्टिकोनातून कुटुंब आणि गोतावळा यांच्यातल्या विसंगत घटकांतील काही अंगांचा मी विचार करणार आहे. माझा दृष्टिकोन स्पष्टपणे तुलनात्मक राहील. या देशांमधील प्रत्येक देश आंतरिक भिन्नतेमुळे वेगळा म्हणून ओळखता येतो. माझे लक्ष पुढील देशांवर केंद्रित असेल. भारत आणि नेपाळमधील पितृवंशीय हिंदू, बांगलादेश, भारत आणि पाकिस्तान येथील मुसलमान, द्विपक्षीय मलेय येथील मुसलमान, द्विपक्षीय जावा आणि इंडोनेशियामधील पश्चिम सुमात्रामधील मातृवंशीय मिनांगकाबाऊ जे इस्लामच अनुसरतात तसेच फिलिपाइन्समधील कॅथॉलिक आणि थायलंडमधील बुद्ध धर्म अनुसरणारे, या साऱ्यांवर माझे लक्ष केंद्रित झालेले असते. माझ्या हातून या दोन्ही प्रदेशांतील बहुतांश आदिवासी लोकसंख्या सुटली आहे आणि मी बऱ्याच प्रमाणात भारतीय ख्रिस्ती समाजाकडे दुर्लक्ष केले आहे. तसेच दोन्हीही मूलस्थान एकच असलेले आणि वाडवडिलांच्या नावावरून आडनाव, गोत्र असणारे समाज तसेच पश्चिम किनाऱ्यावरील पितृवंशीय समाज आणि भारतातील द्वीपकल्पीय वसाहत मी अभ्यासाच्या चौकटीतून सोडून दिली आहे.

पितृवंशीय द्विपक्षी नात्यागोत्यांच्या पद्धतीमधल्या विरोधांचा विचार करताना त्यामध्ये पितृवंशीय किंवा द्विपक्षीय एकजिनसीपणा किंवा अभिन्नत्व दाखवणारा नमुना पितृवंशीयत्वाचा किंवा द्विपक्षीयत्वाचा आढळत नाही, हे लक्षात ठेवले पाहिजे.

मातृवंशीयत्वालाही हेच लागू पडते. म्हणूनच या तुलनांमध्ये त्यातल्या ठळक स्वरूपाचा आणि धर्मामध्ये किंवा भूतकाळात रुजलेल्या विशिष्ट वैचित्र्यांचाच उल्लेख येईल.

२

एकीकडे पितृवंशीय समाजात मुलगे आणि मुली यांच्यातले फरक आणि दुसरीकडे मातृवंशीय तसेच द्विपक्षी समाजातले भेदाभेद हा त्यांच्या उतरंडीच्या गटांमध्ये आणि कौटुंबिक आणि गोतावळ्यांच्या घटकांमधल्या सभासदत्वाचा स्वभावधर्मच आहे. पितृवंशीय पद्धतीत मुलगे आणि मुली यांना आपल्या बापाकडून सामाजिक अस्मिता मिळते आणि त्याच्या वंशावळीत, खानदानात आणि कुटुंबात स्थान मिळते. मुलगा या एककांचा कायमचा सदस्य असतो. मुलीकडे मात्र ती वाटेवरचा तात्पुरता मुक्काम करणारी किंवा कायम सदस्य नसलेली अशा दृष्टीने बघितले जाते. मुलगा आपला पितृवंश पुढे चालू ठेवण्यास समर्थ असतो. मुलीला मात्र तिची मुले बापाच्या उतरंडीची म्हणून ओळखली जात असतील तर हे शक्य नसते. बापाच्या कुटुंबात ती प्रवेश करते तो फक्त थोड्या वेळाच्या वास्तव्यासाठी. सांस्कृतिकदृष्ट्या विवाह या गोष्टींवर फारच भर दिला जातो आणि लग्नानंतर माहेराहून सासरी निघून जाणे अपरिहार्य ठरते. या गोष्टी दक्षिण आशियाच्या पितृवंशीय समाजात दृढमूल झालेल्या आहेत. नात्यातल्या नात्यात लग्नाची शक्यता – जसे मावस–मामे भावंडे – किंवा मामा आणि भाचीचे लग्न ही प्रथा दक्षिण भारतातल्या बऱ्याच हिंदू समाजात पाळली जाते. उपखंडातल्या बहुतेक मुस्लीम समाजात विरुद्ध किंवा समांतर भावंडांमध्ये होणाऱ्या लग्नातदेखील मुलीला सासरी जाण्याची सक्ती केली जाते. लग्न झाल्यावर मुलीला माहेरच्या सभासदत्वाला मुकावे लागते आणि सर्वसामान्य परिस्थितीत लग्न आवश्यकच आहे असे मानतात.

याच्या उलट मातृवंशीय समाजात स्त्री–पुरुष दोघांच्याही मुलांना आईच्या उतरंडीच्या गटात कायम सदस्यत्व बहाल केले जाते. आणि ते स्त्रीच्या दुव्यातून नातेवाइकांशी जोडले जाते. त्यांचे रक्त एकच असते अशी त्यांची पक्की समजूत असते. अशा प्रकारे मूल स्वत:ची सामाजिक ओळख आपल्या आईकडून मिळवते. बहीण ही सातत्य राखणारी आणि वंशावळीत किंवा उतरंडीत भर टाकणारी असते. उदा. केरळातील नायरांमधील तारवाड तसेच लक्षद्वीपमधले मुस्लीम किंवा रवासीमधली क्पोह (गर्भाशय) यांच्यात भावाची मुले त्याच्या बायकोच्या वंशावळीची असतात. बारकाईने निरीक्षण केल्यास असे दिसले की, जन्माच्या नैसर्गिक प्रक्रियेचा मातृवंशीय आणि पितृवंशीय समाजात वेगवेगळा अर्थ लावला जातो. मातृवंशीय पद्धतीत उतरंडीच्या गटांचे सदस्यत्व लग्नामुळे बदलत नाही. द्विपक्षी समाजात मूल हे दोन्ही पालकांचे सारखेच मानले जाते. तिथे कोणाही एका पालकाला कमी महत्त्व देण्याचा प्रयत्न केला जात नाही. आईची जीवशास्त्रानुसार भूमिका आणि तिचे मुलाशी असलेले जवळकीचे नाते यामुळे तिला

जास्त महत्त्व मिळते आणि ती आपल्या मुलांवर हक्क शाबीत करू शकते. मुलाला किंवा मुलीला आपण ज्या गटात जन्मलो त्या परिघाबाहेरचे किंवा तात्पुरते सभासद आहोत, असे कधीच वाटू दिले जात नाही. दोन्ही पालकांकडून सामाजिक अस्मिता मिळते आणि दोघांचेही पूर्वज वेगवेगळ्या दिशेचे (Direction) असले तरी ते गोतावळ्याचे मानले जातात. स्वत:ची वेगवेगळी नाती काही प्रमाणात आपल्या निवडीप्रमाणे जोडता येतात. जावामधील त्ताह (Trah) हे याचे उत्तम उदाहरण आहे. उदाहरणार्थ फिलिपिन्समध्ये सैलपणे गोतावळ्याचे विणलेले जाळेसुद्धा कार्यरत असते. आधीच्या अस्मितेच्या खुणा विवाहामुळे पुसल्या जात नाहीत. नवऱ्याच्या किंवा बायकोच्या नातलगांची आधी असलेल्या नातलगांमध्ये भर पडते. या समाजात कायदेशीर पितृत्वाला निश्चितपणे महत्त्व असते. तरीही लग्नबंधनाशिवाय जन्मलेले मूल सामान्यत: नाकारले जात नाही. मुस्लीम मलेशिया आणि इंडोनेशियातदेखील लग्नबंधनाशिवाय जन्मलेल्या मुलाच्या बाबतीत इतका गदारोळ उठताना दिसत नाही. मात्र, तसा तो दक्षिण आशियातल्या पितृवंशीय समाजात दिसून येतो. थायलंड आणि फिलिपिन्समध्ये बापाची ओळख पटली नाही तर बहुधा त्या मुलाला त्याच्या आईचे पालक वाढवतात. या बाबतीत थायलंड जास्त उदार असल्याचे दिसते. कदाचित बौद्धधर्मात कुटुंबाविषयक नियम किंवा बंदी, हद्दपारी अशा गोष्टी फारच थोड्या आहेत हे त्याला कारण असावे.

गटांमधले सदस्यत्व आणि सामाजिक अस्मिता यांचा, संपत्तीच्या वारसाहक्काचे वेगवेगळे प्रकार आणि उपजीविकेच्या साधनांची वाटणी यांच्याशी अगदी निकटचा संबंध आहे. हिंदू दक्षिण आशियात मुलगा संपत्तीचा वारस ठरतो आणि त्याच्याकडून तो पुढे वारसाहक्क पुढे चालू राहतो. पारंपरिक संकल्पनेमध्ये मुलींना फक्त उदरनिर्वाहाचा आणि विवाह यावरच हक्क असतो. यात कुटुंबाची प्रतिष्ठा राखून संसार उभारण्यासाठी ज्या वस्तू लागतात त्या आणि विवाहप्रसंगी मिळालेल्या भेटी यांचा समावेश आहे. फक्त मुलांना पूर्वजांच्या वडिलोपार्जित संपत्तीमध्ये संयुक्त मालकीचे अर्थपूर्ण अधिकार जन्मामुळे मिळतात. १९५६ च्या कायद्यानुसार मुलींना संयुक्त मालकीचा हक्क नसतो. त्यांना पूर्वजांच्या संपत्तीमध्ये वारस म्हणून आपल्या भावांबरोबर पित्याच्या संपत्तीचा थोडा हिस्सा मिळतो. तरीसुद्धा पुष्कळदा मुलीला द्यावा लागणारा हुंडा आणि लग्नाचा खर्च हा बापाच्या संपत्तीमधल्या तिच्या हक्काला पर्याय ठरतो. गेल्या काही वर्षांत आंध्र प्रदेश, हरयाना, कर्नाटक आणि महाराष्ट्रात मुलींनादेखील वडिलोपार्जित जमिनीत आणि संपत्तीत वाटा मिळावा असे कायदे झाले असले तरी या कायद्यांची अंमलबजावणी भिन्न प्रकारे होते.

उत्तरेकडच्या द्वीपकल्प नसलेल्या भारतात जमीन ही पुरुषाची संपत्ती मानतात. मुलीला स्थावर संपत्तीमध्ये बापाकडून वडिलार्जित किंवा स्वकष्टार्जित संपत्तीत हिस्सा मिळण्याचा हक्क असतो. तरीही मुलीला सहसा काहीही मिळत नाही. मात्र, आता

नवीन पाहणी केल्यावर असे आढळले की, आपल्या संपत्तीत मुलीला हिस्सा देण्याकडे सुशिक्षित पालकांचा कल झुकलेला आहे. सर्वसामान्यत: अशी समजूत आहे की, मुलीने जर आपला हिस्सा मागितला तर तिला माहेरचे बोलावणे येणार नाही. अधूनमधून तिथून मिळणाऱ्या भेटी स्वीकारता येणार नाहीत. गरज पडल्यास भावांकडून आधारही मिळणार नाही. तिच्या मनात रुजलेल्या या सवलतींच्या प्रथांना मुकण्याचा धोका तिला पत्करावा लागेल. कायदेशीर हक्कांचा हट्ट धरला तर आपल्या गोतावळ्याच्या व्यवस्थेचा भाग असलेल्या नैतिक हक्कांपासून तिला वंचित व्हावे लागेल.

विवाहित मुलीला जे काही दिले जाते ते दुसऱ्या कुटुंबाकडे जाते, ही भावना फार प्रबळ आहे. गंमत म्हणजे याच्या अगदी उलट कल्पना मातृवंशीय लक्षद्वीप बेटावर आढळते. तिथे असे समजतात, की एखाद्या माणसाने आपल्या मुलांना संपत्ती भेट दिली तर तिचे तुकडे पडतात. पितृवंशीय दक्षिण आशियात काही सुधारक आणि सुशिक्षित लोकांचा अपवाद सोडला तर सहज हाती घेऊन नेता येतील अशा भेटवस्तूंवरच फक्त मुलीचा हक्क आहे, पण संपत्तीच्या हिश्श्यावर नाही. ही कल्पना आजही तिथे ठाण मांडून बसलेली आहे. हे नेपाळचेही वास्तव आहे. दक्षिण भारतामध्येसुद्धा जेथे, काही मोजक्या समाजांमध्ये, मुलींना जी थोडीशी जमीन दिली जाते, तीसुद्धा पितृवंशीय किंवा पूर्वजांकडून आलेल्या संपत्तीतील वाटा म्हणून गणली जात नाही. अशा जमीन देण्याला देणगी वा भेट असे मानले जाते. एखाद्या जोडप्याला मुलगा नसेल तर ते आपल्या मुलीला जमीन देऊ शकतील. त्या मुलीला आपल्या मुलांसह आणि नवऱ्यासह पालकांच्या घरी राहता येईल. हे उत्तरेपेक्षा दक्षिणेकडे जास्त सोपे आहे. कारण तिथे निपुत्रिक नातलगाच्या प्रातिनिधिक नातेवाइकाकडे आपल्या संपत्तीचे हक्क सोपवण्याची पितृवंशीय नातलगांची प्रवृत्ती दिसून येते.

भारतात विविध भागांमध्ये स्त्रीधनाचा वेगवेगळा अर्थ लावला जातो. आता त्याची जागा हुंड्याने घेतली आहे. दक्षिणेच्या टोकाला गेले तर असे दिसते, की स्त्रीधनावर आणि हुंड्याच्या काही भागांवर स्त्रियांचा हक्क असतो. उत्तरेकडे ही परिस्थिती फारच फसवी आहे. मुलींना वारसाहक्क नसतो किंवा असला तरी त्याची अंमलबजावणी परिणामकारक रीतीने केली जात नाही. त्यामुळे हुंड्याला उत्तेजन मिळते. हीच गोष्ट विवाहाबाबत बरेचसे निर्बंध आणि बंदी घालणाऱ्या जातिव्यवस्थेमध्येही घडते. तिथे मुलगे आणि मुली यांना जोडीदाराची निवड करायला फारसा वाव नसतो. वास्तविक, स्त्रियांची परिस्थिती विचारात घेतली तर पितृवंशीयता आणि जातिव्यवस्था ज्या जोड्या जमवते, त्या अगदी भीषण स्वरूपाच्या असतात. मोठ्या विवाहयोग्य गटात स्वजातीय विवाह करणाऱ्या छोट्या जातीचे, त्यातही वर्गावर जास्त भर दिल्याने, निरीक्षण केले (जसे – सगळे तमीळ ब्राह्मण गट किंवा उत्तर भारतातल्या ब्राह्मण जाती एकच वैवाहिक (एकक) समजले जाते) तर दिसते की हुंड्याची रक्कम फार वाढली आहे. कारण तरुण

स्त्रियांच्या पालकांमध्ये मुलीला चांगला जोडीदार मिळवण्याची तीव्र स्पर्धा असते आणि या व्यवहारातून जास्तीत जास्त फायदा कसा मिळवता येईल, हा तरुण मुलांच्या पालकांचा हेतू असतो.

विधवांना काही प्रमाणात वारसाहक्क आहेत. (त्यांची अंमलबजावणी भिन्न प्रकारे होते.) वैवाहिक संपत्तीमध्ये काही तरतूद नसेल तर विवाहित स्त्रीला नवऱ्यावर पूर्णपणे अवलंबून राहावे लागते. मात्र, जर तीसुद्धा काही कमवत असेल किंवा तिला तिच्या कमाईवर नियंत्रण असेल, किंवा काही प्रमाणात पित्याकडून संपत्ती मिळाली असेल तर असे घडत नाही.

दक्षिण आशियातल्या पितृवंशीय मुस्लिमांनी मात्र व्यवहार करताना कुराणातील वारसाहक्काचे कायदे आमूलाग्र दूर सारले आहेत. पुष्कळदा मुलीला बापाच्या संपत्तीतला हिस्सा अजिबात मिळत नाही. कारण त्यांना पितृवंश अखंड राखायचा असतो. बांगलादेशात स्त्री आपल्या पितृवंशीय संपत्तीत कायदेशीर हक्क मागू शकत नाही किंवा तिला त्यातले काहीही मिळत नाही. नैयोर (Naiyor) पत्करावे लागते. नैयोर म्हणजे तिला अधूनमधून माहेरी जाता येते. सासरच्या वर्तणुकीच्या कडक कायद्यातून थोडी सुटका होते. सणासमारंभात भेटी स्वीकारण्याचा अधिकार मिळतो आणि घटस्फोट, वैधव्य, किंवा आजारपण अशा अडचणींच्या वेळी भावाचा आधार मिळू शकतो. माहेरच्या गटातल्या स्थावर संपत्तीतल्या हक्काचा मान मिळवायचा असेल तर विवाहित मुलीला माहेरच्या घरातून निघून सासरी जाऊन राहावे लागते. या निवासाच्या नियमांमुळे ही अशी अडचण उद्‌भवते. ही अगदी सार्वत्रिक समजूत आहे. पश्चिम पंजाब आणि पाकिस्तानातल्या इतर काही भागांत जमिनीवरचा हक्क मिळवायचा असेल तर तिने बापाच्या भावाच्या मुलाशी म्हणजे चुलतभावाशीच लग्न केले पाहिजे ही अट असते. ती पाळली नाही तर हा हक्क नाकारला जातो. मुख्यत्वे व्यापार तसेच मोठ्या प्रमाणावर परदेशी व्यापार करणाऱ्या आणि पगारी नोकरी करणाऱ्या उपखंडातील मुस्लिम समाजात मुलींच्या बाबतीतले नियम आणि प्रथा वेगवेगळ्या आहेत. ख्रिश्चनांमध्ये मुलीला मुलाच्या बरोबरीने हिस्सा मिळतो; पण त्यातही प्रदेशांबरहुकुम फरक आहेत. सीरियन आणि गोवास्थित ख्रिस्ती गट जे मूलतः पितृवंशीय आणि पितृकेंद्र असतात, त्यांच्यामधील अगदी कायदेसुद्धा मुलीचा संपत्तीतील वाट्याचा अधिकार दुर्लक्ष करण्याकडेच झुकतात. हा मुलीचा वाटा जो संमत केला जात नाही, त्याची भरपाई जणू काही हुंड्यामधून केली जाते.

मातृवंशीय समाजात स्त्री आपल्या गटाच्या साधनसामग्रीचा उपयोग करू शकते. त्याचा काही भाग मग ती तिच्या मुलांच्या स्वाधीन करू शकते. पुरुषदेखील आपल्या गटाच्या साधनसामग्रीचा उपयोग करू शकतो. नंतर त्याच्या बायकोच्या गटातल्या आपल्या मुलांना देऊन टाकण्याचा त्याला अधिकार नसतो. लक्षद्वीपमध्ये पुरुष आपली

व्यक्तिगत स्वकष्टार्जित संपत्ती आपल्या मुलांना भेट म्हणून देऊ शकतो. मिनांगकाबाऊमध्ये पश्चिम सुमात्रामधील जमीन गोतावळ्याच्या गटाच्या सामूहिक मालकीची असते. जमिनीचे काही विशिष्ट तुकडे स्त्री जर स्वत: किंवा तिच्या स्त्री-पुरुष नातलगांच्या अथवा नवऱ्याच्या मदतीने करत असेल, तर त्या जमिनीवर तिच्या स्वत:चाच अधिकार पोहोचतो. द्विपक्षीय मलेशिया आणि इंडोनेशिया यामध्ये मुले आणि मुली यांच्यामध्ये संपत्ती सारख्या प्रमाणात विभागून देण्याचा हुकूम 'आदत' (custom) किंवा प्रथा म्हणून देऊ शकते. तिथे पुष्कळदा इस्लामिक कायद्यापेक्षा 'आदत' पाळण्याकडे समाजाचा कल दिसतो. मात्र, ज्यांची इस्लामवर मन:पूर्वक श्रद्धा असते किंवा ज्यांनी मोठ्या प्रमाणात स्वकष्टार्जित कमाई केलेली असते, अशा लोकांची संपत्तीच्या विभागणीचा इस्लामिक कायदा पाळण्याची इच्छा असते. जावा, इंडोनेशिया इथे उत्तम तांदूळ पिकवणारी जमीन सर्वसामान्यत: मुलींना दिली जाते आणि ज्या मुलीने स्वत:चा स्वतंत्र संसार उभा केला असेल तिला नवे घर, त्या घराला लागून बाग करण्यासाठी जमिनीचा तुकडा दिला जातो. शेतजमीन वापरण्याचा हक्क मिळतो आणि तिचा नवरा पिकाचा एक भागीदार म्हणून ते शेत कसू शकतो.

साधनसामग्रीचे वाटप आणि संपत्तीचे हस्तांतरण या बाबतीत लिंगभावविषयक समतोल आणि भावा-बहिणींमध्ये विषमतेचा अभाव हे फिलिपिनो आणि थार्ट संस्कृतींचे वैशिष्ट्यपूर्ण घटक होत. या समाजांमध्ये द्विपक्षीयता काळजीपूर्वक जतन करून ठेवली आहे.

### ३

यावरून आपण वळतो निवासाच्या विविध प्रकारांकडे आणि जागेवरील हक्कांकडे. निवास याचे निदान दोन गर्भितार्थ किंवा संदर्भ आहेत. घरदार किंवा कौटुंबिक गट आणि वस्ती किंवा जवळपासचा शेजारपाजार. आदर्शात्मक साचेबंद घरादाराची कल्पना हिंदू भारत आणि नेपाळ यामधील बहुतांश ठिकाणी धर्माने अधिकृत केलेली अशी म्हणजेच पितृवंशीय पितृकेंद्री एकत्र कुटुंब. त्याचे प्रत्यक्षातील प्रमाण सामाजिक-आर्थिक पातळ्यांनुसार, जाती गटांनुसार, व्यवसायानुसार आणि प्रदेशांनुसार बदलते. येथे महत्त्वाचे ठरते ते म्हणजे कुटुंबामध्ये कोणत्या वेळेस विभक्त होणार, याविषयीचे नीतिमूल्य आणि लोकसंख्याविषयक घटक उदा. सरासरी आयुर्मर्यादा, विवाहाचे वय आणि मूल जन्माला घालण्याचे वय हे होत.

व्यावसायिक विविधता, स्थलांतर आणि पत्करलेल्या धंद्यासंदर्भात महत्त्वाच्या गोष्टी बदलल्या, तसेच कामाचे ठिकाण आणि राहते घर यामधील अंतर या साऱ्यांमधून बहुतांशी एकत्र कुटुंबाच्या घरादारात येणाऱ्या विभक्तीकरणात भर घातली जाते. मुबलक कमाईची शक्यता आणि स्त्रीशिक्षण यामुळेही विभक्त राहण्याकडे कल वाढतो. ते

न्याय्यही ठरते. भाऊ आणि त्यांच्या बायका, मुले ज्यात एकत्र राहतात अशी मिश्र संयुक्त कुटुंबाची संख्या दिवसेंदिवस कमी होत चालली आहे. तरीही वंशावळ आणि पितृप्रधान एकत्र कुटुंबे (किंवा ज्यांना परस्पर पूरक विभक्त कुटुंबे म्हणता येईल अशी) अजूनही बहुतेककरून आढळतात, असे संशोधनाने दाखवून दिले आहे.

एकत्र कुटुंबपद्धती अस्तित्वात नसली तरीही अगदी जवळचे पितृवंशीय नाते असलेले पुरुष आणि त्यांच्या बायका व मुले एकाच कुटुंबातली मानली जातात. पितृवंशीय नात्याची कुटुंबे घरांच्या समूहात राहतात (त्यातील काही एकक दूर असले तरी) आणि बऱ्याच जबाबदाऱ्या आणि कर्तव्ये वाटून घेतात. व्रतवैकल्ये, कर्मकांडे, आणि समारंभ यामध्ये एकत्र येतातच, पण त्याचबरोबर जमीनही एकत्रितपणे कसतात. अशा तऱ्हेने विभक्त कुटुंबेही एका विस्तृत पितृवंशीय कुटुंबाच्या अस्तित्वात पार रुजलेली असतात. सर्वसाधारणपणे ज्याला पूरक विभक्त कुटुंबे म्हणतात त्यामध्ये सामान्यत: विधवा आई किंवा त्या कर्त्या पुरुषाचा बाप, त्याच्यावर अवलंबून असलेले लहान भाऊ आणि बहिणी ही सगळी एकत्र राहतात. त्यामुळे बऱ्याच लोकांना पितृवंशीय एकत्र कुटुंबाचा काही प्रमाणात तरी अनुभव मिळतो. महत्त्वाचे असे की, नेहमीच मुलीला संस्कारातून काल्पनिक सासूच्या छायेखाली ठेवले जाते. वधू तिच्या नव्या घरात परकी म्हणूनच प्रवेश करते. तिला कुटुंबात सामावून घ्यावेच लागते. तिच्याकडे घातक अस्तित्व म्हणून बघितले जाते. जी बाह्यत: पवित्र मानली जाते. जिला सामावूनही घ्यावे लागते आणि नियंत्रितही करावे लागते. तिचे अस्तित्व संशयित असते. कारण तिच्यामुळे कुटुंबाचा ढाचा बिघडविण्याची शक्यता आहे, असे मानले जाते. आदर दाखविणे किंवा काही गोष्टी टाळणे याविषयीचे जे व्यवहार असतात, त्यामुळे स्त्रियांवर बहुविध प्रकारे मर्यादा येतात; परंतु त्यांचा उद्देश असतो तो असा की, उपरी वा परकी असणारी मुलगी घरातली व्हावी, परंतु असे करताना एकत्र कुटुंबातील सदस्यांमध्ये कोणतीही तोडमोड अथवा कलह होऊ नयेत. खरा संघर्ष असतो तो कुटुंबात अधिक सामावून घेतल्या गेलेल्या स्त्रिया आणि कमी सामावून घेतल्या गेलेल्या स्त्रियांमधला. खास करून सासू आणि सून यांच्यामधला. जसजसा काळ बदलतो तसतसे घरातल्या वर्चस्वाचे नाते उलटेपालटे होऊ शकते किंवा काही विशिष्ट व्यक्ती आणि घर चालवणाऱ्या वेगवेगळ्या व्यक्ती आपल्या परीने त्यामध्ये भर घालतात. त्यामुळे तरुण स्त्री सुरुवातीपासूनच घरात वरचढ होऊ शकते. ही सत्तेची झोंबाझोंबी संस्कृती या चौकटीत समजावून घेता येते. काही असो, सासू आणि सून यांच्या नात्यामधील साचेबंदपणा निवासाच्या सक्तीच्या स्वरूपाशी अधिक निगडित आहे. (विशेषत: स्त्रियांची लोकगीते) स्त्रियांनी लिहिलेली लोकगीते आणि विवाहाच्या समारंभामध्ये केले जाणारे विधी यामधून स्त्रिया आपली नाराजी व्यक्त करतात. मुलीला दुसऱ्या कुटुंबामध्ये देऊन टाकायचे आणि तिच्या सासरच्या घरी तिची परिस्थिती खालावत जाण्याची शक्यता

असते. त्यामुळे या साऱ्यातून भावनिक कोंडीला वाट मिळते. असे विधी आणि लोकगीते यांच्यामधून काही साचेबंद प्रतिमा निर्माण केल्या जातात, असे दिसते. विशेषत: सुशिक्षित मंडळींमध्ये पती-पत्नीच्या सुशिक्षित सान्निध्यावर अधिक भर असल्यामुळे सुनांना अधिक स्वातंत्र्य आणि महत्त्व देण्याकडे कल असतो. त्यामुळे आताच्या काळात सासू-सासरे आणि सून यांच्यामध्ये व्यक्तीच्या पातळीवर कोणती समीकरणे बनतात, हे विचारात घेणे अधिकाधिक आवश्यक बनले आहे.

दक्षिण आशियातल्या पितृवंशीय आणि पितृस्थानीय समाजात राहण्याचे असे परिणाम होतात, की स्त्रीला तिच्या माहेराकडून मिळणारे काही हक्कही जातात आणि सासरी हक्काची जागा मिळवण्याची शक्यताही नसते. नव्या घरात तिला एक प्रकारे काही अटींवरच राहावे लागते. त्या अटी म्हणजे तिची 'योग्य' वर्तणूक, घरकामातील तत्परता, नात्यात सलोखा राखणे, वयस्कर व्यक्तींची सेवा, नवऱ्याला सुख देणे, ती आणित असलेल्या भेटी आणि क्वचित् तिची स्वत:ची कमाई. एखाद्या स्त्रीला कोणत्यातरी गंभीर किंवा अगदी क्षुल्लक कारणावरूनदेखील सासरच्या घरातून हाकलून दिले जाते. हे विभक्त कुटुंबालासुद्धा लागू पडते. स्त्री त्या घरात राहत असताना जे काही कमावते ते सासरच्या घराच्या मालकीचे ठरवले जाते हाही मुद्दा महत्त्वाचा आहे. छत्तीसगडमधला एखादा पुरुष आपल्या बायकोच्या कमाईबद्दल म्हणतो, ''तू कोणाच्या घरात राहत होतीस आणि ही कमाई करीत असताना तू कोणाचा भात खात होतीस?'' एखादा बांगलादेशी खेडूत आपल्या मुलांवरचा हक्क सांगताना म्हणेल, या घरात तू आलीस तेव्हा तुला मुलं नव्हती. तुला ती या घरात झाली. तेव्हा त्यांना तुझ्याबरोबर नेण्याचा तुला काहीही हक्क नाही. नव्या घरी म्हणजे खरे तर पुरुषाच्या घरी – म्हणजे नवऱ्याच्या घरात ती राहत असते तेव्हा ते घर स्त्रीच्या मालकीचे असले तरी नवऱ्याला त्याची खंत वाटू नये म्हणून तिला खूप काळजी घ्यावी लागते. मग तिच्या अशा वागण्याचे विशेष कौतुक होते. एखाद्या विधवेला मुलांच्या तुलनेत नवऱ्याच्या घरी राहण्याचा मर्यादित हक्क कायद्याने दिलेला असतो. आपल्या गोतावळ्याच्या व्यवस्थेत याची पाळेमुळे आहेत. यातूनच आपल्याला काही गोष्टींचे स्पष्टीकरण मिळते. जेव्हा एखादी अविवाहित स्त्री काम करून आपल्या भावंडांना सांभाळते तेव्हा ही कृती त्या साऱ्यांना एका परिस्थितीमध्ये अशी कोंडते, की लग्न नावाचा पर्याय तेथे शिल्लकच राहत नाही. एखाद्या विवाहित स्त्रीला आपले आईवडील आणि धाकटी भावंडे यांच्यासाठी स्वत:च्या कमाईचा उपयोग करण्याचा नैतिक अधिकार नसतो. तिला त्यासाठी लबाडी किंवा हातचलाखी करावी लागते. युक्त्या-प्रयुक्त्या योजाव्या लागतात. नवऱ्याला आणि सासू-सासऱ्यांना खूष करावे लागते किंवा मग नियम मोडावे लागतात. तिला भेटी किंवा देणग्या देण्याची मुभा असते. तेव्हा भेटींची परतफेड करण्याच्या नावाखाली ती त्यांना आधार देऊ शकते.

सासुरवाडीला राहणाऱ्या जावयाकडे म्हणजेच घरजावयाकडे ज्या दृष्टीने बघितले जाते त्यावरून निवासाच्या बाबतीतल्या कल्पना किती कर्मठ असतात, याची खूण पटते. इथे वापरली जाणारी वेगवेगळी विशेषणे अत्यंत अपमानकारक असतात. त्याला बेवारशी कुत्रा, ओझ्याचे गाढव किंवा आळशी नालायक माणूस म्हटले जाते. मुलगी एकुलती एक असेल तर आपल्या घरी राहायला येण्यासाठी जावयाचे मन वळवणे मुलीच्या पालकांना फार जड जाते. अर्थात अशी व्यवस्था अगदीच आढळत नाही असे नाही. खास करून दक्षिण भारतात नात्यानात्यात लग्ने होतात, तिथे ही प्रथा आहे. एकंदरीत पाहता ती कमीपणाची मानली जाते. शिवाय पुष्कळ मुलींच्या पालकांना अशी भीती वाटते की, आपल्या घरी राहणारा जावई आपल्या म्हातारपणी छळवादी बनेल आणि आपल्याला लुटेल. मातृवंशीय समाजातदेखील आपल्या बायकोच्या घरी राहायला आलेल्या जावयाला काही विशेषणे लावली जातात; पण ती पुष्कळदा थट्टेने आणि कधीकधी त्यातून त्याचा दर्जा परिघाबाहेरचा आहे, असे सूचित केले जाते. जिथे पतीने पत्नीकडे पितृकेंद्रित निवासास जाण्याची प्रस्थापित प्रथा आहे, तिथे नवऱ्याला हुकूमशहा बनण्यास वाव नसतो. त्याचबरोबर त्याचा अपमानही करीत नाहीत.

मातृवंशीय मिनांगकाबाऊ समाजात घरे आणि जमीन परंपरेने नात्याच्या गटात सामूहिक धरली जाते. मोठ्या जुन्या घरावर स्त्रियांना निरपवाद हक्क असतो. बायको तिच्या स्त्री नातलग आणि त्यांचे नवरे या सर्वांबरोबर ज्या घरात राहत असेल, त्या घरी लग्नानंतर तिचा नवरा राहायला जातो. या मोठ्या घरात कितीतरी भाताची भांडी असतात (Consumption) किंवा वैवाहिक एकक असतात. या भाताच्या भांड्यांच्या एककांच्या सभासदांची संख्या ठरलेली नसते. तेथे इच्छेचा, निवडीचे स्वातंत्र्य असते पुष्कळदा अविवाहित बहीण, आई किंवा बायकोचे अगदी जवळचे नातलग यांची या मोठ्या घरात वर्णी लागते. विशिष्ट कालावधीसाठी कमाई करण्याकरता पुरुषांनी स्थलांतर करण्याची प्रथा प्रचलित आहे. लक्षद्वीपमध्ये नवरा आपल्या मातृवंशीय नातलगाकडे राहतो – जसे (त्याची आई, बहिणी आणि त्यांची मुले, भाऊ, इतकेच नव्हे तर आईची आई, तिच्या बहिणी वगैरे) – तर त्याची बायको आपल्या मातृवंशीय नातलगाकडे राहते. तो आपल्या बायकोच्या घरी रात्रीचा पाहुणा असतो. फारच थोडे पुरुष काही काळानंतर आपल्या बायकोच्या घरी राहायला जातात. प्रथा अशी की लग्न हे पाहुणा जाण्याच्या पद्धतीनेच सुरू होते. मुले आईची असतात. घरे ही स्त्रियांच्याच मालकीची असतात. ती स्त्रियांच्या सोई लक्षात घेऊनच बांधली जातात. विभागली जातात. कारण स्त्रियाच प्राधान्याने त्या घरातील रहिवासी असतात आणि त्यांच्या मुलांना तिथेच वाढवतात.

वैवाहिक निवासाच्या संदर्भात पितृवंशीय दक्षिण-आशियापेक्षा द्विपक्षीय दक्षिण पूर्व आशिया आणखीच वेगळे चित्र सादर करतो. काही अॅटजेहनीज (Atjehnese)

गट आणि उत्तर-पूर्व थायलंडमधील काही लोकांमध्ये मातृवंशीय वस्ती ही प्रथा ठरावीक ठशाची आहे. हे सोडल्यास त्या प्रांतातल्या निवासीव्यवस्थेचे मूलभूत तत्त्व निवड करू देणारे आणि वैकल्पिक आहे. तिथे उतरंडीचे सातत्य किंवा कुटुंबे पिढ्यान्‌पिढ्या न तुटता अखंड राहावे या बाबतीत सांस्कृतिकदृष्ट्या काहीही सक्ती केली जात नाही. ते जोडपे बायकोच्या किंवा नवऱ्याच्या पालकांच्या घरी किंवा घराजवळ राहू शकते. लग्नानंतर पहिली काही वर्षे बायकोच्या घरी किंवा तिच्या घराजवळ राहायला हरकत नसते. एखादे जोडपे त्यांचे वैवाहिक आयुष्य एका पालकांच्या घरी सुरू केले किंवा नंतर दुसऱ्या पालकांकडे बदलून राहायला लागले किंवा त्यांनी स्वत:चा वेगळा संसार थाटला तरी ते अस्वाभाविक आहे असे मानीत नाहीत. तरीही एकाच जोडीदाराच्या नातलगांजवळ आणि त्यातला त्यात बायकोच्या नातलगांजवळ राहण्याची प्रवृत्ती दिसून येते. स्त्री नातेवाइकांच्या एकोप्यावर अवलंबून राहण्याचा परिणाम असा होतो की मातृकेंद्रित निवासाची ओढ वाढते. पुष्कळदा पुरुष आपल्या पालकांकडून आलेल्या संपत्तीतले हक्क आपल्या बहिणींना विकून टाकतात आणि बायकोच्या घरी राहायला जातात. ते पालक म्हातारपणी मुलगीच आपली काळजी घेईल याकडे डोळे लावून बसलेले असतात. दक्षिण-पूर्व आशियातल्या लोकांच्या बाबतीत हे सर्वसाधारणपणे असल्याचे आढळते. त्यामुळे मुलींना ताबडतोब महत्त्व प्राप्त होते. जावामधील एक प्रख्यात मानवशास्त्रज्ञ कोएंटजर्निंग्रॅट (Koentjaraningrat) स्वत:च्या समाजाबद्दल म्हणतात की, पालक आपल्या सुनेऐवजी आपल्या मुलीकडे राहणे पसंत करतात आणि ते तर्काला धरूनच आहे.

दक्षिण आशियाई समाजांच्या बऱ्याच निरीक्षकांनी हे दाखवून दिले आहे की, नवरा-बायको या दोघांच्याही नातेवाइकांच्या कुटुबामध्ये एक प्रकारचा मोकळेपणा आहे. ही जोडपी कमाई आणि घरे मिळण्यासारखी असतील अशी ठिकाणे राहण्यासाठी पसंत करतात. जलदगतीने जाणे-येणे आणि इतर सोईसुविधा यांना निवासस्थान पसंत करण्यात फार महत्त्व असते. या समाजात मुली वाढतात तेव्हा भावांच्या तुलनेत आपला दर्जा कमी आहे, अशी भावना त्यांच्या मनात कधीच निर्माण होत नाही. लग्नामुळे दुसऱ्या घरी राहायला जाणे अपरिहार्य नसते. त्यांना माहेरच्या हक्कांना मुकावे लागत नाही. त्या आपल्या जीवनाची दिशा स्वत:च ठरवू शकतात, त्यावर त्यांचाच ताबा असतो. लग्नामुळे तो जात नाही. दक्षिण आशियामध्ये लग्नाचा जो अर्थ लावला जातो तसे इथल्या स्त्रियांच्या बाबतीत घडत नाही. लग्नामुळे स्त्रियांच्या मालकी हक्कांमध्ये बदल होण्याशी इथे दूरान्वयानेही साम्य आढळत नाही.

दक्षिण-पूर्व आशियात निवासाच्या नमुन्यात घरांची रचना आणि सीमा यांच्यात बरीचशी लवचीकता आहे. हा इथला महत्त्वाचा घटक आहे. मूलत: विभक्त घरादारातसुद्धा वयोवृद्ध मंडळी, लहान मुले आणि किंवा नुकतेच विभक्त झालेले

नातेवाईक असतात आणि ते त्यांचे श्रम किंवा संपत्ती या घरादारासाठी खर्च करतात आणि मग आसरा आणि उदरनिर्वाह प्राप्त करतात. मुले दत्तक घेणे आणि वाढवणे हा व्यवहार सहजपणे आणि सामान्यपणे पाळला जातो. इस्लाममध्ये मुले दत्तक घेण्याची सोय नाही, हे इथे पुन्हा लक्षात घ्यायला हवे. असे असले तरी जावा आणि मलेशिया इथे मुले दत्तक घेतली जातात. त्यांना त्यांच्या दत्तक पालकांकडून त्यांना वडिलोपार्जित जमीन मिळत नाही. थायलंडमध्येसुद्धा मुले आपल्या नातलगांच्या घरी सहजगत्या राहायला जाऊ शकतात. मुले दत्तक घेणे आणि वाढवणे ही प्रथा तसेच नातलगांच्या दीर्घ मुदतीच्या भेटीगाठी यामुळे घटस्फोटाच्या प्रक्रियेमध्ये कमी समस्या निर्माण होतात आणि ताणही कमी असतात.

Mckinley (1975) यांनी मुलांच्या नात्याचे विभागवार स्वरूप कसे असते, यावर जास्त भर दिला आहे. साधेसुधे संवाद, लोकगीते, नात्यांची परिभाषा, जन्माच्या वेळचे विधी आणि मुलांना केलेला उपदेश यांतून मुलांच्या नात्यावर उत्तम प्रकाश पडतो. एक मलेय सुभाषित वा म्हण आहे – 'पाण्यावर काठी मारल्यावर ते दुभंगत नाही, कोंबडीची पिसे विस्कटली तरीही त्या क्षणीच ती एकत्र होतात.' भावडांचे नाते पुष्कळ संघर्ष पचवते असे दिसते. एकमेकांची मुले दत्तक घेणे हे तर नेहमीच चालते. याला पुढे काही वेगळी वाट फुटत नाही. उलट परस्परसमन्वयाची भावना असते. त्याचबरोबर हेही आहे की या द्विपक्षी समाजातील गोतावळ्याची साखळी अहंकेंद्री असल्याने म्हणूनच ती नाती जोडणे आणि तोडणे याला बराच वाव मिळतो.

४

दक्षिण-पूर्व आशियातल्या स्त्रिया महत्त्वाच्या आर्थिक भूमिका बजावतात, अशी त्यांची फार ख्याती आहे. पत्नी आणि आई तर त्या असतातच पण त्याचबरोबर त्या अर्थार्जनाची कामेही करतात. विस्तृत कार्यक्षेत्राची जबाबदारी घेण्याचा त्यांचा आवाका मोठा असतो. त्यामुळे त्यांना आर्थिक स्वातंत्र्य तसेच मोठ्या प्रमाणावर स्वायत्तता आणि अधिकार मिळतो. बऱ्याचशा थायी, मलेशियन, इंडोनेशियन आणि फिलिपिन स्त्रियांच्या बाबतीत हे खरे आहे. ॲटजेहनीज समाजात जिथे पुरुष दीर्घकाळ घराबाहेर राहतात तिथे स्त्रिया शेती आणि कुटुंबातली इतर कामेही सांभाळतात.

सर्वसाधारणपणे स्त्रिया शेती अर्थकारणाचा आंतरिक भाग असतात. मलेशिया आणि इंडोनेशियाच्या बाबतीत बोलायचे झाल्यास मँडरसन (Manderson : 1983) असे ठामपणे सांगतात, की रोपवाटिका तयार करणे, त्यांची निगा राखणे, रोपांची पुनर्लावणी करणे तसेच पिकांची कापणी करणे, पाखडणे, झोडणी करणे, भात झोडपणे या कामांची जबाबदारी फक्त स्त्रियाच सांभाळतात. इतर काही पिके, जसे रबराची शेती आणि सुक्या खोबऱ्याचे उत्पादन यातल्या स्त्रियांच्या भूमिकेचाही त्या उल्लेख

करतात. भाजीपाला, पाळीव प्राणी आणि रेशीम उत्पादन या साऱ्यांची व्यापारी उत्पादन काढण्याची जवळजवळ पूर्णत: स्त्रियांची जबाबदारी असते. जावातील घर हे स्त्रियांचे साम्राज्यच. तिथे महत्त्वाच्या साधनांवर तिचे नियंत्रण जवळजवळ संपूर्ण असते. तसेच घरगुती गोष्टींमध्येही ती निर्णय घेते.

दक्षिण आशियाच्या काही भागात उत्पादनाच्या कामात स्त्रिया लक्षणीय हातभार लावतात. तरीही सांस्कृतिकदृष्ट्या स्त्रीवर अधिकार असणारे त्यांचे नवरे आणि जवळचे नातेवाईक सत्ता गाजवतात. तिचा जागेवर काहीही हक्क नसतो. साधनसामग्रीवर तिची मालकी नसते. त्यावर तिला ताबाही मिळत नाही. अर्थात ही परिस्थिती सगळीकडे एकसारखीच नसते हे सांगायला नको. बऱ्याचशा गोष्टी जसे – घराची रचना किंवा कौटुंबिक स्वरूप, स्त्रियांचे शिक्षण आणि नोकरी, बाहेरच्या कुटुंबाचा आधार, पती-पत्नी संबंध, त्यांचा स्वत:चा आत्मविश्वास यांची त्यांना आपले स्थान राखण्यात मदत होते. दक्षिणपूर्व आशियाई स्त्रिया जे निर्माण करतात किंवा कमाई करतात त्यावर आपले नियंत्रण ठेवतात. असे दिसून येते की वारसाहक्काचे कायदे आणि लग्नानंतरही आपल्या पालकांचा किंवा नातलगांचा आधार घेण्याची सर्वमान्य प्रथा, त्या त्या प्रांतातल्या वैवाहिक संपत्तीचे संस्थेमध्ये परिवर्तन होणे, या सर्वांमुळे साधनसामग्रीवर ताबा ठेवायला उत्तेजन मिळते. या सगळ्या बाबतीत दक्षिण आशियातील स्त्रियांची परिस्थिती अगदी उलट असल्याचे दिसते.

दक्षिणपूर्व आशियातल्या स्त्रिया व्यापारात महत्त्वाचा भाग घेण्याबद्दल प्रख्यात आहेत. त्या अतिरिक्त उत्पादन-निर्माण करतात आणि अन्न, वस्त्र आणि इतर पदार्थ विकण्याचा व्यापारही करतात. या प्रांतातले भरतकाम आणि बाटिककला नावाजलेली आहे ही याची उदाहरणे म्हणता येतील. ग्रामीण आणि शहरी बाजारपेठेमध्ये स्त्रियांची उपस्थिती आश्चर्यजनक आहे. स्त्रियांची ही भूमिका कितीतरी ठिकाणी अगदी आधुनिक अर्थव्यवस्थेतसुद्धा चालू राहते. उदा. थायलंडमध्ये व्यवसायधंदे स्त्रियांच्या मालकीचे असतात आणि त्यांच्या व्यवस्थापनात त्या खोलवर गुंतलेल्या असतात.

दक्षिण-पूर्वेकडच्या स्त्रिया कमाई करणाऱ्या सर्व प्रकारच्या उद्योगांत व्यस्त असतात. याचा संबंध निश्चितपणे त्यांना समाजात मिसळण्याचे असलेले सापेक्ष स्वातंत्र्य, त्यांची स्थलांतराची क्षमता, (बऱ्याच वेळा मुलांना मागे सोडून) त्यांच्या नातलगांचा पाठिंबा, साधनसामग्रीवरची त्यांची पकड, त्यांचे राहत्या जागेवरचे हक्क या गोष्टींशी निगडित आहे. या उद्योगांची त्यांना गरजच असते, कारण बऱ्याच वेळा स्त्रिया स्वत:च्या भरणपोषणाचे ओझे सहन करतात. आपल्या भावंडांची आणि पालकांची देखभाल करतात. ही वैशिष्ट्ये अर्थकारणातील स्त्रियांच्या कृतिशील सहभागामुळे निर्माण होतात असे भासले, तरी त्यातून पूर्ण स्पष्टीकरण मिळत नाही. बरोबर हा सहभाग स्त्री-पुरुषांमधली समानता, निवासाचे नमुने हे सर्व मिळून द्विपक्षी समाजात स्त्रियांना एक

विशिष्ट स्पष्ट मूल्य प्राप्त होते, हे आपल्याला मान्य करता येईल.

दक्षिण-पूर्व आशियात सगळीकडेच स्त्रिया पैशाच्या उलाढालीत फार वाकबगार असतात, असे मानले जाते. आर्थिक व्यवस्थापन आणि धंद्याच्या वाटाघाटीत त्या सामान्यतः पुरुषांपेक्षा वरचढ ठरतात. या गुणांमुळे त्यांचा जो प्रत्यक्ष फायदा होतो तो त्यांची साधनसामग्री आणि त्या ज्या वर्गात मोडतात त्यावर अवलंबून असतो. आपल्या कौटुंबिक गरजा भागविण्यासाठी आवश्यक असणारी कमाई नियमितपणे होईल, याबद्दल कित्येक स्त्रियांना खात्री असते. ॲन स्टॉलर (Ann Stoler; 1977) यांच्या निरीक्षणानुसार जावाच्या काही भागात या कमाईतून त्यांना सत्ता आणि स्वायत्तता मिळू शकते, तर गरीब स्त्रियांना त्यांच्या कमाईमुळे कुटुंबात चांगलेच महत्त्वाचे स्थान मिळते. श्रीमंत स्त्रियांना सामाजिक सत्ता मिळवण्यासाठी स्वतःची कमाई हा फार मोठा भौतिक पाया मिळतो.

मी ज्याबद्दल चर्चा केली त्या निवासपद्धतीचे काही गुणविशेष दक्षिण-पूर्व आशियातील स्त्रियांना घरगुती क्षेत्रात भरभक्कम स्थान मिळवून देण्यास मदत करतात. स्त्रियांना मिळणारी आर्थिक सत्ता आणि कुटुंबातला त्यांचा अधिकार यांवर विविध प्रकारच्या मानवजातीशास्त्राच्या अभ्यासामध्ये वेगवेगळ्या प्रकारे भर दिलेला आहे. पुष्कळ लेखकांनी मातृकेंद्रित पद्धतीचा संबंध त्या-त्या प्रांताशी जोडला आहे. निवासात मुलीचा अर्थार्जनातला सहभाग स्पष्टपणे मान्य केला जातो. ती लग्नाच्या वेळी एखाद्या प्रौढ पुरुषाइतक्या श्रमाची ताकद घऊन येते आणि तिच्या पुनरुत्पादनाच्या क्षमतेमुळे ती आणखी जास्त श्रमशक्ती निर्माण करील, अशी तिच्याकडून अपेक्षा असते. हेच वेगळ्या शब्दात मांडायचे तर असे म्हणता येईल की, पितृवंशीय, पुरुषकेंद्री व्यवस्थेत मुलाकडून जे अपेक्षित असते ते ती मुलगी करते. अर्थातच यातून असे दिसते की, परंपरेनेच स्त्रियांना खास महत्त्व दिलेले आहे. उत्तर आणि मध्य थायी समाजात विधींचा कालावधी किती असावा, यासंबंधी एक प्रथा आहे. हा कालावधी महिन्यापेक्षा कमी असावा का? कारण मूल आपले घर सोडून जाण्याची शक्यता असते. मुलांच्या बाबतीत ही विधींची कालमर्यादा कमी केली जाते. तो योग्य वयाचा झाला आणि त्याचे लग्न झाले की त्याला दुसऱ्या घरी जायला उत्तेजन मिळावे, हा यामागचा हेतू असतो. याउलट मुलीसाठी हा काळ महिनाभर किंवा महिन्यापेक्षा वाढविला जातो. कारण त्यांना आशा असते, की ती जास्त दिवस राहील, म्हातारपणामध्ये आपली काळजी घेईल आणि घरगुती भुताखेतांचा समाचार घेईल. थायी लोकात संरक्षक प्रांतीय भुताखेतांची भक्ती करणारे धार्मिक पंथ आहेत. वेगवेगळ्या वर्गाची भुते असतात. घरगुती परिसरातल्या या भुतांची काळजी घेण्याचे काम स्त्रियांचेच असते. त्यामुळेच द्विस्थानीय किंवा नव्या वस्तीला जास्त प्राधान्य दिले जाते. बऱ्याचशा धर्मात स्त्रियांचे स्थान स्पष्टपणे गौण समजले जाते. पुरुषांच्या वाट्याला मात्र जुजबी कष्ट येतात. गृहिणी

आणि माता या नात्याने स्त्री घरचे अर्थकारण व्यवस्थितपणे थेट आपल्या ताब्यात राखते. ती शारीरिक आणि मानसिकदृष्ट्या समर्थ व्यक्ती मानली जाते. ती कठोर श्रम करू शकते. अपत्यजन्माच्या वेदना सहन करू शकते. घर चालवणे आणि नातीगोती सांभाळणे या बाबतीतल्या तिच्या स्थानाबद्दल कोठेही दुमत आढळत नाही.

५

वैवाहिक नात्यांचा प्रश्न विचारात घेण्यापूर्वी स्त्रियांच्या लैंगिकतेबद्दल मी थोडक्यात बोलणार आहे. दक्षिण आणि दक्षिण-पूर्व आशिया यांच्यात स्त्रियांची लैंगिकता आणि स्त्रियांची पुनरुत्पादनाची क्षमता यांच्याकडे बघण्याचा दृष्टिकोनात खूप फरक आहे. स्त्रियांच्या लैंगिकतेच्या व्यवस्थापनासंदर्भात अतिशय लक्षणीय विरोध वा विसंगती दिसते. कारण विचारप्रणाली आणि संस्थापक घटकांच्या संमिश्र प्रभावाशी हे निगडित असते.

दक्षिण आशियात गटामध्ये स्थान मिळणे हे मूलतः पितृत्वाचे कार्य असते. त्यामुळे स्त्रियांची लैंगिकता कर्मठपणे नियंत्रित करण्याची गरज असते. पहिल्या लग्नाच्या आधी मुलीचे कौमार्य हे हिंदू धर्मात आणि इस्लाममध्येही अत्यंत मोलाचे समजतात. त्याची फार काळजी घेतात. ही काळजी वेगवेगळ्या स्वरूपात घेतली जाते. नेपाळमधील नेवार येथे मुलगी वयात येण्यापूर्वी तिचे खोटे खोटे लग्न लावले जाते. बालविवाह किंवा नहाण येण्यापूर्वी थोडा काळ किंवा नहाण आल्यावर त्याची पूर्तता लांबवून लग्न करणे ही पद्धत राजस्थानातील हिंदूंमध्ये, उत्तर प्रदेशात आणि मध्य प्रदेशात रूढ आहे. पौगंडावस्थेतच मुलीचे लग्न करून देतात तसेच नेपाळ आणि दक्षिण भारतात सगळीकडे मुलीला नहाण आल्यावर विधी करण्याची प्रथा आहे तीही पाळतात. पूर्व आणि पश्चिम भारतात त्या थोड्या कमी प्रमाणात आढळतात. नहाण येणे हा मुलीवर कडक निर्बंध घालण्याचा योग्य क्षण आला असे समजतात. ते निर्बंध लग्न होईपर्यंत चालू राहतात. वयात येणे आणि लग्न होणे याच्या मधला काळ मर्यादा घालणारा काळ असतो. तो मुलीने पुरुषजातीपासून स्वतःला सांभाळण्याचा आणि आपल्या इच्छांना आवर घालण्याचा काळ समजला जातो.

दक्षिण आशियातल्या स्त्रियांना लग्नांनतरही संरक्षण देणे गरजेचे समजले जाते. निकाह आणि हिंदू लग्न या दोन्ही गोष्टींनी स्त्रियांच्या शरीरावर आणि जगण्यावर पुरुषांचे नियंत्रण प्रस्थापित केले पाहिजे, अशी अपेक्षा असते. स्त्रियांच्या लैंगिकतेचे समीकरण त्यांच्या पुनरुत्पादनाच्या क्षमतेशी मांडले जाते. स्त्रियांचे पावित्र कचकड्याचे असते ही कल्पनाही याच्याशी जोडलेली आहे. जातीचा मुद्दा दर्जा ठरवतो. जातीचे बंदिस्त स्वरूप, त्याचबरोबर शारीरिक पुनरुत्पादनातली स्त्रियांची भूमिका, गरोदरपणा आणि दुग्धपान यामुळे मातृत्व अपरिहार्य बनते आणि अशा तऱ्हेने जातीच्या हद्दीचे (मर्यादांचे) रक्षण

करण्याची जबाबदारी स्त्रियांवर येऊन पडते. स्त्रियांच्या पावित्र्याचा मुद्दा मुस्लिमांपेक्षा हिंदूमध्ये जास्त महत्त्वाचा ठरतो. असे असले तरी स्त्रियांचा देह आणि जगणे यावर संपूर्ण मालकी हक्क असणे या कल्पनेमुळे पितृवंशीय मुस्लीम समाज स्त्रियांची लैंगिकता संरक्षण करण्यासंदर्भात अत्यंत कट्टर असतात. स्त्रियांच्या संदर्भात 'जुठा' म्हणजे इतरांनी वापरल्यामुळे प्रदूषित झालेले (उष्टावलेले) ही संकल्पना हिंदू आणि मुस्लीम दोन्हीकडे रुजलेली दिसते. संरक्षणाचे तत्त्व स्त्रीच्या लैंगिकतेच्या विचाराच्या संदर्भात पायाभूत आहे. पुरुषांची प्रतिष्ठा स्त्रियांच्या प्रतिष्ठेमध्येच असते. पाकिस्तानी भाऊ आपल्या बहिणींच्या पावित्र्याविषयी किती जागरूक असतात, ते सर्वांना माहीतच आहे. अनैतिक प्रेम करण्याचा गुन्हा बहिणीने केला किंवा ती जातीबाहेर, समाजाबाहेर किंवा गटाच्या दर्जाबाहेर स्वेच्छेने लग्न करायला निघाली, तर तिला भाऊ ठार मारून टाकतात, हेही सर्वश्रुत आहे. ही संरक्षणाची जबाबदारी घेतली की आपल्या ताब्यातल्या स्त्रियांवर बळाचा वापर करायचा आणि त्यांच्या जगण्याच्या आणि वर्तणुकीच्या प्रत्येक बारीकसारीक बाबतीत हुकूम लादण्याचा जसा त्यांना हक्कच मिळतो. मग सुरक्षित राहण्यासाठी आणि कोणताही ठपका येऊ नये म्हणून स्त्रियांना योग्य वर्तणूक ठेवणे भाग पडते. पुरुषांच्या आणि स्त्रियांच्या लैंगिकतेच्या बाबतीत विलक्षण तफावत आढळते. हे स्पष्ट करणारे सुभाषित असे आहे – 'ताकाला कधी काय होऊ शकणार आहे? नासते ते फक्त दूध!' इज्जत सांभाळण्यासाठी बरोबर सोबत असणे हा सार्वत्रिक रिवाज. सोबत नसेल तर स्त्रियांची छेड काढायला हरकत नाही ही भावना. या सुभाषितात हे स्वच्छ सांगितले आहे की उभा केलेला पलंग आणि उभी राहिलेली मुलगी ज्याची कुणाची इच्छा असेल तो खाली पाडू शकतो. स्त्रियांना मोह पडणे, त्यांची गैरवर्तणूक आणि त्यांच्यावर हल्ला होईल ही भीती सतत मनात ठाम बसलेली आहे. हे त्यांच्यावर जे विविध प्रकारचे निर्बंध लादले जातात त्यावरून स्पष्ट होते. त्यांच्यावर ताबा ठेवण्यासाठी वापरण्यात येणारे मुख्य तंत्र म्हणजे त्यांना सर्वांपासून वेगळे ठेवणे, एकांतवास, त्यांच्या हिंडण्याफिरण्यावर, हालचालींवर मर्यादा आणि पुरुषांच्या सहवासाला बंदी. याचा परिणाम असा होतो की, त्यांच्या शिक्षणाच्या संधी, नोकरी, घरगुती कामाव्यतिरिक्त इतर कामे, औषधोपचार आणि बाहेरच्या जगाशी संपर्क या सुविधा त्यांना मिळत नाहीत. त्या मिळाल्या तर त्या स्वावलंबी होऊ शकतात. खास स्त्रियांच्या म्हणून समजलेल्या कौशल्यात त्यांना सतत गुंतवून ठेवण्याचा प्रयत्न केला जातो. त्यांचे मन सैरभैर होऊ नये हा याचा उद्देश. स्त्रियांच्या लैंगिकतेवर खास प्रकारचा पुरुषी ताबा ठेवला पाहिजे, ही कल्पना पितृवंशीय विचारप्रणालीमध्ये आणि गट एकसंघ राखला जावा, या उद्देशाने खोलवर रुजलेली आहे. याला सामूहिक ताबाही म्हणता येईल. बांगलादेशात खेड्यांमध्ये कुटुंबातल्या पुरुषांऐवजी गावातली मोठी माणसे स्त्रियांनी कोणते काम करावे, कोठे करावे हे ठरवितात. कारण गावची इज्जत स्त्रियांचे

काम आणि त्यांच्या हालचाली किंवा हिंडणे फिरणे यावर अवलंबून असते. दुसऱ्या प्रकारच्या सामूहिक ताब्याचा संबंध जोडला जातो. स्त्रियांच्या लैंगिकतेजवळ पोहोचण्याच्या अधिकाराशी. पितृवंशीय रक्त पितृकुळातच विशेषतः भावांमध्येच असते ही समजूत आहे. ते एकमेकांना बदली होऊ शकतात. त्यामुळे एका भावाशी लग्न झाले असले तरी ती स्त्री त्याच्याऐवजी दुसऱ्या भावांना मिळू शकते. खासा जातीतले भावाभावांमधले बहुपत्नीत्व आणि चार भावांनी एखादी स्त्री वाटून घेणे, पुष्कळदा चोरून ही सामूहिक ताबा दाखवणारी उदाहरणे आहेत. सर्रास न आढळणारे पण स्त्रियांच्या लैंगिकतेवर हक्क सांगणारे आणखी एक उदाहरण म्हणजे पैसे मिळविण्यासाठी नवऱ्याने आपल्या बायकोला वापरणे. स्त्रियांना नवऱ्याशिवाय इतर पुरुषांबरोबर झोपण्याची सक्ती करणारी काही वैयक्तिक उदाहरणे सोडल्यास उत्तराखंडातले डोम त्यांच्या बायकांना वेश्याव्यवसायासाठी पाठवतात. याचे प्रमुख कारण हे, की वधूला हुंडा देताना झालेले कर्ज त्यांना फेडायचे असते. या स्त्रियांना झालेली मुले त्यांच्या नवऱ्याची ठरतात. भारतामध्ये लग्नसंबंधाशिवाय झालेली मुले पूर्णपणे नाकारली जातात. देशात मोठ्या संख्येने अनाथ बालकाश्रम आहेत ते त्यामुळेच. सामाजिक कार्यकर्त्यांच्या अंदाजानुसार अनाथाश्रमातली ८५ टक्के मुले अनौरस असतात. अंतिमतः बलात्कार हा पुरुषांच्या इज्जतीवरील हल्ला मानला जातो. त्यामुळे स्त्रियांच्या लैंगिकतेवर हल्ला चढवणे हा दुसऱ्या पुरुषांपेक्षा आपण वरचढ आहोत, हे दाखविण्याचा जालीम उपाय आहे. अशा तऱ्हेने जात आणि धर्म यांच्या संघर्षात आणि मालक-भाडेकरू यांच्या भांडणात स्त्रिया सतत दुःख भोगत राहतात.

दक्षिण-पूर्व आशियात स्त्रियांची लैंगिकता इतक्या कडक निर्बंधाखाली नसते. स्त्रियांचे संरक्षण आणि त्यांच्यावर कडक ताबा या गोष्टी द्विपक्षी नीतितत्त्वाने फारशा आपल्याशा केलेल्या नाहीत. मुलीला नहाण आले तरी त्याची खास दखल घेतली जात नाही. मलेशिया आणि इंडोनेशियामध्ये लग्न किंवा निकाह झाला म्हणून स्त्रीच्या देहावर आणि जगण्यावर पूर्ण ताबा सिद्ध होत नाही. इस्लामच्या प्रभावामुळे या समाजात तरुण मुलींवर काही निर्बंध लादले जातात खरे; पण असे म्हणतात की, मलेशियात स्त्री आणि पुरुष यांना दोघांनाही लैंगिक व्यवहारात साधारणपणे सारखेच नियम पाळावे लागतात. एकदा का लग्न झाले की स्त्रियांना जास्त मोकळीक मिळते. फिलिपिन्समध्ये स्पॅनिश संस्कृतीतून पौरुषाच्या आणि स्त्रीवादाच्या कल्पना घेतल्या असल्या, तरी स्त्रिया स्वतःला सांभाळण्यामध्ये जास्त सक्षम असतात असे समजतात. तरुण मुलींवर लक्ष ठेवले जाते पण त्यांच्यावर कडक निर्बंध लादणे, पहारा ठेवणे आणि स्त्रियांच्या लैंगिकतेमध्ये पुरुषांची प्रतिष्ठा सामावलेली असते या कल्पनांनी फारसा जोर धरलेला नाही. हिंदूंमध्ये जिथे जिथे घुंगट ओढला जातो, तिथे कुटुंबातल्या पुरुषांच्या पापी नजरा स्त्रियांवर पडू नयेत आणि कुटुंब सुसंवाद साधावा तसेच वडीलधाऱ्यांचा अधिकार

आणि दर्जा राखावा आणि सर्वसाधारणपणे स्त्रियांच्या लैंगिकतेचे पुरुषांपासून संरक्षण व्हावे हा त्याचा उद्देश असतो. एकांतवास किंवा पडदा नसला तरी समाजापासून स्त्रियांना दूर ठेवणे, हा प्रकार सर्वसाधारणपणे भारतातील दक्षिण प्रांतात सर्रास आढळतो. दक्षिण आशियातल्या मुस्लीम स्त्रियांना एकांतवासात किंवा समाजापासून दूर ठेवीत नसले (ही प्रथा सर्वच विभागांत रूढ नाही. कारण वर्ग आणि शिक्षण हे महत्त्वाचे पर्याय आहेत) तरी या प्रथेला धर्माची मान्यता आहे आणि ती पितृवंशीय विचारप्रणालीमध्ये रुजलेली आहे. स्त्री म्हणजे फितना (मोहमयी), तेव्हा स्त्री सौंदर्याला सहज भुलणाऱ्या पुरुषांचे तिच्यापासून रक्षण करण्याची गरज असते. पण मिनांगकाबाउमधल्या स्त्रियांवर अशा प्रकारची बंधने नसतात. लक्षद्वीपच्या स्त्रियांवरही ती नसतात. द्विपक्षी मुस्लीम समाजात सुद्धा स्त्रियांना एकांतवास भोगावा लागत नाही. त्यांना मोकळेपणी हिंडता फिरता येते. इस्लामिक धर्माज्ञेनुसार वागण्याकडे हल्ली कल झुकलेला दिसतो. त्यामुळे स्त्रियांना एक प्रकारचा झगा घालावा लागतो. तो बुरख्याइतका बंधनकारक नसतो, पण स्त्रियांना विशेषतः मलाय परंपरेत वाढलेल्या स्त्रियांना हा झगा कुराणाच्या आज्ञेनुसार आहे हे पटत नाही. हा झगडा चालूच आहे. लक्षद्वीपच्या स्त्रियांनी खास प्रसंगांसाठी याच्यासारखाच एक वेगळा झगा स्वीकारला आहे.

आता यानंतर तरुण मुलींनी जो व्यवसाय स्वीकारला आहे त्याचा उल्लेख करणे अस्थानी ठरणार नाही. ऐतिहासिक घटना आणि सांस्कृतिक आणि सामाजिक संरचनांचे घटक एकत्रित येऊन दक्षिण-पूर्व आशिया विशेषतः थायलंड आणि फिलिपिन्स या प्रदेशांना घडवितात. ही घडण स्त्रियांच्या लैंगिकतेचा व्यापार करण्यामध्ये कुप्रसिद्ध आहेत त्या संदर्भात घडते. व्हिएतनामचे युद्ध दीर्घकाळ चालले होते. अमेरिकेने फिलिपिन्स पादाक्रांत केले होते. थायलंडमध्ये अमेरिकेचे जबरदस्त लष्करी तळ ठाण मांडून बसले होते. लैंगिक सुखाची गरज असलेले गौरवर्णीय सैनिकांचे घोळकेच्या घोळके फिलिपिन्समधून या प्रांतात येत होते. आपल्या गरजा भागवण्याइतका पैसा त्यांच्याजवळ होता. यातून बार, मसाज पार्लर्स, नाचगाणी आणि खाद्यपदार्थ पुरवणारी ठिकाणे, उपाहारगृहे, समुद्रकिनारी आणि एकांतातले पर्यटन निवास यासारख्या वेगवेगळ्या प्रकारच्या व्यवस्था आणि सुविधांना उत्तेजन मिळाले. पैसा टाका, लैंगिक सुख मिळवा, अशी विशेष अस्मिता थायलंडने कमावली. तसेच खेड्यातून आणि नागरी भागातून येणाऱ्या तरुण मुलींचा पुरवठा करण्याबद्दलही ख्याती पसरली. स्त्रियांना हिंडण्याफिरण्याचे स्वातंत्र्य मिळाले. त्यांचा समाजाशी संपर्क येऊ लागला. घरकामाबाहेरच्या वेगवेगळ्या प्रकारच्या आर्थिक उद्योगांत त्या भाग घेऊ लागल्या. लैंगिक संबंधाच्या बाबतीतला व्यवस्थेतला पराकोटीचा काटेकोरपणा कमी झाला. त्याचबरोबर मुलांची सामाजिक ओळख प्रस्थापित पितृत्वावर अवलंबून राहिली नाही. या सर्व गोष्टींनी भरभराटीला येत चाललेल्या लैंगिक व्यापाराला हातभार लावला.

गरिबी दूर करण्याचे आणि मुलीला आपली भावंडे आणि आईवडील यांच्या जबाबदारीच्या ऋणांतून मुक्त होण्याचे एक साधन म्हणून याकडे बघितले जाऊ लागले. सहज कलंक लावणारी लैंगिकता आणि 'पवित्र' आणि 'डागाळलेल्या' यामधला तीव्र भेद फारसा राहिला नाही. (इस्लाम अस्तित्वात असूनही दक्षिण-पूर्व आशियात एकांतवास आणि समाजापासून दूर ठेवणे या प्रथा नष्ट होण्याशी याचा संबंध आहे. तरीही थायलंड आणि फिलिपिन्समधल्या इस्लामिक लोकांमधील लैंगिक व्यापारापेक्षा इथल्या व्यापाराचे स्वरूप वेगळे आहे.) एखाद्या स्त्रीला हा धंदा सोडून देऊन लग्न करून संसार थाटणे इथे कठीण जात नाही. यांच्या शब्दात सांगायचे तर वेश्या आपल्या गावात पुन्हा मिसळून राहू शकतात किंवा मध्यमवयीन असल्यास जोगिणी होऊ शकतात.

तत्त्वत: कौमार्य फार मौल्यवान मानले जात असले तरीही फिलिपिन्समध्येही असेच घडते. त्यांचा जगातल्या पाश्चात्य देशांशी कित्येक शतके संबंध आला. युनायटेड स्टेटस्‌चा संस्कृतीचा प्रभाव पडल्याने आणि त्यांच्या शिक्षणपद्धतीत मुरल्यामुळे फिलिपिनो मुली ऑस्ट्रेलियन, अमेरिकन आणि युरोपीय पुरुषांना आकर्षित करण्यात जास्त पटाईत बनल्या. त्यांच्यापैकी कित्येक जणींनी गौरवर्णीय, खास करून ऑस्ट्रेलियन पुरुषांशी लग्ने केली. त्यांच्यापैकी काही स्त्रियांच्या आत्मकथनातून स्पष्टपणे लक्षात येते की, एक म्हणजे त्यांचे दारिद्र्य, कनिष्ठ प्रतीचे शिक्षण त्यामुळे प्रतिष्ठेच्या नोकऱ्या मिळण्यास त्या अपात्र ठरतात. शिवाय स्वत:बरोबरच आपली भावंडे आणि पालक यांना आधार देण्याची जबाबदारी त्यांच्यावर असते. त्यामुळे त्या वेश्याव्यवसायात ढकलल्या जातात. नोकरीची संधी आणि उपजीविकेचे एक साधन म्हणून याकडे बघितले जाते. म्हणूनच त्या म्हणतात, 'मला दुसरा पर्यायच नव्हता. हा पैसा सहज मिळायला मला कोणाचा आधार नव्हता. मात्र, कितीतरी जबाबदाऱ्यांचे ओझे होते.' वेश्याव्यवसायाची तुलना ग्रामीण भागातील कष्टांशी किंवा घरकामाशी किंवा छोट्या-मोठ्या धंद्यांशी केली तर लैंगिकतेचे काम म्हणजेच वेश्याव्यवसाय केल्यास कायमचा कलंक लागत नाही, हे वास्तव फार महत्त्वाचे ठरते. पालक आपल्या मुलींना विकतात अशीही काही उदाहरणे आहेत.

एका थायी वेश्येचे हे म्हणणे खरोखरीच वस्तुस्थिती निदर्शक आहे. 'प्रेम करायला तीन मिनिटे लागतात. भात तयार करायला अकरा तास लागतात. तेही उन्हातान्हात. त्यामुळे कातडी काळी पडते आणि शरीराला वेदना होतात.' थायलंड आणि फिलिपिन्स या दोन्ही ठिकाणी स्त्रियांची लैंगिकता हा राष्ट्रीय विकासासाठी पैसे मिळवून देणारा हुकुमी एक्का आहे अशा दृष्टीने सरकार त्याच्याकडे बघते. लैंगिक पर्यटन भरभराटीला येते. अर्थातच या अटीत राजकीय अर्थकारणाच्या संपूर्ण संदर्भात बघितले पाहिजे.

कामगारांच्या आंतरराष्ट्रीय स्थलांतरामध्ये लैंगिक कामगारांचाही अंतर्भाव होतो.

उदा. थायलंडकडून नेदरलँडकडे जास्तीत जास्त संख्येने लैंगिक कामगारांचा पुरवठा केला जातो. याच्यापाठोपाठ येतात मलेशिया, इंडोनेशिया आणि तैवान. थाई आणि फिलिपिन वेश्या जपानमध्ये काम करतात. गिऱ्हाईके लैंगिक पर्यटक म्हणून, विशेषत: थायलंड आणि फिलिपिनमध्ये स्थलांतर करणे पसंत करतात. युरोपियन, अमेरिकन आणि ऑस्ट्रेलियन पुरुष अल्पवयीन स्त्रिया जास्त पसंत असतात, असे मान्य करतात. कारण त्या त्यांच्या गरजा आणि इच्छा यांना जास्त चांगल्या प्रकारे प्रतिसाद देतात, वैयक्तिक सेवा पुरवितात आणि त्यांच्या स्वत:च्या देशातल्या वेश्यांपेक्षा त्या स्वस्तात मिळतात. त्या त्यांची काळजी घेतात, त्यांना जास्त सुख देतात. शिवाय या देशांमधली राहणी कमी खर्चाची आहे.

दक्षिण-पूर्व आशियातला हा लैंगिक पर्यटनाचा विलक्षण प्रकार म्हणजे एक गंभीर समस्या आहे आणि ती सोडविण्यासाठी तातडीने लक्ष पुरविण्याची गरज आहे. कारण एड्सची समस्या निर्माण झाली आहे. फिलिपीनमधल्या बाधित लैंगिक कामगारांची संख्या नेहमीच्या प्रमाणापेक्षा फारच वाढली आहे. या संसर्गापासून स्वत:ला सुरक्षित ठेवण्याचे उपाय या धंद्यातल्या स्त्रियांना शिकवले जात आहेत. एड्सच्या वाढत्या भीतीमुळे कुमारी किंवा स्वच्छ मुलींची मागणी वाढते आहे. त्यामुळे बालवेश्याव्यवसाय सुरू होत आहे.

लिंगभावाच्या या चमत्कृतीचे अभूतपूर्व असे मोठ्या प्रमाणात व्यापारी धंद्यात रूपांतर होणे किंवा व्यवसायीकरण होणे अस्वस्थ करणारे आहे. स्त्रियांचे हक्क आणि सुविधा या दृष्टीने याकडे बघितले जात असले तरी त्यातूनच त्या घातक परिणाम करणाऱ्या वस्तुस्थितीकडे ओढल्या जातात, याची खूण पटते. याला कारण म्हणजे वाढता आर्थिक आणि राजकीय दबाव. याचे सखोल संशोधन होण्याची गरज आहे.

वैवाहिक नाती आणि लग्नाचे स्वरूप या संबंधात परस्परविरोध आढळतो. पितृवंशीय दक्षिण आशिया आणि द्विपक्षीय दक्षिण-पूर्व आशिया या क्षेत्रात हिंदू लग्नाला पवित्र संस्कार मानतात. लग्नविधीमध्ये वधू योग्य वराच्या हाती सोपविणे यावर भर दिला जातो. ते एकमेकांना पूरक असावेत. (अर्थात यातून समानता सूचित होत नाही.) पती-पत्नीतले हे नाते विषम आहे, हे प्रकर्षाने जाणवते. वेगवेगळ्या लग्नविधींतून भिन्न भाषिक आविष्कारातून आणि वागणुकीमधून हिंदू विवाहात लग्नबंधन अपरिवर्तनीय आणि अतूट आहे यावर दृढ श्रद्धा आहे, आता घटस्फोट आणि पुनर्विवाह यांची कायद्याने सर्वांनाच मोकळीक असली तरी ती गंभीर घटना समजली जाते. विशेषतः उच्च जातींमध्ये काही विशिष्ट परिस्थितीत शिक्षित शहरी गटांमध्ये घटस्फोट अपरिहार्य झाल्यास त्याला हळूहळू मान्यता मिळू लागली आहे. घटस्फोट आणि पुनर्विवाह यांना ज्या जातीत सहज आणि केव्हाही संमती मिळते, असे लोक अजूनही पुनर्विवाहाच्या रूढ प्रथा पाळतात. जसे स्त्रीला बांगड्या भरणे, कुंकू लावणे, तिला वस्त्राने झाकणे

किंवा नथ देणे. पूर्णपणे विधिपूर्वक लागलेले पहिले लग्न आणि दुसरा लग्नसंबंध पहिल्यापेक्षा थोडा कमी प्रतीचा समजून दोन्हींमध्ये ठळकपणे फरक केला जातो. स्त्रीला विधिपूर्वक फक्त एकच लग्न करता येते, पुरुष मात्र त्याच रीतीने कितीही वेळा लग्न करू शकतो. सौभाग्यावस्थेस खूप गौरविण्यात येते तर वैधव्य हे भयानक समजतात. ते केवळ आधार गेल्याचे संकट ओढवते म्हणून नव्हे तर ते अपवित्र मानतात. विधवेला कितीतरी गोष्टींना मुकावे लागते. त्यांना रंगीत कपडे, दागिने घालता येत नाहीत, केसात फुले माळता येत नाहीत. थोडक्यात आपले लैंगिक आकर्षण कोणाला वाटता कामा नये याची त्यांना काळजी घ्यावी लागते. सती जाणे म्हणजे नवऱ्याच्या चितेमध्ये स्वतःला जाळून घेणे याकडे पुनरुज्जीवनाचा घटक म्हणून पुष्कळदा बघितले जाते. हेही लक्षात घ्यायला हवे, की शतकानुशतके सर्व थरांतल्या जातीमध्ये सतीचा गौरव होत आला आहे. पुष्कळशा प्रांतांत नवविवाहित जोडप्याने सतीच्या कट्याला भेट देण्याची प्रथा आहे. नवऱ्याला दीर्घायुष्य आणि संतती, संपत्ती मागणे हा या भेटीचा हेतू असतो. सापत्य विधवा आणि घटस्फोटित स्त्रियांचा पुनर्विवाह होणे तसे कठीणच असते. त्यासाठी त्यांच्यातल्या रीतीभातीप्रमाणे मृत नवऱ्याच्या कुटुंबापैकी किंवा वंशावळीपैकी कोणाशी तरी त्यांनी पुनर्विवाह करावा अशी अपेक्षा असते, किंवा तशी त्यांना परवानगी असावी लागते. पुनर्विवाहाची प्रथा ज्या गटात सहजसाध्य आहे अशा गटातल्या विधवांनी, खास करून तरुण विधवांनी पुनर्विवाह केल्यास त्या आईला आपली मुले मागे ठेवावी लागतात. नात्यातला पुरुष नसेल तर तो विधवेच्या मुलांचा बाप होण्याचे नाकारतो किंवा नाकारू शकतो. आधीच्या नवऱ्याचे कुटुंब त्या आईला आपली मुले बरोबर घेऊन जायला संमती देत नाही. कारण ते त्यांचे रक्त असते. (ते अशा मुलांना काळजीपूर्वक वाढवतील किंवा वाढवणारही नाहीत आणि त्यांच्या मृत बापाचा हिस्सा कदाचित त्यांना मिळूही देणार नाहीत.) काही असो, विधवेच्या पुनर्विवाहाची आणखीही एक बाजू आहे, ती म्हणजे आपल्या मृत नवऱ्याचा भाऊ किंवा त्याच्या पितृवंशीय चुलत, आतेमामे भावाशी लग्न करणे. अशा लग्नाची जिथे संमती असते (उत्तर भारतातल्या जाट लोकांमध्ये ही प्रथा आहे.) तेव्हा त्या स्त्रीला असे लग्न केल्यावाचून गत्यंतर नसते आणि ते देखिल एखाद्या लहान मुलाशी सुद्धा आणि तो मुलगा मोठा म्हणजे पुरुष होईपर्यंत वाट बघावी लागते. आपल्या नात्याच्या कुटुंबात स्त्रियांच्या श्रमांना महत्त्व असते. पहिले लग्न करून घरात येणाऱ्या स्त्रीवर नात्याच्या कुटुंबाचा संपूर्ण हक्क प्रस्थापित केला जातो.

नेपाळचे पर्वतीय आणि भारतातील हिंदू यांच्यात वैवाहिक नात्याचे स्वरूप म्हणजे कमालीची विषमता असे आहे. हे धार्मिक विधीमध्ये आणि सामाजिक देवाणघेवाणीमध्ये स्पष्ट दिसून येते. दक्षिण-पूर्व आशियात हुंडा पद्धती नाही आणि दक्षिण आशियात आहे याला काही अर्थ नाही. दक्षिण आशियातल्या कनिष्ठ आर्थिक स्तरात वैवाहिक नात्यात मूल्ये आणि आदर्शवाद याबाबतीत इतकी विषमता नसते. त्यात हुकूम करणे, अधिकार

गाजवणे आणि शारीरिक हिंसा या गोष्टी मात्र प्रकर्षाने जाणवतात. 'माझ्या स्वतःच्या बायकोला मारायला मला काय कुणाची परवानगी घ्यायला हवी की काय ?' असा एक तमिळ वाक्प्रचार आहे. मराठीमध्येही अशीच एक म्हण आहे, 'पावसाने झोडलं आणि नवऱ्याने मारलं तर कुणाकडे दाद मागायची?' उच्च सामाजिक, अर्थिक स्तरांतही शारीरिक हिंसा नेहमीचीच असते.

दक्षिण आशियातील हिंदूंमध्ये बहुपत्नीत्व हा दखलपात्र गुन्हा ठरत नाही. आधीची बायको काही आर्थिक आधार देत नसेल तर ती तक्रार करणार नाही. कारण बापाकडून मुलांना आधार मिळतो. त्यापासून त्यांना वंचित करण्याची तिची इच्छा नसते. प्रकल्पातले बहुतेक लोक सांगतात की, बहुपत्नीत्व निषिद्ध न मानणारे जातीचे कितीतरी गट आहेत. खरे तर मृत पतीच्या धाकट्या भावाशी, मग तो विवाहित असो की अविवाहित, लग्न करण्याच्या प्रथेमुळे बहुपत्नीत्वाचे संबंध जोडण्याची प्रवृत्ती बनते.

दक्षिण आशिया आणि दक्षिण-पूर्व आशियातील मुस्लिमांमध्ये वैवाहिक नात्यांच्या बाबतीत धारदार विरोध आहे. दक्षिण आशियातील पितृवंशीय मुस्लिमांमध्ये पतिपत्नीचे नाते श्रेष्ठ आणि कनिष्ठ असते. पुरुषाकडे सर्व काही पुरविणारा आणि पाठिंबा देणारा अशा स्वरूपात पाहिले जाते. बायकोचा भिडस्तपणा, आज्ञाधारकपणा आणि सेवावृत्ती या साऱ्यातून विवाहसंस्था घडते. निकाह ज्यामध्ये मेहेर अंतर्भूत असतो त्यातून विशिष्ट रक्कम दिली जाते आणि या रकमेद्वारे पतीला आपल्या पत्नीच्या देहावर विशेषतः तिच्या खासगी गुप्त भागांवर अधिकार मिळतो. बायको गैर वागली तर तिला शिक्षा करण्याचा धर्माने पुरुषाला परवाना दिला आहे. स्त्रीने संभोगाला नकार देता कामा नये. पाकिस्तानात अशी उदाहरणे घडलेली आहेत. तिथे बायकोने संभोगाला नकार दिल्यामुळे नवऱ्याने तिला जिवंत जाळले आहे. मुस्लीम दक्षिण आशियामध्ये हा पवित्र हक्क मानला जातो. बायको आणि मुले ही पुरुषाची असतात. लग्नात असा हक्काचा बदल स्पष्टपणे केला जातो. बायकोला घटस्फोटाचा हक्क मर्यादितच आहे. पुरुष मात्र त्याच्या बायकोला कोणतेही कारण न देता घटस्फोट देऊ शकतो. नवऱ्याने आपले भरण-पोषण करावे, अशी अपेक्षा बायको फक्त इद्दच्या काळापुरतीच करू शकते. आणि कायदेशीर करारानुसारच ती मुलांना आपल्याबरोबर ठेवू शकते. सात वर्षांपर्यंत मुलाला आणि मुलीला नहाण येईपर्यंत. बांगलादेशात, पाकिस्तानात आणि भारतात विशेषतः उच्च आणि मध्यम सामाजिक-आर्थिक स्तरातल्या स्त्रियांचा घटस्फोट सामाजिक कलंक ठरतो. याशिवाय घटस्फोटित आणि विधवा स्त्रियांना कमालीच्या अडचणींना तोंड द्यावे लागते, कारण त्यांना कोणाचा आधार नसतो. शिवाय त्यांना शालेय शिक्षण किंवा कोणतेही प्रशिक्षण मिळालेले नसते. त्यांच्या हालचालींवर तऱ्हेतऱ्हेचे निर्बंध लादलेले असतात. त्यांना बाहेरच्या कोणाशीही संपर्क साधता येत नाही. कोणात मिळू

मिसळू दिले जात नाही. पुनर्विवाह केला तर त्यांना आपली मुले पुष्कळदा आधीच्या नवऱ्याच्या कुटुंबात सोडून द्यावी लागतात. बांगलादेशातली आकडेवारी असे सांगते, की पुनर्विवाह न केलेल्या विधुरांपेक्षा विधवांची संख्या खूपच असते. अर्थात हा फरक भारतातील हिंदूंमध्ये असणाऱ्या प्रमाणापेक्षा मोठा नाही. अशा परिस्थितीत स्त्रिया जवळजवळ असहाय असतात. स्त्रियांच्या संघटित प्रयत्नांमुळे कायद्यात काही सुधारणा झाल्या आहेत. नवऱ्याने वाईट वागवले, घटस्फोट किंवा बहुपत्नीत्व या बाबतीत बेजबाबदारपणा दाखवला तर अशा घटनांमध्ये कायद्यानुसार काही निर्बंध घातले आहेत. गैरवर्तणुकीला आळा बसेल असा प्रयत्न केला आहे. पण या सुधारणांचा परिणाम घडून यायला हवा असेल, तर स्त्रियांना त्याची माहिती असायला हवी आणि नातलगांकडून किंवा संस्थांकडून त्यांना पाठिंबा मिळायला हवा.

लग्न, घटस्फोट आणि पुनर्विवाह या गोष्टीत दक्षिण आणि दक्षिण-पूर्व आशियातल्या मातृवंशीय आणि द्विपक्षी समाज मूलतः भिन्न आहेत. मुस्लिमांमध्ये यावर मूलतः शरीआचा अंमल चालतो. पुष्कळशा बाबतीत लोक आदतच्या (पूर्वापार चालत आलेल्या प्रथेनुसार) मार्गदर्शनाप्रमाणे चालतात. सामान्यतः घटस्फोटाला कलंक चिकटलेला नाही आणि पुनर्विवाह सर्रास होतात, नव्हे त्यांना उत्तेजन मिळते. लक्षद्वीप बेटांसह मातृवंशीय समाजात मेहेरमुळे पुरुष आपल्या मुलांवर हक्क शाबीत करू शकत नाही. द्विपक्षी जावानीज आणि मलाय समाजात कायदा काहीही असला तरी मुले आपल्या आईकडेच राहू शकतात. ती मोठी असतील तर स्वतःच्या इच्छेप्रमाणे कोणाकडे राहायचे ते ठरवितात. अत्यावश्यक धर्माज्ञा पाळायच्या झाल्यास इथे वैवाहिक नात्याचे स्वरूप पूर्णपणे वेगळे आहे. खऱ्या अर्थाने स्त्रीच्या देह आणि अस्तित्वावर निकाह प्रक्रिया हक्क प्रस्थापित करीत नाही. लिंगभावातली विषमता आणि स्त्रीचे दास्य यावर वैवाहिक नाती बांधली जात नाहीत. बहुपत्नीत्व धर्माने आणि कायद्याने मान्य असले तरी पहिली बायको ते फार काळ सहन करील असे नाही. खास करून मातृवंशीय समाजात स्त्रीने नवऱ्याची वैयक्तिक सेवा करणे ही कल्पनाच अस्तित्वात नाही. द्विपक्षी जावानीजमध्ये पतिपत्नीची जोडी आपले विभक्त कुटुंब बनवू शकते. आधी म्हटल्याप्रमाणे घरादाराच्या रचनेमध्ये काही प्रमाणात लवचिकताही आढळते. मुले गोतावळ्यामध्ये वाढवली असतील तर ती एका कुटुंबातून दुसऱ्या कुटुंबात जाऊ शकतात. वैवाहिक नाती आणि घटस्फोट यावर याचे महत्त्वाचे परिणाम होतात. घटस्फोटामुळे संबंधित व्यक्तीची आयुष्ये अपरिहार्यपणे विस्कटून जाण्याइतका गंभीर परिणाम होत नाही. जावानीज स्त्री घरच्या साम्राज्यावर पूर्णपणे सत्ता गाजवते. मुलांच्या बाबतीत तीच मुख्य अधिकारी व्यक्ती असते. तिची स्वतःची स्वतंत्र कमाई असते. तिने नवऱ्याबद्दल आदर बाळगावा अशी अपेक्षा असते, पण हे नाते सर्वार्थाने समान असते. नवऱ्याच्या बाबतीत थोडा औपचारिक फरक केला जात असेल. कारण तो

बहुधा वयाने मोठा असतो. शिवाय शिक्षणात फरक असतो. त्याचे विशिष्ट स्थान, मिळकत आणि दर्जा या सगळ्याचा थोडासा परिणाम होत असेल. तरीही बायकोचा दर्जा गौण आहे, या पायावर वैवाहिक नाते उभारले जात नाही. सतत संघर्ष होत असेल तर विवाहसंबंध चालू ठेवण्यावर जावानीज लोकांचा विश्वास नाही. ग्रामीण भागात तर घटस्फोट सर्रास घडून येतात. लग्न चौकटीत प्रवेश करणे आणि लग्न चौकटीतून बाहेर पडणे याबद्दलचा आपला निर्णय स्त्रिया प्रत्यक्ष अमलात आणताना दिसतात. आपल्या नातलगांचा आधार आणि पुनर्विवाह यावर त्या विसंबून राहू शकतात. मुलांवर हक्क सांगणे त्यांना कठीण पडत नाही. इतकेच नाही, तर त्या स्वतः अनौपचारिकपणे तलाक मागू शकतात.

मलेय लोकांमध्येसुद्धा घटस्फोट सोपा आहे. पत्नी त्या संदर्भात पुढाकार घेऊ शकते. विशेषतः लग्नानंतरच्या पहिल्या काही वर्षांत लग्नबंधन दुर्बळ असते. मुळात पतिपत्नी आणि त्यांची मुले एवढेच मर्यादित कुटुंब असावे, अशी अपेक्षा आहे. तरीही स्त्रियांनी जी अगदी जवळची नाती राखलेली असतात, त्या आधार देणाऱ्या नातलगांचे जाळे कुटुंबात असू शकते. गृहिणी असूनही बहुधा मलेय स्त्री स्वतः कमाई करते. नवरा संसारासाठी तरतूद करणारा असतो. हा कदाचित इस्लामचा प्रभाव असेल. तरीपण त्यामुळे आपण त्याच्यावर अवलंबून आहोत, असे बायकोला वाटत नाही. ती त्याच्या परवानगीशिवाय आपला व्यवसाय चालू ठेवते. तलाक हे घटस्फोटाचेच एक सर्वसामान्य स्वरूप. ही घोषणा औपचारिकरीत्या नवऱ्याने केली तरी तिच्याकडे वास्तवात एकेरी पद्धतीने पाहिले जात नाही. लग्नबंधन चालू ठेवण्याची आपली इच्छा नाही असे स्त्री सांगू शकते. बायकोला तिच्या इच्छेविरुद्ध अडकवून ठेवले तर मलेय संस्कृतीतील मूल्यांप्रमाणे नवऱ्याची जबरदस्त नाचक्की होते. याशिवाय लग्नाच्या करारात काही अटी घालण्याची प्रथा आहे. त्या अटी मोडल्यास स्त्री आपसूकच लग्नबंधनातून मोकळी होते. या अटी म्हणजे शारीरिक हिंसा, बायकोला टाकून देणे, नवरा कुटुंबाला पोसायला असमर्थ असणे आणि सर्वात आश्चर्याची गोष्ट म्हणजे बायकोला तिच्या नातलगांपासून तोडणे किंवा दूर ठेवणे. दक्षिण-पूर्व आणि दक्षिण आशियातली ही तफावत डोळ्यात भरणारी आहे. मलेशिया आणि इंडोनेशियातल्या स्त्रियांना घटस्फोट, बहुपत्नीत्व, पोटगी यावर अंमल करणाऱ्या कायद्याविरुद्ध लढण्यात थोडे यश आले आहे. दक्षिण आशियाशी तुलना केली, तर इथली परिस्थिती तशी फार गंभीर म्हणता येणार नाही.

थायी समाजात लग्नाचे स्वरूप व्यवहार्य आणि प्रयोगशील आहे. पळून गेल्यास कोणत्याही समारंभाशिवाय ते लग्नबंधन पक्के होते. स्त्रियांना त्यांच्या शरीरप्रक्रियांमुळे गौण समजण्याची प्रवृत्ती दिसते. या कल्पना स्वच्छपणे बौद्ध धर्मातून निघालेल्या आहेत. घालून दिलेले कित्ते आणि प्रत्यक्ष वस्तुस्थिती यात जमीन-अस्मानाचा फरक आहे. वैवाहिक नात्याचे स्वरूप फारसे विषमतेचे नाही. घटस्फोटाकडे फारसे गांभीर्याने बघितले

जात नाही. पुनर्विवाह केला तरी स्त्रीला तिच्या मुलांना सोडून द्यावे लागत नाही. पुरुष बऱ्याचदा बेजबाबदार असतात. लग्नाची बांधिलकी मानणारे नसतात. दुहेरी आदर्श रूढ आहेत हे खरे आहे. नवा कायदा दुसऱ्या बायका ठेवायला विरोध करणारा असूनही ती प्रथा अजूनही अस्तित्वात आहे. दारिद्र्याचे दडपण सोडल्यास थायी स्त्रियांचे स्थान पक्के आहे. दारिद्र्यामुळे याचा दुसरा पदर उलगडतो. पुरुषाच्या मदतीशिवाय उपजीविकेचे आणि मुलांना वाढविण्याचे ओझे स्त्रियांना पेलावे लागते. पुरुष कोठेही भटकतो आणि एकाच वेळी दोन किंवा तीन संबंधही जोडू शकतो. तरीपण स्त्रियांना वैयक्तिक स्वायत्तता असते. कोणत्याही दडपणाखाली वावरावे लागत नाही. सामाजिक कलंकही लागत नाही. या सर्व प्रकारच्या स्वातंत्र्याच्या दृष्टीने बघितले तर थायी स्त्रीची परिस्थिती दक्षिण आशियातल्या गरीब स्त्रीपेक्षा निश्चितच चांगली आहे.

फिलिपिन्समध्ये स्पॅनिश आणि कॅथॅलिक प्रभाव असूनही त्यामुळेच लग्न रद्द करण्याची परवानगी आहे. घटस्फोटाची नाही. नैतिकतेचे दुहेरी आदर्श प्रचलित असूनही द्विपक्षी नीतितत्त्वे सांभाळली जातात. घरादाराच्या आर्थिक व्यवहारात स्त्रीला महत्त्वाचे स्थान असते. घरगुती आणि घराबाहेरचे दोन्ही निर्णय ती घेते. फिलिपिनी वैवाहिक नात्यामध्ये समतावादी वातावरण दिसून येते. अधिकार ही गोष्ट येथे सर्वांमध्ये पसरलेली असते. जीन इलो म्हणतात की, 'कुटुंबप्रमुख कोण?' या प्रश्नाला तिथे फारसा काही अर्थ नसतो.

स्थूलपणे बोलायचे झाल्यास या सर्व समाजात अधिकार हा पुरुषांच्या हातात एकवटलेला नसतो. द्विपक्षी समाजात लैंगिक भूमिका अधिक प्रवाही असतात. गरज भासेल त्याप्रमाणे पुष्कळशी कामे स्त्री–पुरुषात आपापसात बदलता येतात. त्याचबरोबर लग्न आणि कुटुंब यांच्याकडे पुरुष दुर्लक्ष करीत असेल, तर त्याला दोषी ठरविले जाते. स्त्रियांना फार मोठा भार सहन करावा लागतो. पैसे कमावणे, नोकऱ्या आणि अधिकारपदे तसेच प्रतिष्ठा आणि सत्ता मिळवणे या संधी पुरुषांना बायकांपेक्षा जास्त मिळतात. या बाबतीत त्यांचा जास्त हक्क गृहीतच धरला जातो. पुरुष–स्त्रिया यांचे नातेसुद्धा या घटकांवर अवलंबून असते; आणि पुरुषांच्या आणि स्त्रियांच्या भूमिका, हक्क आणि लिंगभावसंबंध याविषयीच्या कल्पना बाहेरच्या व्यापक जगातून उसन्या घेताना दक्षिण–पूर्व आशियातील स्त्रियांना आपल्या संस्कृतीतील भरीव महत्त्वाचे मुद्दे जतन करण्यासाठी विशेष मेहनत घ्यावी लागत असेल. द्विपक्षीयत्वामध्ये लवचिकतेच्या तत्त्वाची जपणूक केली जात असली, तरी मानवाच्या सुखासाठी ते कितपत उपयोगी पडते, याचे काळजीपूर्वक मूल्यमापन करायला हवे. फायदा आणि तोटा यांचा समतोल कशा तऱ्हेने साधायचा? या एका महत्त्वाच्या प्रश्नाला उत्तर शोधले पाहिजे. कारण स्त्रियांच्या परिस्थितीवर भिन्न प्रकारच्या गोतावळा पद्धती कसा परिणाम करतात याची तुलना करताना हा प्रश्न महत्त्वाचा ठरतो.

दक्षिण आणि दक्षिण-पूर्व आशियातील लोकसंख्येतील महत्त्वाची आकडेवारी, तसेच साक्षरता, शिक्षण, भरणपोषण, आरोग्य, रोजगार, स्थलांतर या साऱ्यांची तुलनात्मक आकडेवारी पाहिल्यानंतर आपल्याला स्त्रियांची परिस्थिती आणि लिंगभावना त्यामधील भिन्नतेची पाळेमुळे विश्लेषक पद्धतीने समजावून घेण्यासाठी एक पार्श्वभूमी तर माझ्या अभ्यासाने दिलीच आहे. माझ्या अभ्यासातून काही मूलभूत प्रश्न उभे केले आहेत; कुटुंबाच्या सातत्यासाठी स्थिर विवाह सर्वार्थाने अपरिहार्य असतो का? साधारणत: कोणती किंमत देऊन ही स्थिरता राखली जाते. विवाहातून जन्मलेल्या अपत्याच्या दृष्टीने घटस्फोट हा नेहमीच विनाशकारी ठरतो का? विभक्त कुटुंब आणि त्याच्या कर्मठ सीमारेषा मानवी नात्यांच्या दृष्टीने नेहमी उचित ठरतात का? किंवा खुलेपणासाठी, पाठिंबा देणाऱ्या गोतावळ्यासाठी मित्रमंडळींच्या जाळ्यासाठी कुटुंबामध्ये पैसा वा अवकाश उपलब्ध असणे आवश्यक असते का? विभक्त कुटुंब हे आधी स्त्रीच्या दृष्टीने आणि पुरुषांच्या दृष्टीनेसुद्धा लाभदायक ठरते का? स्त्रीवादी उद्दिष्टांसाठी कुटुंब नावाची व्यवस्था नष्ट करण्याची गरज आहे का? बऱ्याच वेळा विभक्त कुटुंबामध्ये जसे घडते तसे अपत्य ही पालकांच्या किंवा आईच्या मालकी हक्कातली वा ताब्यातली असणे आवश्यक आहे का? आपल्या पत्नीच्या संदर्भात जबाबदारीची जाणीव येण्यासाठी पुरुषाला काही अधिकार दिला जाण्याची पूर्वअट आवश्यक आहे का? विशेषत: स्त्रियांच्या लैंगिकतेच्या संदर्भात, स्त्रियांचे संरक्षण आणि स्त्रियांवरील नियंत्रण यांची साखळी तोडता येईल का?

■■

## लेखकपरिचय
### लीला दुबे (२७ मार्च १९२३)

महाराष्ट्रातील अमरावती, नागपूर, या भागात बालपण घालविलेल्या लीला दुबे, विवाहानंतर संपूर्ण भारतात विविध ठिकाणी वावरल्या आणि कृतिशील अभ्यासक म्हणून काम करीत राहिल्या. भारतातील पहिल्या पिढीतील समाजविज्ञानाच्या अभ्यासक, संशोधक म्हणून त्यांचे नाव अग्रणी आहे.

२००७ साली (नोव्हें.-डिसें.) भारतीय समाजशास्त्रीय सोसायटीने त्यांचा जीवनगौरव पुरस्कार (Lifetime Achievement Award) देऊन सत्कार केला.

लीला दुबे ह्यांनी १९७० नंतर सातत्याने भारतातील स्त्री-पुरुष, जातिव्यवस्था आणि भिन्न वांशिक तथा अल्पसंख्याक गट ह्या विषयांवर मानववंशशास्त्राच्या चौकटीत भर घालणारे लक्षणीय लेखन केले आहे. भारतीय तसेच आंतरराष्ट्रीय पातळ्यांवर त्यांनी अनेक महत्त्वाच्या समित्यांवर काम केले आहे. १९५२ पासून जवळजवळ २००० सालापर्यंत शिक्षक, संशोधक ह्या नात्याने लीला दुबे विविध विद्यापीठांमधून कार्यरत राहिल्या आहेत.

मध्यप्रदेशातील गोंड समाज, उत्तर प्रदेश, महाराष्ट्र आणि केरळ ह्या प्रदेशातील ग्रामीण जीवन तसेच अरबी समुद्रातील लखदीव गट ह्या संदर्भातील त्यांचा क्षेत्रीय अभ्यास उल्लेखनीय आहे.

१९७१-७४ ह्या काळात भारत सरकारमार्फत जी स्त्रियांच्या दर्जाविषयक राष्ट्रीय समिती नेमली गेली त्यातील एक सदस्य म्हणून त्यांनी केलेले काम उल्लेखनीय आहे.

# वर्णानुक्रम सूची